INSIGHT PUBLICA®

INSIGHT PUBLICA®

Nadakkavu, Kozhikode, Kerala
Tel:0495–4020666
www.insightpublica.com
e-mail: insightpublica@gmail.com

Covid Sahanam Athijeevanam
(Malayalam)
Muraleedharan Puthenpurayil

First Edition: April 2021
Second Edition: July 2021
This Edition: November 2023

ISBN 978-93-91006-81-5
Published by
InsightinPublica Printers & Publishers Pvt. Ltd.

₹ 169

കോവിഡ്
സഹനം അതിജീവനം

മുരളീധരൻ പുത്തൻപുരയിൽ

INSIGHT PUBLICA®

സമർപ്പണം

രാവും പകലും മഹാമാരികൾക്കെതിരെ
പൊരുതിയ ആരോഗ്യപ്രവർത്തകർക്ക്.

കോഴിക്കോട് ജില്ലയിൽ ഇരിങ്ങണ്ണൂരിൽ ജനനം. അച്ഛൻ നടുക്കണ്ടിയിൽ ഗോപാല കുറുപ്പ്. അമ്മ കിഴപ്പള്ളി അമ്മുക്കുട്ടിഅമ്മ. ജന്തുശാസ്ത്രത്തിൽ എം.എസ്.സി., എം.ഫിൽ. ബിരുദങ്ങൾ. 33 വർഷം നായർ സർവീസ് സൊസൈറ്റിയുടെ വിവിധ കോളേജുകളിൽ അധ്യാപകനായും വകുപ്പ് മേധാവിയായും പ്രവൃത്തിച്ചു. മട്ടന്നൂർ പഴശ്ശിരാജാ എൻ.എസ്.എസ്. കോളേജിൽനിന്നും 2013 ൽ പ്രിൻസിപ്പലായി വിരമിച്ചു. ഇപ്പോൾ പയ്യോളിക്കുട്ടത്ത് കിഴൂരിൽ താമസം.

കൃതികൾ: ഭ്രമസഞ്ചാരങ്ങൾ, ദേശാടനത്തിന്റെ ആത്മഹർഷങ്ങൾ

ഭാര്യ: ഉഷ സി.കെ., മകൾ: ഇന്ദുലക്ഷ്മി.

ഫോൺ: 9072043720

ഇ മെയിൽ: pmdharan56@yahoo.co.in

മുരളീധരൻ പുത്തൻപുരയിൽ

ഉള്ളടക്കം

ആമുഖം

പ്രകൃതി ദുരന്തങ്ങളും മഹാമാരികളും മനുഷ്യരാശിയുടെ ചരിത്രവും വികാസവും പല കാലങ്ങളിൽ മാറ്റിമറിച്ചിട്ടുണ്ട്. പതിനായിരക്കണക്കിന് മനുഷ്യജീവൻ പൊലിഞ്ഞുപോയ മഹാദുരന്തങ്ങളെ നോക്കി മനുഷ്യൻ നിസ്സഹായനായിനിന്നുപോയ കാലമുണ്ടായിരുന്നു. സൗകര്യങ്ങളില്ല. പ്രതിരോധ മരുന്നുകളോ ചികിത്സയോ ലഭ്യമല്ല. കാലവും സാഹചര്യങ്ങളും മാറി. ശാസ്ത്ര സാങ്കേതിക വിദ്യയിൽ നാം ഏറെ മുന്നേറി. ആരോഗ്യശാസ്ത്രവും ചികിത്സാരീതികളും മെച്ചപ്പെട്ടു. മരുന്നുകളും പ്രതിരോധ മരുന്നുകളും രൂപപ്പെട്ടു. ജീവരൂപങ്ങളുടെ ജനിതകഘടനയിൽപോലും മാറ്റം വരുത്താനുള്ള സാങ്കേതികശേഷിയും മനുഷ്യൻ ആർജ്ജിച്ചു. അങ്ങിനെ പ്രകൃതിയെയും ഇതര ജീവജാലങ്ങളെയും നിയന്ത്രിക്കാൻ കെൽപ്പുള്ള 'വലിയ മൃഗമായി' മനുഷ്യൻ മാറി. അർഹതയുള്ളവ അതിജീവിക്കും, അർഹതയില്ലാത്തവ പൊലിഞ്ഞുപോകും എന്ന പരിണാമ കൽപനപോലും പ്രതാപിയായ മനുഷ്യൻ തിരുത്തി. അനർഹർ അരങ്ങ് വാഴുന്ന വിരോധാഭാസം എമ്പാടും കണ്ടുതുടങ്ങി. സ്വന്തം സുഖഭോഗങ്ങൾക്കുവേണ്ടി പ്രകൃതിയെയും പ്രകൃതി വിഭവങ്ങളെയും യാതൊരു തത്വ ദീക്ഷയുമില്ലാതെ മനുഷ്യൻ എന്നേ വിനിയോഗിക്കാൻ തുടങ്ങി. പ്രപഞ്ചശക്തിയെ വെല്ലുവിളിക്കാൻ തനിക്കാവുമെന്ന് സ്വയം അഹങ്കരിച്ചു.

ഭൂമിയുടെ പ്രായം സുമാർ 450 കോടി വർഷങ്ങളെങ്കിൽ മനുഷ്യൻ പിറന്നിട്ട് രണ്ടര ലക്ഷം വർഷങ്ങളേ ആയുള്ളൂ. മനുഷ്യന് മുമ്പ് ഭൂമി അടക്കി വാണ ഭീമാകാരികളായ പല ജീവികളും കോടിക്കണക്കിന് വർഷങ്ങൾ ഇവിടെ നിലനിന്നിരുന്നു. എന്നാൽ മനുഷ്യൻ എത്ര കാലം കൂടി ഇവിടെ നില നിൽക്കും എന്ന ചോദ്യം ഉയർന്നുവന്നിരിക്കുന്നു. ഇതര ജീവികളെ അപേക്ഷിച്ച് ശാരീരിക ക്ഷമത കുറഞ്ഞ ജീവജാതികളുടെ കൂട്ടത്തിലാണ് മനുഷ്യൻ എന്നതും, സ്വന്തം നിലനിൽപ്പിന് ഭീഷണിയാവുന്ന

പ്രവർത്തനങ്ങളാണ് മനുഷ്യൻ ചെയ്യുന്നതെന്നും വരുമ്പോൾ ഈ ചോദ്യം പ്രസക്തമാണ്. പ്രകൃതിയെ കീഴടക്കി സർവ്വവും തനിക്ക് വേണ്ടി ഉപയോഗപ്പെടുത്തുക എന്ന അപകടകരമായ ശൈലി മാറ്റി പ്രകൃതിയുമായി സമരസപ്പെട്ട് ജീവിക്കുക എന്ന രീതിയിലേക്ക് മാറിയില്ലെങ്കിൽ ഭൂമിയിൽ മനുഷ്യന്റെ നിലനിൽപ്പ് അപകടത്തിൽ തന്നെയാണ് എന്ന് പറയേണ്ടിവരും.

ചരിത്രത്തിലെ പല ദുരന്തങ്ങളും ദുരിതങ്ങളും രാജ്യാതിർത്തികൾ കടന്ന് വ്യാപിച്ചിരുന്നുവെങ്കിലും, ഏറെ ജനപദങ്ങൾ അവയുടെ ഇരകളായി തീർന്നുവെങ്കിലും, ഒരേസമയത്ത് ലോകം മുഴുവൻ ഇരയായ ഒരു മഹാമാരിയുടെ പ്രഹര കാലത്താണ് നാം ഇന്ന് ജീവിക്കുന്നത്. കോവിഡ് വൈറസ് എവിടെ എങ്ങിനെ രൂപപ്പെട്ടു എന്നത് ഇപ്പോഴും വ്യക്തമല്ല. മൃഗങ്ങളിൽനിന്ന് മനുഷ്യനിലേക്കെത്തിയതാണെന്ന പ്രാഥമിക നിഗമനം ഇന്ന് ചോദ്യം ചെയ്യപ്പെട്ടിരിക്കുന്നു. പരീക്ഷണശാലകളിൽ രൂപപ്പെട്ടതാണെന്ന സംശയം ബലപ്പെട്ടിരിക്കുന്നു. അങ്ങിനെയെങ്കിൽ മനുഷ്യരിലേക്കുള്ള സംപ്രേഷണം എങ്ങിനെ സംഭവിച്ചു എന്നതിനാണ് ഉത്തരം ലഭിക്കേണ്ടത്. സംശയം സത്യമെങ്കിൽ ജനിതകമാറ്റം സംഭവിച്ച മാരകമായ അണുജീവികൾ അപ്രതീക്ഷിത സന്ദർഭങ്ങളിൽ വീണ്ടും പ്രത്യക്ഷപ്പെട്ടു കൂടായ്കയില്ല.

സർവ്വശക്തനെന്ന് സ്വയം കരുതിയ മനുഷ്യനെ മുൾമുനയിൽ നിർത്തിയ കോവിഡ് 19 ലോകരാജ്യങ്ങളുടെ സ്വസ്ഥതയും സമാധാനവും മാത്രമല്ല, സാമ്പത്തിക സ്ഥിതിയും പാടെ തകർത്തുകളഞ്ഞിരിക്കുന്നു. ജീവനും ജീവിതവും നിലനിർത്താൻ പാട് പെടുകയായിരുന്നു ഒന്നര വർഷമായി നമ്മൾ. എല്ലാം കീഴടക്കിയ ജേതാഥളെപ്പോലെ ലോകം നിറഞ്ഞുനിന്ന മനുഷ്യരെയെല്ലാം വീടുകളിൽ തളച്ചിട്ടു ഈ അണുജീവി. സാധാരണ ജീവിതവൃത്തികൾ സ്തംഭിച്ചു. തൊഴിലില്ല, വരുമാനമില്ല, യാത്രകളില്ല, ആഘോഷങ്ങളില്ല, ഉത്സവങ്ങളില്ല, ഒത്തുചേരലുകളില്ല, സമ്മേളനങ്ങളില്ല, പ്രകടന ഘോഷങ്ങളില്ല, എല്ലാം നിശ്ചലമായ കാലം.

വിജനമായ പൊതു ഇടങ്ങൾ, തിരക്കൊഴിഞ്ഞ അങ്ങാടികൾ, അടച്ചിടപ്പെട്ട മാളുകൾ, സിനിമാ ശാലകൾ, വാഹനങ്ങൾ കുറഞ്ഞ റോഡുകൾ, ഓടാത്ത ട്രെയിനുകൾ, ആകാശം ഭേദിക്കാതെ വിമാനങ്ങൾ, കളിയും പഠനവും മുടങ്ങിയ കുട്ടികൾ, ഹാജർ കുറഞ്ഞ ഓഫീസുകൾ, വീടുകളിൽ ഒതുങ്ങിപ്പോയ വയോജനങ്ങൾ, സ്വതന്ത്രമായി പുറത്തിറങ്ങാനാവാതെ ഭൂരിഭാഗം ആളുകൾ, അരക്ഷിതരായ തൊഴിലാളികൾ ഇതായിരുന്നു കോവിഡ് ലോക്ക് ഡൗണുകളുടെ കാലം.

വിശ്രമമില്ലാതെ ഡോക്ടർമാരും നഴ്സുമാരും മറ്റ് ആരോഗ്യ പ്രവർത്തകരും ജോലി ചെയ്തു. രോഗികൾക്കിടയിലും രോഗം

സംശയിക്കപ്പെട്ടവരുടെ ഇടയിലും അവർ രാവുകളെ പകലുകളാക്കി. പോലീസും അനുബന്ധ സേനകളും കോവിഡ് നിയന്ത്രണങ്ങൾ നടപ്പാക്കാൻ അവിശ്രമം ജോലി ചെയ്തു. വീടകങ്ങളിൽ അപ്പോഴും അടച്ചിടപ്പെട്ടവരുടെ ദൈന്യത കൂടുകതന്നെയായിരുന്നു. അവശ്യ വസ്തുക്കൾ ലഭ്യമായത്കൊണ്ട് മാത്രം ജീവിതം മുന്നോട്ട് പോകില്ലല്ലോ. അനിശ്ചിതത്വം നിറഞ്ഞുനിന്ന അവസ്ഥയിൽ ജീവിതവൃത്തികളെല്ലാം പ്രതിസന്ധിയിലായി.

മരുന്നും ഭക്ഷണസാധനങ്ങളും തടസ്സമില്ലാതെ ലഭിക്കുമോ എന്ന റിയാതെ രോഗികളും വീട്ടുകാരും വലഞ്ഞ നാളുകൾ. ഭക്തരില്ലാതെ ശൂന്യമായ ആരാധനാലയങ്ങൾ. ഉത്സവങ്ങൾ മറന്ന ഗ്രാമങ്ങൾ. ആഘോഷങ്ങൾ ഒഴിഞ്ഞ നഗരങ്ങൾ. ഇടയ്ക്കിടെ പൂട്ടിയിടാൻ വിധി ക്കപ്പെട്ട ഇട റോഡുകൾ. ശോകമൂകമായ മരണ വീടുകൾ. രാപ്പകൽ ഭേദമില്ലാതെ ഓടുന്ന ആംബുലൻസിന്റെ ശബ്ദ വീചികൾ. നിശബ്ദമായ പകലുകളിൽ വിമൂകമായ രാത്രികളിൽ ചലനമില്ലാതെ ഒഴുക്കില്ലാതെ തളച്ചിടപ്പെട്ട ജീവിതം. ഇങ്ങിനെയുമൊക്കെയായിരുന്നു ലോക്ക് ഡൌൺ.

2020 ൽ രോഗഭീഷണി അവസാനിക്കുമെന്ന പ്രതീക്ഷ അസ്ഥാന ത്തായി. 2021 ലും രോഗം തുടരുന്നു എന്ന് മാത്രമല്ല കൂടുതൽ തീവ്രസ്വ ഭാവം കൈവരിക്കുന്നു. ആകെയുള്ള ആശ്വാസം വാക്സിനുകൾ ലഭ്യമായി എന്നത് മാത്രം. സാവധാനമാണെങ്കിലും നാം അതിജീവിക്കാൻ ശ്രമി ക്കുന്നു. ജീവിതം തിരിച്ചുപിടിക്കാനും. കോവിഡിന്റെ ആഘാതത്തിൽനി ന്നും പൂർണ്ണമായി കരകയറാൻ കാലമേറെ വേണ്ടിവന്നേക്കാം.

ജീവിതത്തിന്റെ മധുരമെല്ലാം നഷ്ടപ്പെട്ട കോവിഡ് കാലം മനുഷ്യൻ തന്റെ അസ്ഥിത്വ സമസ്യകളെക്കുറിച്ച് ഏറെ ചിന്തിച്ച് വ്യാകുലപ്പെട്ട കാലമായിരുന്നു. ഈ ആകുലതകൾ പുതിയ ചിന്തകൾക്കും അന്വേഷ ണങ്ങൾക്കും വഴി തുറക്കുന്നു. ഈ കാലം മനുഷ്യന് നൽകേണ്ടത് ജീവി തത്തെക്കുറിച്ചുള്ള കാഴ്ചാപ്പാടുകളിൽ അടിസ്ഥാനപരമായ മാറ്റമാണ്. മഹാമാരിക്ക് മുമ്പുള്ള തെറ്റായതും തെറ്റിപ്പോയതുമായ കാഴ്ചപ്പാടുകളിൽ, മാതൃകകളിൽ അവശ്യം തിരുത്തലുകൾ വേണ്ടിവരുന്നു. അതിന് നാം തയ്യാറാണോ എന്നത് ഒരു വലിയ ചോദ്യമാണ്. അടച്ചിരിപ്പിന്റെ ക്രൂര യാഥാർത്ഥ്യങ്ങൾ തിരിച്ചറിവുകളായി മാറിയോ എന്ന് നമോരോരുത്തരും ചിന്തിക്കേണ്ടതുണ്ട്. പ്രതിസന്ധികൾ മാറി ജീവിതം സക്രിയമാകുമ്പോൾ സഹനത്തിന്റെ മുറിയാത്ത ഓർമ്മകൾ ഒരു കരുതലായി കൂടെയുണ്ടാ വുന്നത് നല്ലതാണെന്ന ബോധ്യമാണ് ഇങ്ങിനെയൊരു പുസ്തകത്തിന് പ്രേരണയായത്. പുസ്തക രചനക്ക് ഗൂഗിളിൽ ലഭ്യമായ ചില കണക്കു കളും വിവരങ്ങളും ആശ്രയിച്ചിട്ടുണ്ട്.

കോവിഡ് എല്ലാം നിശ്ചലമാക്കുന്നതിനുമുമ്പുള്ള രണ്ട് വർഷങ്ങളും കേരളത്തിന് മറക്കാവുന്നതല്ല. രോഗവും പ്രകൃതി ദുരന്തങ്ങളും നമ്മെ വിടാതെ പിടികൂടിയ കാലം. മലയാളി കടന്നുപോയ മഹാ പ്രതിസന്ധികളുടെ ഓർമ്മകളും ഇനിയുള്ള യാത്രയിൽ കരുതലിന്റെ വെളിച്ചമായിരിക്കണം എന്ന് തോന്നി. നമ്മുടെ സഹന തീവ്രതയുടെ മാപിനി ഉയർന്നുനിന്ന കാലത്തിൽനിന്നും രണ്ട് വർഷം പിറകോട്ട് പോയത് കേരളം നേരിട്ട പ്രതിസന്ധികളുടെ ആഴം സൂചിപ്പിക്കാൻ വേണ്ടിയാണ്.

കോവിഡ് ഇപ്പോഴും തുടരുന്നു. മൂന്നാം തരംഗ സാധ്യതയും പ്രവചിക്കപ്പെട്ടിരിക്കുന്നു. വാക്സിനോടൊപ്പം ജാഗ്രതയും തിരിച്ചറിവും നാം കൈവിട്ടുകൂടാ. ആഘോഷങ്ങളും ഉത്സവങ്ങളും ആൾക്കൂട്ടങ്ങളും നിയന്ത്രിച്ചില്ലെങ്കിൽ നാം വലിയ വില നൽകേണ്ടിവരും. തിരിച്ചറിവിന്റെ കോവിഡാനന്തരകാലത്ത് വേണം സാമ്പത്തിക വളർച്ച പതിയെ തിരികെ പിടിക്കാൻ. വരുമാനം മുട്ടിപ്പോയ സാധാരണക്കാരുടെ മനസ്സിൽ തിരിതെളിക്കാൻ. മഹാമാരികളെ നേരിടാൻ ആവശ്യമായ ശാസ്ത്ര സാങ്കേതിക വൈഭവം ഇന്ന് നമ്മുടെ കരുത്താണ്. അവയുടെ സാദ്ധ്യതകൾ എല്ലാവരും തിരിച്ചറിയണം. അവയെ വേണ്ടും വണ്ണം ഉപയോഗിക്കണം. പരിസ്ഥിതിയോടിണങ്ങി ജീവിക്കാൻ ശീലിക്കണം. സാമൂഹ്യ രാഷ്ട്രീയ യാഥാർഥ്യങ്ങളെ യുക്തിസഹമായി ഉൾക്കൊണ്ട് ശരിയായ സ്വയം ബോധ്യത്തോടെ നിവർന്ന് നിന്ന് കാലത്തെയും പ്രതിസന്ധികളെയും നേരിടുന്ന ആത്മധൈര്യമാണ് ഇനി വേണ്ടത്. വരും തലമുറയോടുള്ള നമ്മുടെ കരുതൽ അങ്ങിനെയാവട്ടെ.

എഴുത്തുകാരനും ഗ്രന്ഥകാരനുമായ ശ്രീ. എം.പി. ബാൽറാം സദയം എഴുതിയ അവതാരിക പുസ്തക വായനയെ പ്രചോദിപ്പിക്കുന്നു എന്ന സന്തോഷം പങ്കിടുന്നു. സ്നേഹത്തിന്റെ തണൽ പടരുന്ന സൗഹൃദം.

ചെറിയ ഇടവേളയിൽതന്നെ രണ്ടാം പതിപ്പ് പ്രസിദ്ധീകരിക്കാൻ പ്രസാധകർ തയ്യാറായത് മഹാമാരിക്കാലം തുടരുന്നു എന്നത് കൊണ്ട് മാത്രമല്ല, കോവിഡുമായുള്ള സഹവാസം കുറെ കാലം കൂടി വേണ്ടിവരുമ്പോൾ കരുതലും ജാഗ്രതയും തുടരുവാൻ അക്ഷരവെളിച്ചം തുണയാകുമെന്നത്കൊണ്ട് കൂടിയാണ്.

ഒന്നാം പതിപ്പ് സ്വീകരിച്ചവരോടും, രണ്ടാം പതിപ്പൊരുക്കുന്ന ഇൻസൈറ്റ് പബ്ലിക്കയോടും കടപ്പെട്ടിരിക്കുന്നു. അണിയറയിൽ പ്രവൃത്തിക്കുന്ന സുമേഷിനോടും വിജേഷിനോടുമുള്ള സ്നേഹവും കടപ്പാടും രേഖപ്പെടുത്തുന്നു.

മുരളീധരൻ പുത്തൻപുരയിൽ

അവതാരിക

സഹനത്തിന്റെയും അതിജീവനത്തിന്റെയും പുസ്തകം

എം. പി. ബാലറാം

മുരളീധരൻ പുത്തൻ പുരയിൽ എഴുതിയ 'കോവിഡ് സഹനം അതിജീവനം' എന്ന കൃതിയെയാണ്, സ്വന്തം വായനാനുഭവത്തിന്റെ വെളിച്ചത്തിൽ 'സഹനത്തിന്റെയുംഅതിജീവനത്തിന്റെയും പുസ്തകം' എന്ന് വിശേഷിപ്പിക്കാൻ ഇവിടെ ധൈര്യപ്പെടുന്നത്. കോവിഡ് മഹാവ്യാധിയെക്കുറിച്ച് മലയാളത്തിൽ എഴുതപ്പെടാനിടയുള്ള പുസ്തകങ്ങളിൽ ഒരു സവിശേഷ മാതൃകയായിത്തീരാൻ ഈ പുസ്തകത്തിന് എല്ലാ അർഹതയുമുണ്ടെന്നാണ് പറയുന്നത്. സംക്ഷിപ്തമായി ഒരു വർഷത്തെ കോവിഡ് ജീവിതാനുഭവങ്ങളെ പ്രതിപാദിക്കുകയാണ്, ഈ രചന.

പുസ്തകത്തിന്റെ സമഗ്രസ്വഭാവത്തിന് ഒരുവിധത്തിലും, ദോഷം ചെയ്യുന്നില്ല അതിന്റെ സംഗ്രഹിത സ്വരൂപം. സാധാരണ മട്ടിൽ കോവിഡ് വ്യാധിയെക്കുറിച്ച് മുമ്പ് പലരും പറയുകയും എഴുതുകയും ചെയ്ത കാര്യങ്ങളുടെ ആവർത്തനമായി മുരളീധരന്റെ പുസ്തകം വായിക്കപ്പെടുകയില്ല. കേവലം പത്രവാർത്തകളുടെയും വൈദ്യശാസ്ത്ര വിജ്ഞാനത്തിന്റെയും ചരിത്രരേഖയായി പരിമിതപ്പെടാൻ കൂട്ടാക്കാത്ത മാനവികതയുടെ ഉദാത്തമായ ഒരു തലം മുരളീധരന്റെ രചനക്കുള്ളത് പ്രത്യേകം കാണുക തന്നെ വേണം. കോവിഡ് മഹാവ്യാധിയുടെ അഭിശപ്തമായ ശാസനയ്ക്ക് മുമ്പിൽ തല കുനിക്കാൻ തയ്യാറില്ലാത്ത ഒരു സത്യാന്വേഷകന്റെ അത്യന്തം സഹാനുഭൂതിയോടെയുള്ള വിഷയ പരിചരണവും സമീപന രീതിയുമാണ് ഈ കൃതിയെ ഒരു അപൂർവ്വ മാതൃകയാക്കി മാറ്റുന്നത്.

മനുഷ്യൻ ഉൾപ്പെടെയുള്ള സർവ്വ ചരാചരങ്ങളുടേയും ഭൗമപ്രകൃതിയുടെയാകെയും നിലനിൽപ്പ് ഭീഷണിയെ നേരിടുന്നതിന്റെ

അവസ്ഥയാണ് പുസ്തകത്തിൽ പ്രതിപാദിക്കപ്പെടുന്നതെന്ന് ചുരുക്കി പറയാം. അതിനാൽ ജീവനില്ലാത്ത കേവലം വസ്തുതകളുടെയും, സ്ഥിതി വിവരക്കണക്കുകളുടെയും നാൾവഴി ചരിത്രരേഖയാവാൻ കൂട്ടാക്കാത്ത പുസ്തകമായി ഇത് മാറുന്നു. പകരം നാം ജീവിക്കുന്ന കാലത്തിന്റെയും അധിവസിക്കുന്ന ദേശങ്ങളുടേയും ജീവിതം നിലനിർത്താൻ സാഹസപ്പെടുന്ന മനുഷ്യരുടേയും ജീവിതരേഖയാവാൻ അർഹതയുള്ള കൃതിയായിത്തീരുന്നത്, ഇതിന്റെ പ്രസക്തി വർദ്ധിപ്പിക്കുന്നു.

യാഥാർത്ഥ്യത്തിന് വിഭിന്നങ്ങളായ മാനങ്ങളും അർത്ഥങ്ങളുമുണ്ട് - കോവിഡ് 19 മഹാവ്യാധിയുടെ സാർവ്വലൗകികാനുഭവം ഇക്കാര്യം വീണ്ടും ഒരിക്കൽ കൂടി മനുഷ്യരാശിയെ ബോദ്ധ്യപ്പെടുത്താനുള്ള അവസരം സൃഷ്ടിച്ചിട്ടുണ്ട്. നമ്മുടെ സമീപനത്തിന്റെ രീതികൾക്കും പ്രത്യേകതകൾക്കുമനുസരിച്ചാണ് കോവിഡ് എന്ന യാഥാർത്ഥ്യം നമുക്ക് ഓരോരുത്തർക്കും പ്രത്യക്ഷമാകുക.

ശാസ്ത്രവും മതവും കലയും ചരിത്രവും രാഷ്ട്രീയവുമെല്ലാം അതാത് മേഖലകളിൽ കോവിഡ് അനുഭവത്തെ നൂതനമായ രീതിയിൽ സ്വാംശീകരിക്കാൻ ശ്രമിക്കുന്നത് നാം കാണുന്നുണ്ട്. ലോകം ഇനിയൊരിക്കലും കോവിഡ് പൂർവ്വാവസ്ഥയിലേക്ക് തിരിച്ചു പോകാൻ സാധിക്കാത്ത രീതിയിൽ അറിവിന്റെ മേഖലകൾ അതിവേഗം നവീകരിക്കപ്പെട്ടുകൊണ്ടിരിക്കുകയാണ്. ഇത്തരം സ്ഫോടനാത്മകമായ ഒരു വൈജ്ഞാനിക പശ്ചാത്തലത്തിലാണ് മുരളീധരനെപ്പോലുള്ള ശാസ്ത്ര ഗവേഷകർ വൈറസ് വ്യാധിയെ പ്രശ്നവിഷയമാക്കിയുള്ള പുസ്തക രചനയിൽ ഏർപ്പെടുന്നതെന്ന് മനസ്സിലാക്കാൻ നമുക്ക് കഴിയേണ്ടതാണ്. അത്യന്തം ഭീഷണമായ അവസ്ഥയെ നേരിട്ടുകൊണ്ടിരിക്കുന്നതിനിടയിലാണ് അറിവിന്റെ ലോകത്തെ പുതിയ വെല്ലുവിളികളെയും നേരിടാൻ ഇവർ തയ്യാറാകുന്നത്. ഒഴിഞ്ഞ സ്ലെയിറ്റിൽ ശുദ്ധമായ മനസ്സ് മാത്രം കൈമുതലാക്കി നിഷ്കളങ്കമായ രീതിയിൽ ആർക്കും സമീപിക്കാൻ കഴിയുന്ന വിഷയമല്ലാതായി കോവിഡ് 19 മഹാവ്യാധി മാറിയിട്ടുണ്ട്. 'കോവിഡ് സഹനം അതിജീവനം' എന്ന പുസ്തകത്തിന്റെ രചന ഏറെ പ്രയാസകരമായ ഒരു ഉത്തരവാദിത്വം ഏറ്റെടുക്കലാണെന്ന് ഇതിന്റെ വായന മറ്റെന്തിലുമധികം നമ്മെ ബോദ്ധ്യപ്പെടുത്തുന്നുണ്ട്.

കേരളത്തിന്റെ ചരിത്രം, ഭൂസ്ഥിതി, കാലാവസ്ഥ, സാമൂഹികവും സാമ്പത്തികവും സാംസ്കാരികവുമായ അവസ്ഥകൾ, ഇവയുടെയെല്ലാം പശ്ചാത്തലത്തിലാണ് മുരളീധരൻ കോവിഡ് മഹാവ്യാധി എന്ന തന്റെ പ്രശ്നവിഷയത്തെ സമീപിക്കുന്നതെന്നത് പുസ്തകത്തിന് കൈവരുന്ന സമഗ്ര സ്വഭാവത്തിന് ഒരു പ്രധാന കാരണമായിത്തീരുന്നുണ്ട്. മൂന്നാം തരംഗത്തിന്റെ സൂചനയും ആശങ്കയും പങ്കിട്ടുകൊണ്ട്

പുസ്തകം അവസാനിക്കുമ്പോഴും കേരളത്തിന്റെ ഭാവി നിർണ്ണയിക്കപ്പെടു ന്നത് നാളെ എങ്ങനെയായിരിക്കുമെന്ന ചോദ്യങ്ങളിലും സൂചനകളിലും ചെന്നെത്താൻ ഗ്രന്ഥകാരൻ വായനക്കാരനെ ഉദാരതയോടെ സഹാ യിക്കുന്നതായി അനുഭവപ്പെടുന്നുണ്ട് .

2017 ലെ ഓഖി ദുരന്തം, 2018 ലെയും 2019 ലെയും മഹാപ്രളയങ്ങൾ, 2018, 2019 വർഷങ്ങളിലെ നിപ്പ വ്യാധി ഇവയുടെ തുടർച്ചയായി 2020 ന്റെ ആരംഭം മുതൽ അനുഭവിക്കുന്ന കോവിഡ് - 19 മഹാവ്യാധി - അതാത് സന്ദർഭങ്ങൾ ആവശ്യപ്പെടുന്ന പ്രാധാന്യത്തോടെ സംഭവപരമ്പരകളെ സംഗ്രഹിച്ചും വിസ്തരിച്ചും പ്രതിപാദിക്കുന്നതിലും, പ്രശ്നവിഷയത്തെക്കു റിച്ച് ചർച്ചകളിൽ മുഴുകുന്നതിലും ഗ്രന്ഥകാരൻ പ്രകടിപ്പിക്കുന്ന ആഖ്യാ നപാടവം നല്ല കൈത്തഴക്കം സിദ്ധിച്ച ഒരു എഴുത്തുകാരന്റേതാണ്. ദൈനംദിന സംഭവങ്ങളെ കാലാനുക്രമത്തിൽ പിന്തുടർന്ന്, കോവിഡ് വ്യാധി പോലുള്ള ലോകമഹാദുരന്തങ്ങളെക്കുറിച്ച് നിർവ്വികാരതയോടെ പറഞ്ഞു പോകാൻ ഹൃദയമുള്ള ഒരെഴുത്തുകാരനുംസാദ്ധ്യമല്ല. നിപ്പ വ്യാധിക്ക് കീഴ്പ്പെട്ട് ഒരു ആരോഗ്യപ്രവർത്തക വീരോചിതമായി മരണം വരിക്കുന്ന സന്ദർഭത്തിലും ഓഖി - മഹാപ്രളയ ദുരന്തങ്ങളിൽ പെട്ട് അനേകം പേർക്ക് ജീവിതം നഷ്ടമാകുന്ന നിമിഷങ്ങളിലും, നമ്മുടെ കാലത്ത് ഇല്ലാതാവുന്ന അനുതാപവുംആർദ്രതയും ഒരെഴുത്തുകാരന്റെ തൂലികയിലൂടെ പ്രകടിതമാകുന്നത് ഏറെ സമാശ്വാസം പകരുന്നുണ്ട്.

പ്രധാനമന്ത്രിയുടെ ആദ്യത്തെ കോവിഡ്കാല പ്രക്ഷേപണത്തേയും തുടർന്ന് നാലു ഘട്ടങ്ങളായുള്ള ലോക്ക്ഡൗൺ പ്രഖ്യാപനങ്ങളേയും, മുരളീധരൻ ചിത്രീകരിക്കുന്നതിലെ നാടകീയതയും കലാനൈപുണ്യവും, അദ്ദേഹത്തിന്റെ പുസ്തകത്തെ കേവലമായ കോവിഡ് ചരിത്രരചനയുടെ ശുഷ്ക തലത്തിൽ നിന്ന് ആർജ്ജവത്വമാർന്ന ഒരു സർഗ്ഗാത്മക രചനയുടെ തലത്തിലേക്ക് ഉയർത്തി പ്രതിഷ്ഠിക്കുന്നുണ്ടെന്നുള്ളത് വസ്തുതയാണ്. ആഖ്യാനത്തിലും ഭാഷാ ശൈലിയിലും ഉദാരവും മാനവി കവുമായ വീക്ഷണത്തിലും മൗലികത്വം പുലർത്തുന്ന 'കോവിഡ് സഹനം അതിജീവനം', എല്ലാ അർത്ഥത്തിലും സഹനത്തിന്റെയും അതിജീവ നത്തിന്റെയും പുസ്തകമെന്ന വിശേഷണത്തോടെ വായനക്കാരുടെ മുന്നിൽ അവതരിപ്പിക്കുന്നതിൽ എനിക്ക് അതിയായ സന്തോഷമുണ്ട്.

●

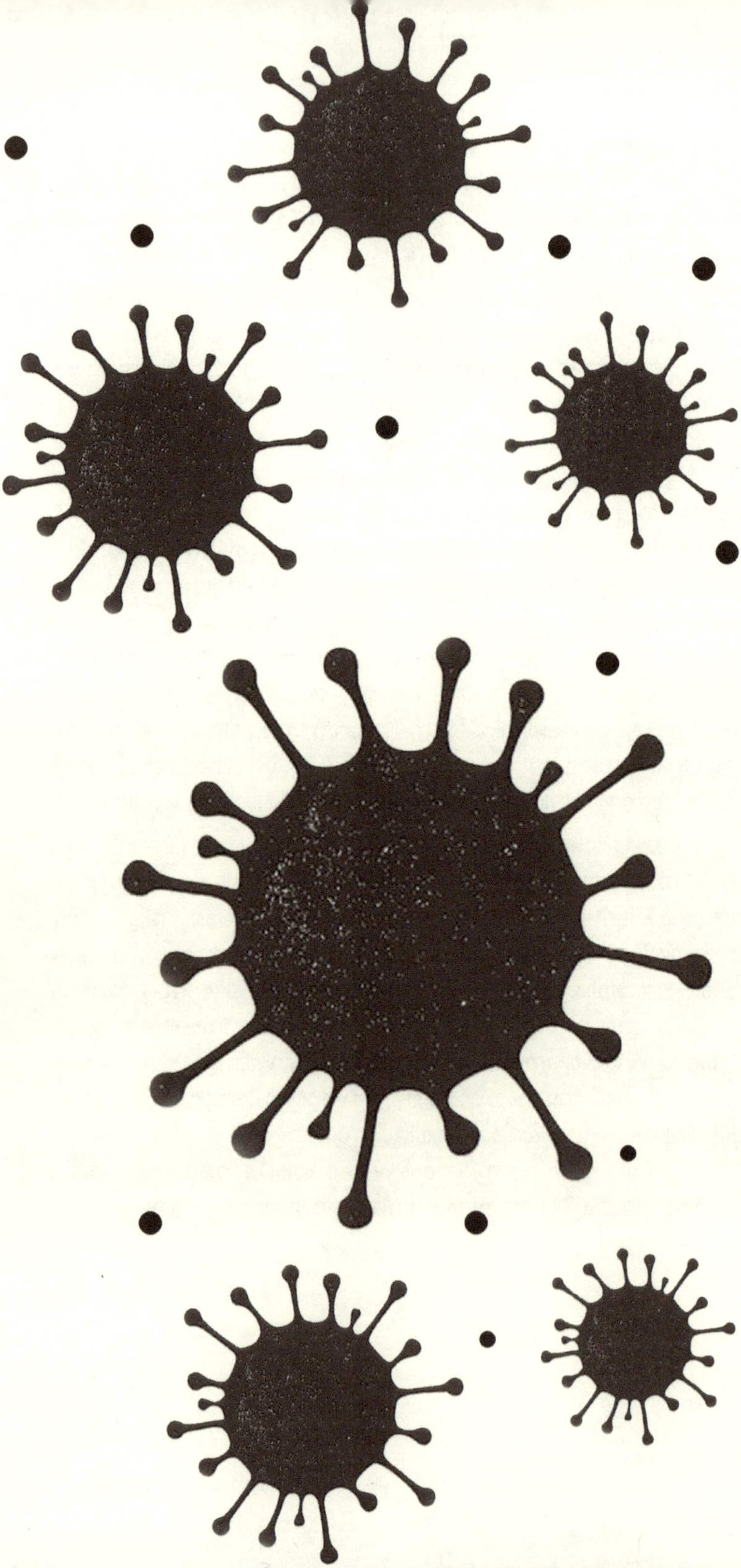

അടച്ചിരിപ്പിന്റെ മണിമുഴക്കം

2020 മാർച്ച് 24 രാത്രി എട്ട് മണി.

നമ്മുടെ പ്രധാനമന്ത്രി രാഷ്ട്രത്തെ അഭിസംബോധന ചെയ്യുകയാണ്. അദ്ദേഹം ഒരു ബാനർ ഉയർത്തിക്കാണിക്കുന്നു.

കൊ.റോ.ന. എന്നതിൽ രേഖപ്പെടുത്തിയിരിക്കുന്നു.

എന്താണ് കൊ. റോ. ന.?

"കൊയ് റോഡ് പർ ന നികലെ".

അതെ. ഇന്ന് അർദ്ധ രാത്രിമുതൽ രാജ്യം അടച്ചുപൂട്ടുന്നു.

21 ദിവസത്തേക്ക് ആരും വീടുകളിൽനിന്നും പുറത്തിറങ്ങരുത്. കോവിഡ് 19 എന്ന അണുബാധയുടെ ശൃംഖല തകർക്കാനുള്ള ഒരേയൊരു മാർഗ്ഗമിതാണെന്ന് അദ്ദേഹം പ്രഖ്യാപിക്കുന്നു.

"നിങ്ങളുടെ വീടിന്റെ വാതിലിന് പുറത്ത് ഒരു ലക്ഷ്മണ രേഖ വരയ്ക്കുക. അതിന് പുറത്ത് കാലെടുത്ത് വെയ്ക്കരുത്. നിങ്ങൾ എവിടെയായിരുന്നാലും അവിടെ തുടരുക. കൊറോണ വൈറസ്സിനെതിരായ നിർണായക പോരാട്ടമാണിത്." പ്രധാനമന്ത്രി ജനങ്ങൾക്ക് ശക്തമായ മുന്നറിയിപ്പ് നൽകുകയായിരുന്നു.

രാജ്യം ഞെട്ടിത്തരിച്ചു. ഒരു രാജ്യം അടച്ചുപൂട്ടുകയോ.

ഇതേവരെ കേട്ടിട്ടില്ലാത്ത കാര്യം. ആരും ചെയ്യാത്ത കാര്യം.

വീട്ടിന് പുറത്തിറങ്ങാതെ എങ്ങനെ ജീവിക്കും.

സഞ്ചാര സ്വാതന്ത്ര്യവും പ്രവർത്തന സ്വാതന്ത്ര്യവും ഇങ്ങനെ തടയിടു കയോ !

ജോലിയും വരുമാനവുമില്ലാതെ സാധാരണക്കാർ എങ്ങനെ ജീവിക്കും? രാജ്യം ചലനമില്ലാതെ നിൽക്കുകയോ.

ഒന്നോ രണ്ടോ ദിവസത്തെ ഹർത്താലും ബന്ദും സഹിച്ച് വീടുകളിൽ വല്ലപ്പോഴും പൂട്ടിയിടപ്പെട്ടിട്ടുണ്ട്.

പക്ഷേ ഇത്രയും തീവ്രമായ ഒരു ബന്ധനാവസ്ഥ എങ്ങനെ സഹിക്കും.

ആളുകൾ ആകുലചിത്തരായി. ഉൽക്കണ്ഠാഭരിതരായി. സ്വാഭാവികം.

ഇന്ത്യ എന്ന മഹാരാജ്യം. 138 കോടിയിലേറെ ജനങ്ങൾ. ജനസം ഖ്യയിൽ ലോകത്തെ രണ്ടാമത്തെ വലിയ രാജ്യം. വെല്ലുവിളികളും പ്ര തിസന്ധികളും ദൗർബല്യങ്ങളും ഏറെയാണെങ്കിലും ജനാധിപത്യവും നിയമവ്യവസ്ഥയും പുലരുന്ന നാട്. ഭൂപ്രകൃതി, കാലാവസ്ഥ, ഭാഷകൾ, ആചാരങ്ങൾ, സംസ്കാരങ്ങൾ, ജീവിതനിലവാരം എല്ലാറ്റിലും തികഞ്ഞ വൈവിധ്യം നിലനിൽക്കുമ്പോഴും നമ്മൾ വികസനക്കുതിപ്പിലാണെന്നും വൈകാതെ ലോകമഹാശക്തിയാവുമെന്നും ഓരോ ഭാരതീയനും ആഗ്ര ഹിക്കുന്നു.

പരിമിതികൾക്കും പരിവട്ടങ്ങൾക്കുമിടയിൽ പക്ഷേ നിസ്സീമമായ സ്വാതന്ത്ര്യം ആഘോഷിക്കുന്ന ജനതയാണ് നമ്മൾ. നിയമ വ്യവസ്ഥയെ വെല്ലുവിളിക്കുന്ന ശീലമാണ് പലപ്പോഴും. ആർക്കും എന്തും പറയാം. ആരെയും ആക്ഷേപിക്കാം. അടിസ്ഥാനമില്ലാത്ത എന്ത് ആരോപണങ്ങ ളും ആർക്കെതിരെയും ഉന്നയിക്കാം. സംഘശക്തിയുടെ പേരിൽ ഏത് കീഴ്വഴക്കങ്ങളും കാറ്റിൽ പരത്താം. പണവും സ്വാധീനവും ഉണ്ടെങ്കിൽ നിയമത്തിന്റെ പഴുതുകളിലൂടെ രക്ഷപ്പെടാം. അഴിമതിയും അധികാര

ദുർവിനിയോഗവും നടത്തിയാലും ഉപായത്തിൽ പിടിച്ചു നിൽക്കാം. ഇതൊക്കെ അപവാദങ്ങളാണെന്ന് വാദിക്കാം. സത്യത്തിന്റെയും നീതിയുടെയും നക്ഷത്രത്തിളക്കങ്ങൾ എല്ലായ്പ്പോഴും അനുഭവവേദ്യമാണോ. ജനാധിപത്യത്തിന്റെ ശോഭ പണാധിപത്യം കെടുത്തുന്ന വൈരുധ്യം ഇവിടെ നിലനിൽക്കുന്നില്ലേ.

2020 എന്ന വർഷം സത്യത്തിൽ നമ്മുടെ സ്വപ്നങ്ങളിലെ ഒരു മോഹന സുന്ദര വർഷമായിരുന്നു. പല വികസന സങ്കൽപ്പങ്ങളും പരിപ്രേക്ഷ്യങ്ങളും പൂവണിയുന്ന കാലമായി 2020നെ നാം ലക്ഷ്യവൽക്കരിച്ചു. പ്രയാസങ്ങളിൽ തടംതല്ലിയാണെങ്കിലും ശോഭനപ്രതീക്ഷകളുമായി നാം കാത്തിരിക്കുകയായിരുന്നു. പ്രതികൂല കാലാവസ്ഥയിലും പ്രതീക്ഷയോടെ നാം തുഴയുകയായിരുന്നു.

2019 ഡിസംബറിൽ ഒരു സൂക്ഷ്മജീവിയുടെ രോഗഭീഷണി വാർത്തകളായി വന്നുതുടങ്ങിയിരുന്നുവെങ്കിലും എത്രത്തോളം ഗൗരവതരമാണ് സാഹചര്യമെന്ന് കൃത്യമായ അറിവുണ്ടായിരുന്നില്ല. ചൈനയിൽ നിന്നും കൊറോണ വൈറസ്സുമായി ബന്ധപ്പെട്ട അശുഭവാർത്തകളും വരുന്നുണ്ടായിരുന്നു. വാർത്തകൾ എളുപ്പം പുറത്തേക്ക് വരുന്ന രാജ്യമല്ലല്ലോ ചൈന. അത്കൊണ്ടുതന്നെ കാര്യങ്ങളുടെ നിജസ്ഥിതി അത്ര പന്തിയല്ലെന്നും വിവരങ്ങൾ ഭാഗികമാണെന്നും തോന്നിയിരുന്നു.

2020 ജനുവരി 30.

ആ ദിവസം നമുക്ക് മറക്കാനാവില്ല. വുഹാനിൽനിന്നും കേരളത്തിലെത്തിയ ഒരു വൈദ്യശാസ്ത്ര വിദ്യാർത്ഥിനിക്ക് കൊറോണ വൈറസ് ബാധ സ്ഥിരീകരിച്ച ദിനം. അതോടെ സാർസ് കോ വി 2 (SARS-CoV-2) അഥവാ കോവിഡ് -19 (KOVID-19) വൈറസ്സ് രോഗം നമ്മുടെ രാജ്യത്തുമെത്തിയെന്നും നാം കരുതിയിരിക്കണമെന്നുമുള്ള കൃത്യമായ മുന്നറിയിപ്പായി. ഇവിടേയും കരുതൽ നടപടികൾ തുടങ്ങി. കേന്ദ്ര സർക്കാരും, ഇന്ത്യൻ കൌൺസിൽ ഓഫ് മെഡിക്കൽ റിസേർച്ചും (ICMR), ഇതര ശാസ്ത്ര ഗവേഷണ സ്ഥാപനങ്ങളുമൊക്കെ ഗൗരവമായി കാര്യങ്ങൾ നിരീക്ഷിക്കാൻ തുടങ്ങി.

ലോകം ഒരു ആഗോളഗ്രാമമായി മാറിയ നിലവിലെ സാഹചര്യത്തിൽ, വേഗം ലോകത്തിന്റെ ആവേഗമായി പരിണമിച്ച കാലത്ത്, പഠനത്തിനും ജോലിക്കും വ്യാപാര വിനോദ ആവശ്യങ്ങൾക്കും ആളുകൾ വ്യാപകമായും നിരന്തരമായും യാത്രചെയ്യുന്ന സാഹചര്യത്തിൽ ലോകത്തിന്റെ ഒരുമൂലയിൽനിന്നും മറ്റൊരിടത്തേക്ക് രോഗഹേതുക്കളായ അണുജീവികൾക്ക് എത്തിപ്പെടാൻ അധികം സമയമൊന്നും വേണ്ടല്ലോ.

ഫെബ്രുവരിയിൽ ഇതേപോലെ നാട്ടിലെത്തിയ രണ്ട് വിദ്യാർത്ഥി കൾക്ക് കൂടി രോഗം സ്ഥിരീകരിച്ചതോട് കൂടി കേരളത്തിൽ പ്രത്യേകിച്ചും, ഇന്ത്യയിൽ പൊതുവെയും ജാഗ്രതാനിർദേശം ശക്തമായി. ഫെബ്രുവരി നാലാം തീയ്യതി കേരള സർക്കാർ കോവിഡ് ഒരു സംസ്ഥാന ദുരന്ത മായി പ്രഖ്യാപിച്ചു. ഇതിനിടയിൽ തൃശ്ശൂർ മെഡിക്കൽ കോളേജിൽ നിന്നും ആദ്യത്തെ കോവിഡ് രോഗി രോഗമുക്തനായെന്ന ശുഭ വാർത്ത വന്നു. കോവിഡിനെതിരെ മരുന്നുകളൊന്നും ലഭ്യമല്ലാത്ത അവസ്ഥയിൽ കൃത്യമായ കരുതലും വിശ്രമവും പ്രതിരോധശേഷി കൂട്ടുന്ന ചികിത്സയും വഴി രോഗം നിയന്ത്രിക്കാനാവുമെന്ന പ്രതീക്ഷ നേരിയ തോതിൽ ഉണരുകയായിരുന്നു. കേരളത്തിന്റെ പുകൾപെറ്റ ചികിത്സാ മികവിന്റെ മറ്റൊരു ദൃഷ്ടാന്തമായി ഇതിനെയും തുടർന്ന് വന്ന നേട്ടങ്ങ ളെയും കണക്കാക്കാം. പക്ഷേ പിന്നീട് രോഗം വ്യാപകമായപ്പോൾ, ജാഗ്രതയുടെ കവചങ്ങൾ കടന്ന് വൈറസ്സ് പടർന്നുപിടിച്ചപ്പോൾ, നമ്മളും പകച്ചുപോയി. അതിലേക്ക് നമുക്ക് വഴിയെ വരാം.

രോഗമുള്ളവരെ ആശുപത്രികളിലേക്ക് മാറ്റിയും, രോഗിയുമായി പ്രത്യക്ഷമായും പരോക്ഷമായും ഇടപെട്ടവരെ സൂക്ഷ്മമായി കണ്ടെത്തി അവരെ പ്രത്യേക ക്വാറൻടൈൻ കേന്ദ്രങ്ങളിലേക്ക് മാറ്റിയും രോഗവ്യാ പനം ചെറുക്കാനുള്ള ആസൂത്രിത പ്രവർത്തനങ്ങൾ നമ്മൾ നേരത്തെ തന്നെ തുടങ്ങി. രോഗികളുടെ റൂട്ട് മാപ്പ് തയ്യാറാക്കി പ്രസിദ്ധീകരിച്ച് അവരുമായി ബന്ധപ്പെട്ട ആളുകളെ പൊതു ഇടപെടലുകളിൽനിന്നും മാറ്റിനിർത്താനും നടപടികൾ തുടങ്ങി. പ്രാഥമിക ആരോഗ്യ കേന്ദ്രങ്ങൾ മുതൽ മെഡിക്കൽ കോളേജുകൾവരെയുള്ള ആരോഗ്യസംവിധാന ങ്ങളൊക്കെ സുസജ്ജമായി പ്രവർത്തിക്കാൻ തുടങ്ങി.

മാർച്ച് മാസമാവുമ്പോഴേക്കും ചൈനയിലും ഇറ്റലിയിലും ഇറാനിലും സ്പെയിനിലും അമേരിക്കയിലുമൊക്കെ കോവിഡ് വ്യാപനം വർദ്ധി ക്കാൻ തുടങ്ങി. ഈ രാജ്യങ്ങളിൽനിന്നും ഇന്ത്യൻ പൗരന്മാരെ നാട്ടി ലേക്ക് കൊണ്ടുവരുന്നതിനുള്ള ക്രമീകരണങ്ങൾ കേന്ദ്ര വ്യോമയാന വകുപ്പ് ഏർപ്പെടുത്തിത്തുടങ്ങി.

ഇന്ത്യയിലെ വിവിധ സംസ്ഥാനങ്ങളിൽനിന്ന് കോവിഡ് റിപ്പോർ ട്ടുകൾ വന്നുതുടങ്ങി. കർണാടകയിലും മഹാരാഷ്ട്രയിലും ദില്ലിയിലും തമിഴ്നാട്ടിലും രോഗം പ്രകടമായി. മാർച്ച് ആദ്യവാരത്തിൽ ഇന്ത്യയിൽ സ്ഥിരീകരിച്ച കേസുകളുടെ എണ്ണം 39 ആയി.

ഇതേസമയത്ത് തന്നെയായിരുന്നു ഇറ്റലിയിൽനിന്നും കേരളത്തി ലെത്തിയ മൂന്ന് പേർക്കും അവരുടെ രണ്ട് ബന്ധുക്കൾക്കും രോഗം തിരിച്ചറിയുന്നത്. ഇവരിലെ മൂന്ന് പേർ വിമാനത്താവളത്തിൽ ഏർപ്പെടു ത്തിയിരുന്ന സ്ക്രീനിങ്ങിൽനിന്നും ബോധപൂർവ്വം ഒഴിഞ്ഞുമാറിയെന്നും

ഇറ്റലിയിലേക്കുള്ള യാത്രാവിവരങ്ങൾ മറച്ചുവെച്ച എന്നതും വലിയ വിവാദവും വാർത്തയുമായി. ദേശീയ ദുരന്ത നിവാരണ നിയമമനുസരിച്ച് യാത്രക്കാർ അവരുടെ യാത്രാ ചരിത്രവും പ്രാദേശിക ഇടപെടലുകളും സംബന്ധിച്ച വിവരങ്ങൾ സ്വയം പ്രഖ്യാപിക്കണമെന്നുള്ള നിഷ്കർഷ കർശനമാക്കുവാൻ ഇത്തരം സാഹചര്യങ്ങൾ കാരണമായി.

രാജ്യത്തെ ആദ്യത്തെ മൂന്ന് രോഗികളെ സുഖപ്പെടുത്തി ആശുപത്രികളിൽനിന്നും വീട്ടിലേക്കയച്ചുകഴിഞ്ഞപ്പോഴേക്കും ഇറ്റലിയിൽനിന്ന് വന്നവരുമായി ബന്ധപ്പെട്ടുള്ള കോവിഡിന്റെ രണ്ടാം വരവ് വാസ്തവത്തിൽ ആരോഗ്യവകുപ്പിനെ വല്ലാതെ കുഴക്കി. ശൃംഖലാബദ്ധമായി പ്രവൃത്തിക്കുന്ന പൊതു ആരോഗ്യ വകുപ്പും പോലീസും തമ്മിലുള്ള ഏകോപനം കൂടുതൽ സുദൃഢമായി വേണമെന്നുള്ള തിരിച്ചറിവായിരുന്നു ഇത്. രോഗബാധിതരിൽ 80 വയസ്സ് കഴിഞ്ഞ രണ്ടുപേരുണ്ടെന്നുള്ളത് വലിയ ആശങ്കക്ക് കാരണവുമായി. നമ്മുടെ കൃത്യതയാർന്ന ആരോഗ്യ പരിചരണത്തിന്റെ ഫലമായി മാർച്ച് ഒടുവിൽ അവരെല്ലാവരും രോഗമുക്തരായി എന്നത് കുടുംബത്തിന് മാത്രമല്ല കേരളീയ സമൂഹത്തിനാകെ വലിയ ആശ്വാസമായി. നിലവിൽ സ്ഥിരീകരിച്ച എല്ലാ കോവിഡ് കേസുകളും വൈറസ്സ് ബാധയുള്ള സ്ഥലങ്ങളിലേക്കുള്ള യാത്രയുമായി ബന്ധപ്പെട്ടതായിരുന്നു എന്നും നമുക്ക് മനസ്സിലായി.

അപ്പോഴേക്കും കോവിഡ് ഭീഷണി വിവിധ ലോകരാജ്യങ്ങളിലാകെ പടരുന്ന അവസ്ഥ സംജാതമായിരുന്നു. ഇന്ത്യയിലെ വിവിധ സംസ്ഥാനങ്ങളിലും രോഗം വന്നെത്തി എന്നും എല്ലാവരും കരുതിയിരിക്കണമെന്നുമുള്ള വ്യക്തമായ സൂചനകൾ ലഭ്യമായി. ഈയൊരു പശ്ചാത്തലത്തിലായിരുന്നു മാർച്ച് 24 ന് പ്രധാനമന്ത്രിയുടെ 'ലോക്ക്ഡൌൺ' പ്രഖ്യാപനം വരുന്നത്. അപ്പോൾ രാജ്യത്ത് 536 കോവിഡ് രോഗികൾ ഉണ്ടായിരുന്നു. 11 കോവിഡ് മരണങ്ങളും സ്ഥിരീകരിച്ചിരുന്നു.

നൂറോളം രാജ്യങ്ങളിൽ രോഗം പ്രത്യക്ഷപ്പെട്ട സാഹചര്യത്തിൽ കൊറോണ വൈറസ്സ് രോഗം പടരുന്നത് തടയാനുള്ള തയ്യാറെടുപ്പിന്റെ ഭാഗമായി മാർച്ച് 22 ന് പ്രധാനമന്ത്രി 14 മണിക്കൂർ ദൈർഘ്യമുള്ള 'ജനതാ കർഫ്യൂ' ആഹ്വാനം ചെയ്തിരുന്നു. കോവിഡിനെതിരെ അവിശ്രമം പൊരുതുന്ന ആരോഗ്യപ്രവർത്തകർക്കും മുന്നണി പോരാളികൾക്കും ഐക്യദാർഢ്യം പ്രഖ്യാപിക്കുക എന്ന ഒരു ലക്ഷ്യംകൂടി ഉണ്ടായിരുന്നു ജനാതാ കർഫ്യൂ എന്ന ആശയത്തിന് പിന്നിൽ. പൊതു ഇടങ്ങളെല്ലാം ഒഴിവാക്കി സകലരും വീടുകളിൽ കഴിഞ്ഞുകൂടിയത് ഫലത്തിൽ വരാനിരിക്കുന്ന ദീർഘമായ അടച്ചിരിപ്പിന്റെ മുന്നൊരുക്കമായി മാറി.

പ്രഹര ശേഷികൊണ്ട് ലോകം വിറപ്പിച്ച കോവിഡിനെതിരെയുള്ള

നാടിന്റെ പടയൊരുക്കത്തിന്റെ കാഹളധ്വനിയായിരുന്ന 2020 മാർച്ച് 24 ലെ പ്രധാനമന്ത്രിയുടെ രാഷ്ട്രത്തോടായുള്ള പ്രക്ഷേപണം. കോവിഡ് പോലെയുള്ള മഹാമാരിയെ നാം നന്നായി കരുതിയിരിക്കണം എന്ന വ്യക്തമായ സന്ദേശമായിരുന്ന അദ്ദേഹത്തിന്റെ വാക്കുകളിൽ മുഴങ്ങി കേട്ടത്. ജനബാഹുല്യമുള്ള നമ്മുടെ രാജ്യം. മെട്രോകളിലും, നഗരങ്ങളിലും, അർദ്ധനഗരങ്ങളിലും, ഗ്രാമ ഗ്രാമാന്തരങ്ങളിലും, വനാന്തരങ്ങളിലുമൊക്കെയായി ശതകോടികൾ നിവസിക്കുന്നു. തൊഴിലിലും ജീവിതരീതിയിലും നിലവാരത്തിലുമൊക്കെ തികഞ്ഞ അന്തരം നിലനിൽക്കുന്ന സാഹചര്യം. ആരോഗ്യ പരിപാലനത്തിലും വൈദ്യ സൗകര്യങ്ങളുടെ പ്രയോഗവൽക്കരണത്തിലും പരിമിതികൾ ധാരാളമായി നിലനിൽക്കുന്നു. ഇത്തരം പ്രതികൂല പരിതസ്ഥിതിയിൽ കോവിഡ് പോലെ രോഗപാരമ്യത്തിൽ വെൻടിലേറ്റർ ഉൾപ്പടെയുള്ള ജീവരക്ഷാഉപാധികൾ അവശ്യം വേണ്ടുന്ന രോഗത്തെ തുടക്കത്തിലേ ചെറുക്കാൻ കഴിഞ്ഞില്ലെങ്കിൽ വലിയ ദുരന്തമായിരിക്കും നമ്മെ കാത്തിരിക്കുന്നതെന്ന് കേന്ദ്ര ആരോഗ്യ വകുപ്പും പ്രധാനമന്ത്രിയും വിലയിരുത്തിയതിന്റെ അടിസ്ഥാനത്തിലായിരിക്കാം സമയം ഒട്ടും പാഴാക്കാതെ ഒരു അടച്ചുപൂട്ടൽ തീരുമാനമെടുത്തത്. ഇത് തന്നെയായിരുന്നോ നാം സ്വീകരിക്കേണ്ട പ്രാരംഭ പ്രതിരോധതന്ത്രമെന്ന കാര്യത്തിൽ ഭിന്നാഭിപ്രായങ്ങൾ ഇപ്പോഴും നില നിൽക്കുന്നു. പിന്നീട് എന്തുസംഭവിക്കുമെന്ന് മുൻകൂട്ടി കണ്ട് എപ്പോഴും തീരുമാനങ്ങൾ എടുക്കാൻ കഴിയില്ലെന്നത് യഥാർത്ഥ്യം. അപ്പപ്പോൾ യുക്തവും ശരിയുമായ തീരുമാനങ്ങളേ ഒരു ഭരണാധികാരിക്ക് സ്വീകരിക്കാനാവുകയുള്ളൂ. അതിന്റെ ശരിയും തെറ്റും കാലം വിലയിരുത്തും.

ദുരന്തങ്ങളിൽ വലഞ്ഞ കേരളം

സുന്ദരമായ ഭൂപ്രകൃതിയും സുഖദമായ കാലാവസ്ഥയും ഉള്ള സംസ്ഥാനം എന്ന ഖ്യാതി കേരളത്തിന് അവകാശപ്പെട്ടതാണ്. പുഴയും കായലും, തടാകങ്ങളും ജലപാതങ്ങളും, ഘോരവനങ്ങളും ഹരിത മലനിരകളും താഴ്വാരങ്ങളും, അനന്ത വൈവിധ്യമാർന്ന സസ്യ ജന്തുജാലങ്ങളും ഈ കൊച്ച സംസ്ഥാനത്തിന്റെ അമൂല്യ സമ്പത്താണ്. കാഴ്ചകൾ കാണാനും സ്വസ്ഥമായി അവധിക്കാലം ചെലവഴിക്കാനും വിദേശികൾ ഒഴുകിയെത്തുന്നത് അത്യപൂർവ്വമായ ഈ പ്രകൃതി ലാവണ്യം ആസ്വദിക്കാനാണല്ലോ. 'ദൈവത്തിന്റെ സ്വന്തം നാട്' പഴയതുപോലെ ശാന്തവും സുന്ദരവുമാണോ എന്ന ചോദ്യം പ്രസക്ത മാണിന്ന്. വിശേഷിച്ചും കഴിഞ്ഞ രണ്ടു മൂന്ന് വർഷങ്ങളിൽ സംഭവിച്ച ദുരിതങ്ങളുടെയും ദുരന്തങ്ങളുടെയും പശ്ചാത്തലത്തിൽ.

പ്രകൃതി ദുരന്തങ്ങൾ കവർന്നത് കേരളത്തിന്റെ ഭൂലാവണ്യം മാത്രമാ യിരുന്നില്ല. നമ്മുടെ സമ്പദ്വ്യവസ്ഥയും ആകെ ഉലഞ്ഞുപോയി. മനുഷ്യ വിഭവശേഷിയിൽ വളരെ മുന്നിലാണെങ്കിലും, ആരോഗ്യ വിദ്യാഭ്യാസ മികവിന്റെ ശോഭയുണ്ടെങ്കിലും വിഭവ ലഭ്യതയിലും വിഭവ സമാഹര ണത്തിലും നാം ഏറെ പിന്നിലാണല്ലോ. എങ്കിലും പ്രതിസന്ധികളിൽ തളരാതെ അവയെ നേരിടാനുള്ള പദ്ധതികളാവിഷ്കരിച്ചും, പുനർനിർ മാണ പ്രവർത്തനങ്ങൾക്ക് പണം സമാഹരിച്ചും കേരളം പതിയെ കരകയറാൻ ശ്രമിക്കുന്ന കാല സന്ധിയിലാണ് ലോകമാകെ വിറപ്പിച്ചുകൊണ്ടുള്ള കോവിഡ് 19 വൈറസിന്റെ രംഗപ്രവേശം. കഴിഞ്ഞ രണ്ട് മൂന്ന് വർഷങ്ങളിൽ നാം അനുഭവിച്ച ധർമ്മസങ്കടങ്ങ ളും പ്രതിസന്ധികളും അത്യപൂർവ്വമായിരുന്നു. മലയാളി കടന്നുപോയ അസാധാരണമാംവിധം ദുർവഹമായ പ്രതിസന്ധികൾ. സത്യത്തിൽ വൻപ്രതിസന്ധികളുടെ ഒരു ഘോഷയാത്രയായിരുന്നില്ലേ അത്?

അവയിലൂടെ ഒന്ന് കടന്ന് പോകാം.

ഓഖി
ചുഴലിക്കാറ്റ്

2017 നവംബർ 29 കേരളം ഭയത്തോടെ ഓർക്കുന്ന ദിനമാണ്. കന്യാകുമാരിക്ക് സമീപം ഇന്ത്യൻ മഹാ സമുദ്രത്തിൽ ഉരുവംകൊണ്ട ന്യൂനമർദ്ദത്തെത്തുടർന്ന് രാത്രിയിൽ വീശിയടിച്ച ഓഖിയെന്ന ചുഴലിക്കാറ്റ് തീരദേശവാസികളെയാകെ ഭീതിയുടെ ആഴങ്ങളിലേക്ക് തള്ളിവിട്ടു. തമിഴ്നാട്ടിലും കേരളത്തിന്റെ തെക്കൻ ജില്ലകളിലും ദുരന്തം വിതച്ച കാറ്റും മഴയും തീരദേശത്തെയാകെ വിറപ്പിച്ചു. നവംബർ 28 ന് ശ്രീലങ്കക്ക് തെക്ക് ബംഗാൾ ഉൾക്കടലിൽ രൂപപ്പെട്ട ന്യൂനമർദ്ദ പാത്തിയാണ് മണിക്കൂറുകൾക്കകം ഓഖി ചുഴലിക്കാറ്റും പേമാരിയുമായി മാറിയത്. കാറ്റിന്റെ വേഗം ക്രമാനുഗതമായി മണിക്കൂറിൽ 75 - 93 -102 -130 കിലോമീറ്റർ എന്ന രീതിയിൽ വർദ്ധിച്ചപ്പോൾ ജനങ്ങളുടെ ഭയവും ദുരിതവും ഏറി വന്നു. 221 വീടുകൾ തകർന്നുപോയെന്നാണ് വിവരം. 3000 ത്തിലധികം വീടുകൾ ഭാഗികമായി നശിച്ചു. തീരദേശത്തെ ധാരാളം കുടിലുകൾ തകർന്നു. മത്സ്യബന്ധന ബോട്ടുകളും വലകളും വള്ളങ്ങളും തകർന്നു.

അടിമലത്തുറ മുതൽ വേളിവരെയുള്ള തീരദേശത്തെ മൽസ്യത്തൊഴിലാളികളെയാണ് ഓഖി പ്രധാനമായും ബാധിച്ചത്. അന്നേ ദിവസം വൈകുന്നേരം മുതൽ കാറ്റിന് ശക്തി കൂടിവരികയായിരുന്നു. അപകട സാധ്യത തിരിച്ചറിഞ്ഞവർ മീൻ പിടിക്കാൻ പോകാതെ മാറിനിന്നു എങ്കിലും മുന്നറിയിപ്പൊന്നും ലഭിക്കാതെ നേരത്തെ ഉൾക്കടലിലേക്ക് പോയവരിൽ ചിലർ അപകടത്തിൽ പെട്ടുപോയി. വിഴിഞ്ഞം, പൂവാർ, അടിമലത്തുറ, പുല്ലുവിള, പൂന്തുറ, പൊഴിയൂർ, മുതലായ സ്ഥലങ്ങളിൽനിന്നും മത്സ്യബന്ധനത്തിന് പോയ പലരെയും കടൽ കവർന്നു. നവംബർ മുപ്പതാം തീയതി രാവിലെയായപ്പോൾ കടലിന്റെ ഭാവം മാറി. പലയിടത്തും കൂറ്റൻ തിരമാലകൾ ഉയർന്നുപൊങ്ങുന്ന കാഴ്ച കാണായി. കടലിൽ പോയ പ്രിയപ്പെട്ടവരെ കാത്ത് കടലിന്റെ മക്കൾ വേദനയോടെ, പ്രതീക്ഷയോടെ കടലോരങ്ങളിൽ നിലകൊണ്ടു. കടലിൽപെട്ടുപോയ ആയിരക്കണക്കിന് മത്സ്യത്തൊഴിലാളികളെ നാവിക വ്യോമ സേനകളും, സാമുദ്രികനിയന്ത്രണ വിഭാഗവും, തീരദേശ സേനയും രക്ഷപ്പെടുത്തി. 52 പേർ മരിച്ചു 104 പേരെ കാണാതെയായി.

ദുരന്തം പെട്ടെന്ന് മൂർച്ഛിച്ചതിനാൽ രക്ഷാപ്രവർത്തനം ഏകോപിപ്പിക്കുന്നതിൽ ചില ബുദ്ധിമുട്ടുകൾ ഉണ്ടായി. ജാഗ്രതാനിർദേശം നൽകാനും സുരക്ഷാമുന്നൊരുക്കങ്ങൾ നടത്താനും താമസം നേരിട്ടു എന്ന പരാതി ഉയർന്നിരുന്നു. കേന്ദ്ര കാലാവസ്ഥാ വകുപ്പിന്റെ സ്ഥിരീകരണ നിർദേശം സമയത്ത് ലഭിച്ചില്ല എന്ന സർക്കാരിന്റെ വാദവും നിലവിലുണ്ട്. എന്തായാലും ഇത്തരം സന്നിഗ്ദ്ധ ഘട്ടങ്ങളിൽ അതിവേഗത്തിൽ ദുരന്തസാധ്യത തിരിച്ചറിയാനും, സത്വരമായി അവ കൈമാറാനും, ജനങ്ങളെ അറിയിക്കാനും, യുദ്ധകാലാടിസ്ഥാനത്തിൽ വേണമെങ്കിൽ ആളുകളെ ഒഴിപ്പിക്കാനും, അപകടത്തിൽ പെട്ടവർക്ക് വേഗത്തിൽ സഹായമെത്തിക്കാനും, ജീവൻ പൊലിഞ്ഞുപോയവരെ കണ്ടെത്താനും ആവശ്യമായ വിവര വിനിമയ സൗകര്യങ്ങളും ശാസ്ത്ര സാങ്കേതിക സംവിധാനങ്ങളും കൂടുതൽ ഫലപ്രദമായി ഒരുക്കേണ്ടതിന്റെ ആവശ്യകതയിലേക്ക് വിരൽ ചൂണ്ടുന്നു ഓഖി ദുരന്തം.

ധനാഗമ മാർഗങ്ങൾക്ക് പൊതുവെ ക്ലേശിക്കുന്ന കേരളം പോലുള്ള സംസ്ഥാനത്ത് വ്യാപകമായ നാശം വിതയ്ക്കുന്ന ഇതുപോലുള്ള പ്രകൃതി ദുരന്തങ്ങൾ വലിയ വികസന പ്രതിസന്ധിയാണ് ഉണ്ടാക്കുന്നത്. ജനക്ഷേമ പദ്ധതികൾക്ക് വിനിയോഗിക്കേണ്ട പണമാണ് ദുരന്ത നിവാരണത്തിനും, ദുരന്ത പുനരധിവാസത്തിനും വേണ്ടി ചെലവഴിക്കേണ്ടി വരുന്നത്. കേന്ദ്ര സർക്കാരിന്റെ കാര്യമായ സഹായം ഇതുപോലുള്ള സന്നിഗ്ദ്ധ ഘട്ടങ്ങളിൽ അത്യാവശ്യമാണെന്ന് പറയേണ്ടതില്ല. 133 കോടി കേന്ദ്രസഹായവും അത്രമേൽത്തന്നെ സംസ്ഥാനകത്ത് സമാഹരിച്ചതും

ഉപയോഗിച്ച് വിപുലമായ പുനരധിവാസ പദ്ധതികൾ ഇവിടെ ആവിഷ്ക്കരിക്കപ്പെട്ടു. അപകടത്തിൽ പെട്ടവർക്കും, മരണമടഞ്ഞവരുടെ ബന്ധുക്കൾക്കുമുള്ള സാമ്പത്തിക സഹായങ്ങൾ, ആശ്രിതർക്ക് ജോലി, തകർന്നുപോയ മൽസ്യബന്ധന ഉപകരണങ്ങൾക്ക് നഷ്ടപരിഹാരം, പുതിയവ വാങ്ങാനുള്ള ധന സഹായം, വീടുകൾ പുനർനിർമിക്കാനുള്ള സഹായം, മീൻപിടുത്തസന്നാഹങ്ങളുടെ സാങ്കേതികവൽക്കരണം എന്നിങ്ങിനെ വിവിധ സഹായ പദ്ധതികളിലൂടെ തീരദേശവാസികളുടെ കണ്ണീരൊപ്പാൻ സർക്കാർ കിണഞ്ഞു പരിശ്രമിച്ചു.

ദുരന്തങ്ങൾ കൃത്യസമയത്ത് പ്രവചിക്കാനും, ദുരന്തമേഖലയിൽ സക്രിയമായി ദുരിതാശ്വാസ പ്രവർത്തനങ്ങൾ നടത്താനും ആധുനിക ശാസ്ത്ര സാങ്കേതിക വിദ്യയുടെ സഹായം പരമാവധി ഉപയോഗപ്പെടുത്താനും ഒട്ടും വൈകിക്കൂടെന്ന് ഓഖി ദുരന്തം ഓർമ്മപ്പെടുത്തുന്നു. റഡാർ ഉൾപ്പടെയുള്ള പ്രാദേശിക ഡിജിറ്റൽ മുന്നറിയിപ്പ് സംവിധാനം, ദൂരക്കടലിലും ലഭ്യമാകുന്ന ഇന്റെർനെറ്റ് ബന്ധം, മറൈൻ ആംബുലൻസ്, സാങ്കേതികമികവുള്ള സുരക്ഷാ ബോട്ടുകൾ, പരമ്പരാഗത മൽസ്യ ബന്ധന യാനങ്ങളുടെ ആധുനികവൽക്കരണം, എന്നിവയൊക്കെ അടിയന്തരപ്രാധാന്യമുള്ള നടപടികളാണ്. ഒപ്പം തീരദേശ മേഖലയുടെ സമഗ്ര വികസനം ലക്ഷ്യമാക്കി കടൽഭിത്തി നിർമ്മാണം, പാർപ്പിട സമുച്ചയ നിർമ്മാണം, വിദ്യാഭ്യാസ സൗകര്യങ്ങളുടെ മെച്ചപ്പെടുത്തൽ, മത്സ്യത്തൊഴിലാളി ഗ്രാമങ്ങളിൽ കടൽ വെള്ളം ശുദ്ധീകരിക്കാനുള്ള സംവിധാനം എന്നിവയും സമയബന്ധിതമായി പൂർത്തിയാക്കേണ്ടതുണ്ട്. ദുരന്തവുമായി ബന്ധപ്പെട്ട അനുഭവങ്ങളും തിരിച്ചറിവുകളും വീണ്ടുമൊരു ദുരന്തം ആവർത്തിക്കാതിരിക്കാനുള്ള ഉപാധിയും ഉപായവുമായി മാറുന്ന യുക്തിസഹമായ നടപടികളാണ് ഭരണാധികാരികളുടെ ഭാഗത്ത് നിന്നുണ്ടാകേണ്ടത്.

നൂറ്റാണ്ടിലെ മഹാപ്രളയം

2018ൽ കേരളം നൂറ്റാണ്ടിലെ ഏറ്റവും ഭീകരമായ പ്രളയത്തിൽ മുങ്ങുന്ന കാഴ്ചയാണ് നാം കണ്ടത്. 1924 ൽ ഉണ്ടായ പ്രളയത്തിന് ശേഷം സംസ്ഥാനം കണ്ട ഏറ്റവും വലിയ വെള്ളപ്പൊക്കം. ചുരുങ്ങിയ ദിവസങ്ങൾക്കുള്ളിൽ അതിശക്തമായ മഴ. വനമേഖലകളിൽ ഉരുൾ പൊട്ടി. അണക്കെട്ടുകളുടെ ജലശേഖരണികൾ നിറഞ്ഞു. ഷട്ടറുകൾ തുറന്ന് ജലം ഒഴുക്കിവിടേണ്ടിവന്നു. പുഴകൾ കര കവിഞ്ഞൊഴുകി. നാടും നഗരവും വെള്ളത്തിൽ മുങ്ങി. റോഡുകളും പാലങ്ങളും തകർന്നു. വീടുകളിൽ ജലം ഇരച്ചു കയറി. ആളുകൾ കുടിയൊഴിപ്പിക്കപ്പെട്ടു. രക്ഷാപ്രവർത്തനം എത്താത്ത ഇടങ്ങളിൽനിന്ന് കൂട്ട രോദനങ്ങൾ ഉയർന്നു. മഴ തുടരുന്ന സാഹചര്യം. നാട്ടിലെങ്ങും പരിഭ്രാന്തി പരന്നു.

സത്യത്തിൽ ഈ അതിവർഷം മനുഷ്യന്റെ അഹന്തക്കും അതിരില്ലാത്ത പ്രകൃതിചൂഷണത്തിനുംമേൽ പതിച്ച കഠിന ശാപവർഷമായിരുന്നില്ലേ എന്ന് ചിന്തിച്ചുപോകുന്നു. വനഭൂമി കൈയ്യേറി നിത്യഹരിതവനങ്ങൾ നശിപ്പിച്ചതിന്റെ പാപം. ഹരിതസമൃദ്ധമായ കുന്നുകളൊക്കെ വെട്ടിവെളിപ്പിച്ചതിന്റെ ശിക്ഷ. മലകളായ മലകളൊക്കെ ഇടിച്ച് മണ്ണിളക്കി വയലും ചതുപ്പും നികത്തി നടത്തിയ വികസനത്തിന്റെ പരിണതി. മാനദണ്ഡങ്ങളൊക്കെ ലംഘിച്ച് പരിസ്ഥിതി ലോലപ്രദേശങ്ങളിൽപോലും റിസോർട്ടുകളും ബഹുനിലമന്ദിരങ്ങളും പണിത് വിനോദ സഞ്ചാരം വളർത്തിയതിന്റെ ഫലം. നിയമങ്ങളൊക്കെ കാറ്റിൽപറത്തി ചെങ്കൽ കുന്നുകളും കരിങ്കൽ കുന്നുകളും തുരന്ന് ഭൂമിയെ നശിപ്പിച്ച ക്രൗര്യത്തിന്റെ വില. പുഴയോരങ്ങൾ നികത്തി, പുഴയടിവാരങ്ങൾ ശൂന്യമാക്കി പുഴകളെ തകർത്ത പ്രകൃതിവിരുദ്ധതക്കുള്ള തിരിച്ചടി. ഭൂമിയും ജലവും ആകാശവും മലിനമാക്കിയതിന്റെ കൊടും ശിക്ഷ. ഇതൊക്കെയായിരുന്നില്ലേ

'കഠിനമായ പ്രകൃതിയുടെ വിപത്ത്' ആയി പ്രഖ്യാപിക്കപ്പെട്ട ഈ പ്രകൃതി ദുരന്തം.

ഓഗസ്റ്റ് 8 അർധരാത്രിമുതൽ കേരളത്തിൽ അതിവർഷം തുടങ്ങി. നിർത്താതെ പെയ്യുന്ന കഠിന മഴ. കേരളത്തിൽ സാധാരണ പെയ്യുന്ന മഴയെക്കാൾ 116 ശതമാനം കൂടുതൽ മഴയാണ് ഈ ദിവസങ്ങളിൽ പെയ്തിറങ്ങിയത്. പുഴകളിലും കായലുകളിലും അണക്കെട്ടുകളിലും ജലം നിറഞ്ഞു കവിഞ്ഞു. കുടിവെള്ള സംഭരണികളിൽ ചിലത് പ്രവർത്തനരഹിതമായി. 54 അണക്കെട്ടുകളിൽ 35 എണ്ണം ചരിത്രത്തിൽ ആദ്യമായി തുറക്കേണ്ടിവന്നു. പുഴകൾ ഗതിമാറി ഒഴുകി. നാട്ടും നഗരവും വെള്ളത്തിലായി. വീട്ടുകളിലേക്ക് ജലം ഇരച്ചുകയറി. താമസക്കാർ എല്ലാമുപേക്ഷിച്ച് ജീവനുംകൊണ്ട് സുരക്ഷിതസ്ഥാനങ്ങളിലേക്ക് രക്ഷപ്പെട്ടേണ്ട സ്ഥിതി സംജാതമായി.

വീടിന്റെ ടെറസ്സിൽനിന്നും നൂറ് കണക്കിനാളുകളെ നാവിക സേന രക്ഷപ്പെടുത്തി. വീട്ടുകളിൽ ഒറ്റപ്പെട്ടുപോയവർക്ക് ഭക്ഷണവും വെള്ളവും മരുന്നുകളും എത്തിക്കാൻ പലയിടങ്ങളിലും ഹെലികോപ്റ്റർ ഉപയോഗിക്കേണ്ടി വന്നു. മരങ്ങളും കെട്ടിടങ്ങളുമൊക്കെ തിങ്ങിനിൽക്കുന്ന സ്ഥലങ്ങളിൽനിന്ന് പോലും ആളുകളെ രക്ഷിക്കുന്ന അപകടകരമായ ദൗത്യത്തിൽ വ്യോമ സേനയും തീര സംരക്ഷണ സേനയും കൈകോർത്തു.

വളർത്ത് മൃഗങ്ങളുടെ കാര്യമായിരുന്നു ഏറെ കഷ്ടത്തിലായത്. രക്ഷപ്പെടാനുള്ള വ്യഗ്രതയിലും അരുമ മൃഗങ്ങളെ കൂടെ കൂട്ടാൻ പലരും ശ്രമിച്ചു. പക്ഷേ പരിമിതി ഏറെയാണല്ലോ. മിക്ക മൃഗങ്ങൾക്കും വെള്ളത്തിൽ നീന്താൻ കഴിയുമെങ്കിലും വെള്ളത്തിന്റെ കുത്തൊഴുക്കിൽ സുരക്ഷിതസ്ഥാനങ്ങളിൽ എത്തിപ്പെടാൻ പ്രയാസമായിരുന്നു. പോരാത്തതിന് ഉടമസ്ഥർ വീടൊഴിഞ്ഞ് പോയപ്പോൾ പട്ടിണിയിലായ

ജീവികൾക്ക് പ്രതികൂലാവസ്ഥ തരണം ചെയ്യുക എളുപ്പമല്ലല്ലോ. അവ തളർന്നുപോവുക സ്വാഭാവികം.

വയനാട് ഇടുക്കി ജില്ലകളിൽ മണ്ണിടിച്ചിലും ഉരുൾപൊട്ടലും സംഭവിച്ചു. വീടുകളും ജനവാസകേന്ദ്രങ്ങളും തകർന്നു. ആളുകൾ ഒറ്റപ്പെട്ടു. 433 പേർ മരിച്ചു. 140 പേരെ കാണാതായി. ഒരു മില്യൺ ആളുകളെ മാറ്റിപ്പാർപ്പിക്കേണ്ടിവന്നു. പ്രളയ ബാധിതരെ താൽക്കാലികമായി പുനരധിവസിപ്പിക്കാൻ വിവിധ സ്ഥലങ്ങളിൽ മൂവ്വായിരത്തിൽ പരം ദുരി താശ്വാസകേന്ദ്രങ്ങൾ തുറന്നു. ആയിരക്കണക്കിന് വീടുകൾ തകർന്നു. 10000 കിലോ മീറ്റർ റോഡുകൾ നശിച്ചു. ചില പാലങ്ങൾ തകർന്നു. റൺ വേയിൽ വെള്ളം കയറിയതിനെത്തുടർന്ന് നെടുമ്പാശ്ശേരി അന്താരാഷ്ട്ര വിമാനത്താവളം അടച്ചു. കൊച്ചി മെട്രോയും താൽക്കാലികമായി നിർ ത്തിവെച്ചു. തെക്കൻ കേരളത്തിലെ റെയിൽ ഗതാഗതവും ഭാഗികമായി നിർത്തേണ്ടിവന്നു. വിദ്യാഭ്യാസ സ്ഥാപനങ്ങൾ അടച്ചു. വിനോദസഞ്ചാ രത്തിന് വിലക്ക് ഏർപ്പെടുത്തി.

സമാനതയില്ലാത്ത ദുരിതാശ്വാസ പ്രവർത്തനങ്ങൾ

നമുക്ക് തീർത്തും അപരിചിതമായ ഈ വിപത്ഘട്ടത്തിൽ സർക്കാരും, സൈന്യവും, സന്നദ്ധസംഘടനകളും നടത്തിയ ദുരിതാ ശ്വാസ പ്രവർത്തനവും, രക്ഷാപ്രവർത്തനവും അനിതരസാധാരണമാ യിരുന്നു. ദേശീയ ദുരന്ത നിവാരണ അതോറിറ്റിയുടെ നേതൃത്വത്തിൽ പ്രത്യേകം പരിശീലനം ലഭിച്ച ടീമുകൾ ദുരിതാശ്വാസ പ്രവർത്തനങ്ങളെ ഏകോപിപ്പിച്ചു. അനഭിഗമ്യമായ സ്ഥലങ്ങളിൽനിന്നും ആളുകളെ രക്ഷിക്കാൻ ഹെലികോപ്റ്ററുകൾ വേണ്ടിവന്നു. പ്രതിരോധസേനയുടെ മെഡിക്കൽ ടീമുകൾ സേവനനിരതമായി.

എല്ലാവിഭാഗം ജനങ്ങളെയും ബാധിച്ച മഹാപ്രളയത്തിൽ ആളുകളുടെ ത്യാഗപൂർണ്ണമായ പ്രവർത്തനവും, പരസ്പര സഹകരണവും വലിയൊരു പ്രതിരോധമായിരുന്നു. ഒറ്റപ്പെട്ട്പോയവർക്ക് ഭക്ഷണമെത്തിക്കാൻ സംവിധാനങ്ങളൊരുങ്ങി. ദുരിതാശ്വാസ കേമ്പുകളിൽ ആവശ്യത്തിന് വസ്ത്രവും ഭക്ഷണവുമെത്തിക്കാൻ യുവജനസംഘടനകളും പ്രാദേശിക ഭരണകൂടങ്ങളും ഫലപ്രദമായി ശ്രമിച്ചു. ജനപ്രതിനിധികൾ എല്ലാറ്റിനും നേതൃത്വം നൽകി. മുഖ്യമന്ത്രിയുടെ ദുരിതാശ്വാസനിധിയിലേക്ക് നല്ല രീതിയിൽ സംഭാവനകൾ എത്തിത്തുടങ്ങി. അന്യ സംസ്ഥാനങ്ങളും, പ്രവാസിസംഘടനകളും സുഹൃത് രാഷ്ട്രങ്ങളും ഉദാരമായി സാമ്പത്തികസഹായം നൽകി.

ഭീകരമായ പ്രകൃതി ദുരന്തത്തിന്റെ വ്യാപ്തി കുറക്കാൻ ഇവയ്ക്കൊന്നും കഴിഞ്ഞില്ലെങ്കിലും ആത്മവിശ്വാസം നിലനിർത്താനും ആരും ഒറ്റപ്പെട്ടുപോവില്ല എന്ന സന്ദേശം പകരുവാനും മാതൃകാപരമായ ഐക്യവും സഹപ്രവർത്തനവും സഹായിച്ചു. നിസ്സഹായതയിലും നിശ്ചയദാർഢ്യം നമുക്ക് കരുത്തായി. മനുഷ്യരിൽ അസമത്വചിന്തകൾ ഇല്ലാതാവുന്നതും, മതഭേദമില്ലാതെ ആരാധനാലയങ്ങൾ അഭയകേന്ദ്രങ്ങളാകുന്നതും നാം കണ്ടു. കൂട്ടായ്മയുടെ ശക്തിയെന്തെന്നും അത് പകരുന്ന ആത്മവിശ്വാസം എത്രയെന്നും നമ്മൾ തിരിച്ചറിഞ്ഞു. എല്ലാറ്റിനുമുപരി സംസ്ഥാന സർക്കാരിന്റെയും വിശിഷ്യാ മുഖ്യമന്ത്രിയുടെയും ശക്തമായ നേതൃത്വവും പിന്തുണയും പ്രതിസന്ധികളെ നേരിടാൻ കേരളീയ സമൂഹത്തിന് കരുത്ത് പകർന്നു. പ്രതിസന്ധികളിൽ കാണിക്കുന്ന ധൈര്യവും ഇടപെടലുമാണല്ലോ ഒരു യഥാർത്ഥ ഭരണാധിപന്റെ ശേഷിയുടെയും വൈഭവത്തിന്റെയും ലക്ഷണങ്ങൾ.

ദുരിതത്തിൽ പെട്ടുപോയവരെയും ഒറ്റപ്പെട്ടുപോയവരെയും സഹായിക്കാൻ സ്വന്തം ജീവൻപോലും അവഗണിച്ച് മുന്നിട്ടിറങ്ങിയ മത്സ്യ

തൊഴിലാളി സമൂഹത്തിന്റെ ദുരിതാശ്വാസ പ്രവർത്തനങ്ങൾ മാതൃകാപരമായിരുന്നു. പ്രളയ ജലം നിറഞ്ഞ് എത്തിപ്പെടാൻ വിഷമമുള്ള സ്ഥലങ്ങളിൽ നിന്ന് പോലും തോണികളിലും ബോട്ടുകളിലും അവർ ആളുകളെ രക്ഷപ്പെടുത്തി. പ്രതികൂല അവസ്ഥകളിൽ പൊരുതാനും പിടിച്ചുനിൽക്കാനും അവർക്കുള്ള ശാരീരിക മാനസിക ക്ഷമതയുടെ മൂല്യം ജനം തിരിച്ചറിഞ്ഞ സന്ദർഭമായിരുന്നു അത്.

വിവരങ്ങൾ അപ്പപ്പോൾ പങ്ക് വെയ്ക്കാനും ആളുകൾക്ക് ധൈര്യം പകരാനും അച്ചടി ദൃശ്യ മാധ്യമങ്ങളും സമൂഹ മാധ്യമങ്ങളും വഹിച്ച പങ്ക് വളരെ വലുതായിരുന്നു. ദുരന്തഭൂമിയിൽ ദിവസങ്ങളോളം തങ്ങി വിവരങ്ങൾ കൈമാറാനും ദുരിതാശ്വാസ പ്രവർത്തനങ്ങൾ ഏകോപിപ്പിക്കാനും ദൃശ്യമാധ്യമങ്ങൾ വലിയ തുണയായി. സ്ഥിതിഗതികളുടെ അടിയന്തരാവസ്ഥ ബോധ്യപ്പെടുത്തി അധികൃതരുടെ ഭാഗത്ത്നിന്നുള്ള ഇടപെടൽ ഉറപ്പാക്കുക എന്ന ദൗത്യമാണ് മാധ്യമ സുഹൃത്തുക്കൾ ഏറ്റെടുത്തത്.

സഹജീവി സ്നേഹത്തിന്റെയും സഹാനുഭൂതി വിശേഷത്തിന്റെയും ഉദാത്തമായ പ്രവർത്തന മാതൃകകൾ മനുഷ്യകുലത്തിന് കാണിച്ചുകൊടുത്ത ഒരു പ്രതിസന്ധിഘട്ടമായിരുന്നു നൂറ്റാണ്ടിലെ മഹാപ്രളയം. എല്ലാവരും ഐക്യത്തോടെ നിന്നാൽ അസാധ്യമായത് പലതും സാധ്യമെന്ന് തെളിയിക്കപ്പെട്ട സന്ദർഭങ്ങളും ഏറെയായിരുന്നു. ആശയ വൈരുദ്ധ്യങ്ങളും പ്രത്യയ ശാസ്ത്ര ശാഠ്യങ്ങളും മറന്ന് കേരളം ഒറ്റക്കെട്ടായി പൊരുതിയ കാലമായി ചരിത്രം പ്രളയ കാലത്തെ അടയാളപ്പെടുത്തും.

മറക്കാനാവാത്ത മാതൃകകൾ

ചെറിയ സമ്പാദ്യങ്ങൾ സമാഹരിച്ചും, സ്വന്തം ആഘോഷങ്ങൾ ഒഴിവാക്കിയും, സാധാരണക്കാർ പോലും ദുരിതമനുഭവിക്കുന്നവരുടെ സഹായത്തിനെത്തി. ചെറിയ കുട്ടികൾപോലും തങ്ങളുടെ സമ്പാദ്യപ്പെട്ടികൾ ഉടച്ച് പണം ദുരിതാശ്വാസ നിധിയിലേക്ക് മുതൽക്കൂട്ടി. ശമ്പളത്തിൽനിന്നും പെൻഷനിൽനിന്നും ആളുകൾ അവർക്കാവുന്ന പണം ദുരിതാശ്വാസത്തിന് സഹായമായി നൽകി.

കൊച്ചിയിലെ ചെറുകിട തുണിക്കച്ചവടക്കാരനായ നൗഷാദ് തന്റെ കടയിലെ മുഴുവൻ തുണിത്തരങ്ങളും വിവിധ ദുരിതാശ്വാസ കേന്ദ്രങ്ങളിലെത്തിച്ചു. ഇത് കണ്ട ചിലർ അദ്ദേഹത്തിന് സഹായം വാഗ്ദാനം ചെയ്തപ്പോൾ താനിത് പലപ്പോഴും ചെയ്യുന്നതാണെന്നും ഇത്തവണ മാത്രം വാർത്തയായിപ്പോയതാണെന്നും പറഞ്ഞപ്പോൾ ഒരു യഥാർത്ഥ 'നായകനെ' കാണുകയായിരുന്നു നമ്മൾ.

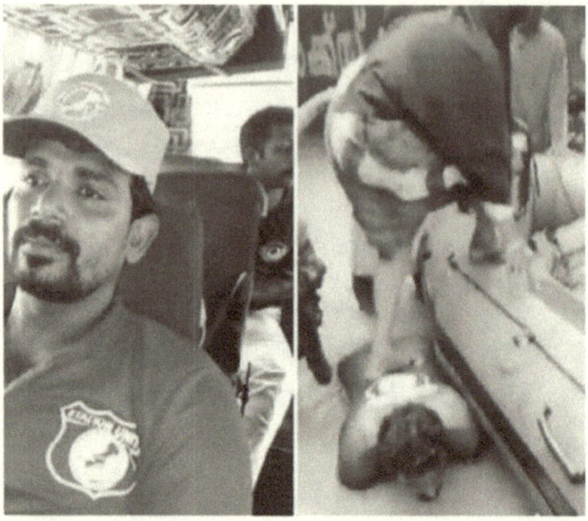

താനൂരിലെ ജൈസൽ എന്ന മൽസ്യത്തൊഴിലാളി ദുരിതാശ്വാസപ്രവർത്തിന്റെ ഭാഗമായി ചെയ്തതെന്തെന്നോ . വെള്ളപ്പൊക്കത്തിൽ ഒറ്റപ്പെട്ടുപോയ മൂന്ന് സ്ത്രീകളെയും കുഞ്ഞിനേയും രക്ഷപ്പെടുത്തി ഇൻഫ്ലേറ്റഡ് ബോട്ടിൽ കയറ്റണമായിരുന്നു. വെള്ളത്തിൽ ഉയർന്ന് നിൽക്കുന്ന ബോട്ടിൽ കയറാൻ സ്ത്രീകൾ ബുദ്ധിമുട്ടിയപ്പോൾ ജൈസൽ മറ്റൊന്നുമാലോചിച്ചില്ല. അരയോളമെത്തുന്ന വെള്ളത്തിൽ മടങ്ങി മുഖം താഴ്ത്തി തന്റെ പുറത്ത് ചവുട്ടി കയറാൻ സ്ത്രീകളോട് പറഞ്ഞു. മറ്റ് വഴിയൊന്നുമില്ലാതെ വന്നപ്പോൾ അവർ ജൈസലിന്റെ പുറം ചവിട്ട് പടിയാക്കി. അസാധാരണ സാഹചര്യത്തിലെ അനുകരണീയ സേവന മാതൃക.

രക്ഷാപ്രവർത്തനത്തിൽപെട്ട ആയിരക്കണക്കിന് സന്നദ്ധപ്രവർത്തകരുടെയും സേനാംഗങ്ങളുടെയും സേവനം അമൂല്യമായിരുന്നു. കേരളാ പൊലീസിന്റെ പങ്ക് പ്രത്യേകിച്ച് എടുത്തുപറയേണ്ടതത്രേ. ആപൽഘട്ടത്തിൽ യഥാർത്ഥ രക്ഷകരായി മാറി അവർ. അതിക്രമങ്ങളുടെപേരിൽ പലപ്പോഴും പഴി കേൾക്കുന്ന പോലീസ് സേന അസാധാരണമായ പ്രതിസന്ധിഘട്ടത്തിൽ സേവനത്തിന്റെ വിലപ്പെട്ട മാതൃകയായി മാറി.

കാരണങ്ങൾ-സ്വാഭാവികവും അല്ലാത്തതും

കേരളത്തിന്റെ ഭൂപ്രകൃതിയും അതിവർഷവും തന്നെയാണ് പ്രളയത്തിന് കാരണമായതെന്ന് പൊതുവിൽ പറയാം. ആദ്യത്തെ 48 മണിക്കൂറിൽ 310 മില്ലി മീറ്റർ മഴ പെയ്തു എന്നറിയുമ്പോൾ അപകടത്തിന്റെ അവസ്ഥ ഊഹിക്കാമല്ലോ. കേന്ദ്ര ജല കമ്മീഷന്റെ കണക്ക് പ്രകാരം ഓഗസ്റ് 15 മുതൽ 17 വരെ മൂന്ന് ദിവസത്തെ ശരാശരി സഞ്ചിത മഴ ഏകദേശം 414 മില്ലിമീറ്ററാണ്. താഴ്ന്ന പ്രദേശങ്ങളിൽ ഭീഷണമായ രീതിയിൽ ജലനിരപ്പുയർന്നു. പുഴകളും ജലസംഭരണികളുമൊക്കെ പെട്ടെന്ന് നിറഞ്ഞു കവിഞ്ഞു. റെവന്യൂ വിഭാഗത്തിന്റെ കണക്കനുസരിച്ച് ഓഗസ്റ്റ് മാസത്തിൽ കേരളത്തിൽ 331 ചെറുതും വലുതുമായ മണ്ണിടിച്ചിലും ഉരുൾപൊട്ടലും നടന്നു.

അപകടസ്ഥിതി മുൻകൂട്ടി കണ്ട് ഡാമുകൾ തുറന്ന് അമിത ജലം പുറത്തേക്ക് ഒഴുക്കേണ്ടി വന്നു. ശക്തമായ മൺസൂൺ മഴയിൽ നേരത്തെ തന്നെ 90 % ജല സംഭരണ ശേഷിയിലെത്തിയ ഡാമുകളിലേക്കാണ് പെട്ടെന്നുള്ള അതി വർഷം സംഭരണശേഷിക്കതീതമായ ജലവിതാനമെത്തിച്ചത്. അതുകൊണ്ട്തന്നെ ക്രമാനുഗതമായ രീതിയിൽ വേണ്ടത്ര സമയമെടുത്ത് ഡാമിൽനിന്നും വെള്ളം തുറന്ന് വിടാനുള്ള സാവകാശം ഡാം സുരക്ഷാ വിഭാഗത്തിന് കിട്ടിയില്ല എന്നതൊരു യാഥാർത്ഥ്യമാണ്. എന്നാലും ഇതുപോലുള്ള സന്നിഗ്ധ സാഹചര്യത്തിൽ ഡാം മാനേജ്മെന്റ് കൂടുതൽ വിദഗ്ധമായി എങ്ങനെ നിർവഹിക്കാം എന്ന് സൂക്ഷ്മമായി പരിശോധിക്കേണ്ടതാണ്. അനുഭവങ്ങളിൽനിന്നാണല്ലോ നാം പാഠങ്ങൾ പഠിക്കുക. ഇത്രമേൽ ഭീകരമായ വർഷവും പ്രളയവും നാം നേരത്തെ അഭിമുഖീകരിച്ചിരുന്നില്ലല്ലോ.

ആഗോള പാരിസ്ഥിതിക വ്യതിയാനങ്ങൾ കാലാവസ്ഥയിൽ വലിയ മാറ്റങ്ങൾക്കും ദുരന്തങ്ങൾക്കും കാരണമാകാമെങ്കിലും മറ്റു ചില കാര്യങ്ങളും ഇവിടെ നമ്മൾ സ്വയം വിമർശനാത്മകമായി കാണേണ്ടതുണ്ട്. പരിസ്ഥിതി നിലനിർത്തുന്നതിൽ എത്രയോ കാലങ്ങളായി ചെയ്തുകൂട്ടിയ വിട്ടുവീഴ്ചകൾ പ്രകൃതി ദുരന്തങ്ങൾക്ക് കരണമാണെന്ന കാര്യം നാം ഇപ്പോൾ അനുഭവിച്ചറിഞ്ഞു. വനസംരക്ഷണത്തിന്, പുഴകളുടെയും നീർത്തടങ്ങളുടെയും സംരക്ഷണത്തിന്, വയലും പുഴയോരങ്ങളും സംരക്ഷിക്കുന്നതിന്, ഖനനത്തിന്, ക്വാറികളുടെ നിർമ്മാണത്തിന്, ബഹുനില കെട്ടിടങ്ങൾ നിർമിക്കുന്നതിന്, മാലിന്യ നിർമ്മാർജ്ജനത്തിന് നാട്ടിൽ നിയമങ്ങളും മാർഗനിർദ്ദേശങ്ങളുമൊക്കെ നിലവിലുണ്ടെങ്കിലും,

അവയൊക്കെ പണത്തിന്റെയും സ്വാധീനത്തിന്റെയും പേരിൽ അട്ടിമറിക്കപ്പെടുന്നു എന്നതൊരു യാഥാർത്ഥ്യമാണല്ലോ. ദുരന്തങ്ങൾ ആവർത്തിച്ചിട്ടും വേണ്ട അവധാനതയും നിയമപാലനവും ഉറപ്പ് വരുത്താൻ കഴിയുന്നില്ല എന്ന ദൗർബല്യം നാം അംഗീകരിച്ചേ മതിയാകൂ. ഒരു ദുരന്തം സംഭവിക്കുമ്പോൾ മാത്രം പരിസ്ഥിതിനാശത്തെക്കുറിച്ചും പരിഹാര നടപടികളെക്കുറിച്ചും സംസാരിച്ചിട്ട് കാര്യമില്ല. വികസനത്തിനും പ്രകൃതി സംരക്ഷണത്തിനും കൃത്യമായ നയം വേണം. നിയമങ്ങൾ കാലാകാലം പരിഷ്ക്കരിക്കണം. അവ നടപ്പാക്കാനുള്ള ആർജ്ജവം വേണം. വിട്ടുവീഴ്ചകൾക്ക് വഴങ്ങില്ലെന്ന മനസ്സ് വേണം ഉദ്യോഗസ്ഥർക്കും ഭരണാധികാരികൾക്കും. നിയമലംഘകർക്ക് കടുത്ത ശിക്ഷ ഉറപ്പാക്കണം. വികസനസങ്കൽപ്പങ്ങളും കാഴ്ചപ്പാടുകളും അടിമുടി പുനഃപരിശോധിക്കേണ്ട അവസ്ഥ എന്നേ വന്നുചേർന്നതാണ്. വ്യവസായങ്ങളും നിർമ്മാണ പ്രവർത്തനങ്ങളുമൊക്കെ മനുഷ്യനും പ്രകൃതിക്കും ഇണങ്ങുന്നതാവണമെന്ന് തിരിച്ചറിയാൻ ഇനിയും വൈകുന്നുവെങ്കിൽ നാം നമ്മോട് മാത്രമല്ല, വരും തലമുറയോടും കടുത്ത അനീതിയാവും കാട്ടുന്നത്.

പാരിസ്ഥിതിക വ്യതിയാനങ്ങൾ അസാധാരണമായ കാലാവസ്ഥാമാറ്റങ്ങൾക്ക് കാരണമാകുന്ന അനുഭവങ്ങൾ നാം നേരിട്ടുകൊണ്ടിരിക്കയാണെന്ന് പറഞ്ഞല്ലോ. അഭൂതപൂർവ്വമായ ഒരു പ്രളയം കഴിഞ്ഞ് അധികം വൈകാതെ കേരളം കടുത്ത ഒരു വരൾച്ചയിലേക്ക് വഴി മാറിയ അവസ്ഥ ഇതിന് ഉദാഹരണമാണ്. കിണറുകളിലെയും കുളങ്ങളിലെയും നദികളിലെയും ജലവിതാനം വളരെ പെട്ടെന്ന് താഴ്ന്ന അവസ്ഥയാണുണ്ടായത്. ചിലയിടങ്ങളിൽ കിണറുകൾ ഇടിയുകയും അപ്പാടെ മൂടിപ്പോവുകയും ചെയ്തു. ഭൂഗർഭജലസ്രോതസ്സിലും, ഭൂഗർഭതലങ്ങളിലും

സംഭവിക്കുന്ന മാറ്റങ്ങളാണോ ഇത്തരം പ്രതിഭാസങ്ങൾക്ക് ഹേതുവെന്ന് പരിശോധിക്കേണ്ടിയിരിക്കുന്നു. പ്രളയസമയത്തെ ശക്തമായ ജലത്തിന്റെ ഒഴുക്കിൽ പുഴകളിലെ അടിത്തട്ടിലെ സ്വാഭാവിക മണലും പാറകളും മറ്റും ഒഴുകിമാറി പുഴയുടെ സ്വാഭാവിക അടിത്തട്ടിന് ഘടനാപരമായ മാറ്റം സംഭവിച്ചിരിക്കാമെന്നും തൽഫലമായി പുഴയിലെ ജലനിരപ്പ് കുറയാമെന്നും കോഴിക്കോട് എൻ ഐ ടി യിലെ വിദഗ്ധർ പറയുന്നു. നദികളിലെ ജലനിരപ്പും ഭൂഗർഭ ജല സ്രോതസ്സും പരസ്പരം ബന്ധപ്പെട്ടതിനാൽ കിണറുകളിലും ഇതര ജലസ്രോതസ്സുകളിലെയും ജലപുനരുത്ഭവം കുറയാമെന്നും അനുമാനിക്കുന്നു.

പ്രളയം കേരളത്തിന്റെ ഭൂപ്രകൃതിക്കും പരിസ്ഥിതിക്കും ഏൽപ്പിച്ച ആഘാതം വളരെ വലുതാണെന്ന് പറയാതെ വയ്യ. ആവാസവ്യവസ്ഥയിലെ ജൈവികത പുനർനിർമിക്കാനാവാത്തതാണല്ലോ. അനേകവർഷങ്ങളിലെ ഭൗതിക രാസ ജൈവപ്രക്രിയയിലൂടെ രൂപമെടുക്കുന്ന പ്രകൃതിയിലെ തനതായ അടുക്കുകൾ, ഘടനാപരമായ രൂപഭദ്രത ഇവയൊന്നും കൃത്രിമമായി നമുക്ക് സൃഷ്ടിക്കാനുമാവില്ല. ഭൂമിക്ക് സംഭവിച്ച നാശം, തകർച്ച, ഭ്രംശം എന്നിവയുടെ തോത് വ്യാപ്തി ഒന്നും തിട്ടപ്പെടുത്താനുമാവില്ല. പൂർവ്വാവസ്ഥ കൈവരിക്കാൻ സാധിക്കില്ലെങ്കിലും അനന്തമായ കാലപ്രവാഹത്തിൽ സ്വാഭാവികമായ പരിണാമങ്ങളിലൂടെ മുറിവുകളുണങ്ങി ഓജസ്സും തനിമയും ഒരു പരിധിവരെയെങ്കിലും പ്രകൃതി തിരിച്ചുപിടിക്കുമായിരിക്കും.

ഭൗതിക നാശനഷ്ടങ്ങളുടെ കണക്കെടുപ്പ് നമുക്ക് സാധ്യമാണ്. അത് പല തലങ്ങളിൽ നടന്നു. ഐക്യ രാഷ്ട്ര സഭയുടെ കണക്കെടുപ്പ് അനുസരിച്ച് 31000 കോടി രൂപയുടെ നഷ്ടമാണ് സംഭവിച്ചത്. എല്ലാ മേഖലയിലെയും നഷ്ടം കണക്കാക്കിയാൽ മൊത്തം നഷ്ടം 35000 കോടി രൂപയോളം വരുമെന്നാണ് ധനകാര്യ വകുപ്പ് വിലയിരുത്തിയത്. കേരളം പോലെയുള്ള ഒരു സംസ്ഥാനത്തിന് ഈ നഷ്ടം താങ്ങാനാവാത്തതാണ്. ആസൂത്രിതമായ ധനാഗമ മാർഗങ്ങളിലൂടെ, കൃത്യമായ ആഘാത പഠനങ്ങളിലൂടെ, പരിസ്ഥിതി സൗഹൃദമായ പുനർനിർമാണ പ്രക്രിയയിലൂടെ വേണം നമുക്ക് കര കയറാൻ. ആശയപരവും രാഷ്ട്രീയവുമായ അഭിപ്രായവ്യത്യാസങ്ങൾ മാറ്റിവെച്ച് പൊതുധാരണയോടെ പുനർനിർമാണ പ്രക്രിയ മുന്നോട്ട് കൊണ്ടുപോവുക എന്നതാണ് നമ്മുടെ മുന്നിലുള്ള വെല്ലുവിളി.

നിപ്പയുടെ ഭീതിയിൽ

2018ലെ മെയ് മാസച്ചൂടിൽ കേരളം വിയർത്തുനിൽക്കുന്ന കാലത്താണ് അസ്വസ്ഥജനകമായ ആ വാർത്ത കേരളം കേട്ടത്. 2001 ലും 2007 ലും പശ്ചിമ ബംഗാളിൽ പടർന്നുപിടിച്ച മാരകമായ നിപ്പ വൈറസ്സ് രോഗം കേരളത്തിൽ എത്തിയിരിക്കുന്നു. ഇന്ത്യയിൽ റിപ്പോർട്ട് ചെയ്യപ്പെട്ട മൂന്നാമത്തെ രോഗബാധയായിരുന്നു ഇത്. മൃഗങ്ങളിൽനിന്ന് മനുഷ്യരിലേക്ക് പകരുന്ന വൈറസ്സ് രോഗമാണ് നിപ്പ (Zoonosis). പഴം തീനികളായ വവ്വാലുകൾ, പന്നി എന്നിവയിൽനിന്ന് രോഗം പകരാം. പിന്നീട് മനുഷ്യരിൽ നിന്ന് മനുഷ്യരിലേക്കും രോഗം വ്യാപിക്കുന്നു. രോഗം ബാധിച്ചവരെ പരിചരിക്കുന്നവരും ആശുപത്രി ജീവനക്കാരും അതീവ ശ്രദ്ധ പുലർത്തിയില്ലെങ്കിൽ രോഗപ്പകർച്ചയുടെ സാധ്യത ഏറെയാണ്. തലച്ചോറിനെ ബാധിക്കുന്നതിനാൽ രോഗബാധിതരിൽ 70% പേർ മരണത്തിന് കീഴടങ്ങുന്ന അത്രയും മാരകമായ രോഗം.

കോഴിക്കോട് പേരാമ്പ്രയിലെ ഒരു യുവാവ് കടുത്ത പനിയും തലവേദനയുമൊക്കെയായി ബേബി മെമ്മോറിയൽ ആശുപത്രിയിൽ പ്രവേശിക്കപ്പെടുന്നതോടെയാണ് പ്രശ്നങ്ങളുടെ തുടക്കം. രോഗം മൂർച്ഛിക്കുന്നു. തീവ്രപരിചരണ വിഭാഗത്തിലേക്ക് രോഗി മാറ്റപ്പെടുന്നു. മസ്തിഷ്കജ്വരം എന്നരീതിയിൽ ചികിത്സ തുടരുമ്പോൾ, ഗവേഷണാർത്ഥം യുവാവിന്റെ രക്തവും സ്രവങ്ങളും മണിപ്പാൽ വൈറൽ റിസർച്ച് കേന്ദ്രത്തിലേക്ക് അയക്കാൻ രണ്ട് ഡോക്ടർമാർ തീരുമാനിച്ചു. അവിടെ വെച്ചാണ് രോഗം നിപ്പയാണെന്ന് തിരിച്ചറിയുന്നത്. ഈ യുവാവിന്റെ സഹോദരൻ അൽപ്പ ദിവസങ്ങൾക്ക് മുമ്പ് ഇതേ രോഗാവസ്ഥയിൽ

മരണപ്പെട്ടിരുന്നു. പരിശോധനയിൽ ഈ കുടുംബത്തിലെ രണ്ട് പേർക്ക് കൂടി രോഗം സ്ഥിരീകരിച്ചു.

അപകടം വളരെ വേഗത്തിൽ ആരോഗ്യവകുപ്പ് തിരിച്ചറിഞ്ഞു. അടിയന്തരയോഗങ്ങൾ ചേർന്നു. ആരോഗ്യപ്രവർത്തകർ സക്രിയ രായി. ഇവരുമായി സമ്പർക്കത്തിലുള്ളവരെ മുഴുവൻ തിരിച്ചറിഞ്ഞ് നിരീക്ഷണത്തിലാക്കി. 1400 ൽ പരം ആളുകൾ തീവ്ര നിരീക്ഷണത്തിന് വിധേയരായി. പനി പോലെയുള്ള ലക്ഷണമുള്ളവരെ ആശുപത്രിയിൽ നിരീക്ഷിച്ചു. ഇവരുടെ നാട്ടിലെ കിണറുകളും ജലസ്രോതസ്സുകളും പരിശോധിച്ചു. കൊതുകുകളിൽ പരിശോധന നടത്തി. വവ്വാലുകളെ ശേഖരിച്ച് വൈറസ്സ് സാന്നിധ്യമുണ്ടോ എന്ന് പരിശോധിച്ചു. ചില വവ്വാലുകളിൽ വൈറസ്സിനെ കണ്ടെത്താനായെങ്കിലും വവ്വാലുകളിൽ നിന്നും മനുഷ്യരിലേക്ക് വൈറസ്സ് കടന്നതെങ്ങിനെ എന്നത് ഇന്നും അജ്ഞാതം.

രോഗം ആദ്യമായി റിപ്പോർട്ട് ചെയ്യപ്പെട്ട പേരാമ്പ്രയിലെ ഗ്രാമം ഒറ്റ പ്പെട്ടു. ജനങ്ങൾ ഭയചകിതരായി വീടുപേക്ഷിച്ചുപോയി. ജില്ലയിലാകെ അസ്വസ്ഥത പരന്നു. ആശുപത്രി ജീവനക്കാരെ ആളുകൾ അകറ്റിനിർ ത്തുന്ന അവസ്ഥയുണ്ടായി. വിദ്യാഭ്യാസ സ്ഥാപനങ്ങളും ഓഫീസുകളും അടച്ചു. ജില്ലയാകെ നിഷ്ക്രിയമായി.

രോഗം സങ്കീർണമായി യുവാവും പ്രസ്തുത കുടുംബത്തിലെ രണ്ട് പേരും മരണത്തിന് കീഴടങ്ങുമ്പോഴേക്കും സമ്പർക്കത്തിലുണ്ടായിരു ന്നവരിൽ കോഴിക്കോട്, മലപ്പുറം ജില്ലകളിലുള്ള 19 ആളുകളിൽ രോഗം സ്ഥിരീകരിക്കപ്പെട്ടിരുന്നു. രോഗിയിൽ വൈറസിന്റെ സുഷുപ്തികാലം (Incubation period) 4 മുതൽ 14 ദിവസംവരെ ആയതിനാൽ നാല് പേർ മൂന്ന് ആഴ്ചകൾക്കുള്ളിൽ മരണമടഞ്ഞ കുടുംബത്തിലെ ആർക്കാണ്

ആദ്യം രോഗം വന്ന് പെട്ടതെന്ന് തിരിച്ചറിയാൻ വിഷമമായിരുന്നു.

വൈറസിന്റെ ഉറവിടം കണ്ടെത്തുന്നതിലും പ്രധാനം രോഗം പടരാതെ തടയുകയാണ് വേണ്ടതെന്ന തിരിച്ചറിവാണ് ആരോഗ്യ പ്രവർത്തകരെ നയിച്ചത്. കേന്ദ്ര വിദഗ്ധ സംഘവും ഇവിടെയെത്തി ആവശ്യമായ മാർഗ്ഗനിർദ്ദേശങ്ങൾ നൽകി. ലോകാരോഗ്യ സംഘടനയുടെയും ഇന്ത്യൻ കൌൺസിൽ ഓഫ് മെഡിക്കൽ റിസേർച്ചിന്റെയും ചികിത്സാ പ്രോട്ടോകോൾ കേരളം കൃത്യമായി പാലിച്ചു. രോഗ ലക്ഷണമുള്ളവരെ ആശുപത്രിയിൽ നിരീക്ഷിച്ചും, സമ്പർക്കപ്പട്ടികയിലെ ആളുകളെ കണ്ടെത്തി മാറ്റിപ്പാർപ്പിച്ചും, പ്രതിരോധ പ്രവർത്തനങ്ങൾക്ക് ആവശ്യമായ പരിശീലനം നൽകിയും, ജാഗ്രതയോടെ പെരുമാറാൻ ആളുകളെ ബോധവൽക്കരിച്ചും, കൃത്യമായ വിലയിരുത്തലുകൾ നടത്തി ആവശ്യമായ ക്രമീകരണങ്ങൾ ഏർപ്പെടുത്തിയും ആരോഗ്യ മന്ത്രിയും വകുപ്പും വിശ്രമമില്ലാതെ എല്ലാ പ്രതിരോധ പ്രവർത്തനങ്ങളെയും ഏകോപിപ്പിച്ചു. അങ്ങനെ നിപ്പയെ നമ്മൾ വരുതിയിലാക്കി.

പക്ഷേ ദൗർഭാഗ്യമെന്ന് പറയാതെ വയ്യ, 17 പേരുടെ വിലപ്പെട്ട ജീവൻ നിപ്പ അപഹരിച്ചു. രോഗബാധിതനായ യുവാവിനെ പേരാമ്പ്ര താലൂക്ക് ആശുപത്രിയിൽ ചികിൽസിച്ച ലിനി എന്ന നഴ്സും രോഗം ബാധിച്ച് മരണത്തെ പുൽകി. പേരാമ്പ്ര താലൂക്ക് ആസ്പത്രയിലെ നഴ്സ് ആയിരുന്നു ലിനി പുതുശ്ശേരി. നിപ്പയാണെന്ന് പിന്നീട് തിരിച്ചറിഞ്ഞ രോഗം ബാധിച്ച യുവാവിനെ പേരാമ്പ്ര താലൂക്ക് ആശുപത്രിയിൽ പരിചരിച്ച നേഴ്സ് ആയിരുന്നു ലിനി. ജീവിതത്തിന്റെ കട്ടത്ത യാഥാർഥ്യങ്ങളോട് പൊരുതി പഠിച്ച് ആതുര സേവന രംഗത്തേക്ക് വന്ന പെൺകുട്ടി. രണ്ട് ചെറിയ കുട്ടികളുടെ അമ്മ.

ലിനിയുടെ മരണം സൃഷ്ടിച്ച നൊമ്പരത്തിൽ അന്ന് ബ്ലോഗിൽ കുറിച്ച ഭാഗങ്ങൾ ഇങ്ങനെയായിരുന്നു.

സ്നേഹത്തിന്റെ, സേവനത്തിന്റെ, ധൈര്യത്തിന്റെ ജ്വലിക്കുന്ന ഓർമ്മ.

സ്വന്തം തൊഴിലിനോട്, അത് തൽകാലികമായിരുന്നിട്ട് കൂടി, അവർ കാണിച്ച ആത്മാർത്ഥത ആരെയും അത്ഭുതപ്പെടുത്തും. മാന്യമായ വേതനത്തിനുവേണ്ടി നഴ്സുമാർ പൊരുതുന്ന ഒരു കാലമാണിതെന്ന് കൂടി ഓർക്കണം.

രോഗബാധിതയായി കോഴിക്കോട് മെഡിക്കൽ കോളേജിൽ പ്രവേശിപ്പിക്കുന്നതുമുതൽ ലിനി കാണിച്ച മനക്കരുത്ത് അസാധാരണം തന്നെയാണ്. മരണക്കിടക്കയിൽ നിന്ന് ലിനി ഭർത്താവിന് എഴുതിയ കത്തും.

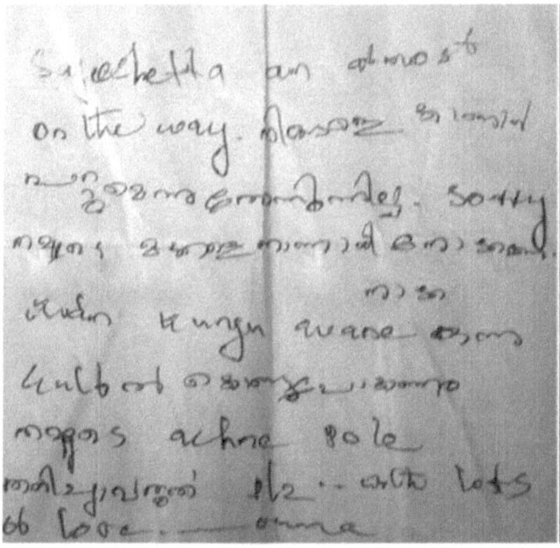 

സ്വന്തം ജീവൻ അപകട ഘട്ടത്തിലാണെന്ന് തിരിച്ചറിഞ്ഞപ്പോഴും അവർ കാണിച്ച ആത്മധൈര്യവും, മുൻകരുതലും നമ്മെ അത്ഭുതപ്പെടുത്തും.

നിപ്പ വൈറസ് തന്നെ ബാധിച്ചിട്ടുണ്ടാകാമെന്നും, ഐസൊലേഷൻ വാർഡിലേക്ക് തന്നെ മാറ്റണമെന്നും അവർ ആവശ്യപ്പെട്ടു. കാണാനെത്തിയ അമ്മയെയും, സഹോദരിയെയും അടുത്തേക്ക് വരാൻ അനുവദിച്ചില്ല. ഏകയായി, ധീരയായി അവർ മരണത്തെ പുണർന്നു.

അത്യാസന്നനിലയിലും മനസ്സ് കൈവിട്ടുപോകാതെ
അവർ എഴുതിയ കുറിപ്പിലെ വാക്കുകൾ
ഓർമ്മയിൽ നിന്നും മായുന്നില്ല.
“ആം ആൾമോസ്റ് ഓൺ ദി വേ...
നമ്മുടെ മക്കളെ നന്നായി നോക്കണേ....
നമ്മുടെ അച്ഛനെപ്പോലെ തനിച്ചാവരുത്...
വിത്ത് ലോട്സ് ഓഫ് ലവ്....”
മുപ്പത്തിയൊന്ന് വർഷത്തെ ജീവിതാനുഭവം വെച്ചുകൊണ്ട്
ലിനി എഴുതിയ കരുതലും, പക്വതയും സ്പന്ദിക്കുന്ന വാക്കുകൾ.
ജീവിതം ജീവിച്ച് തീർന്നില്ലെങ്കിലും
അവസാനനിമിഷത്തിൽപോലും ധൈര്യംചോർന്നുപോകാതെ,
മരണത്തെ മുന്നിൽ കാണുമ്പോഴും
തകർന്നുപോകാതെ ഇങ്ങനെ കുറിക്കാൻ കഴിയുന്നത്...

ആലോചിക്കാൻ പോലും വയ്യ.

എത്രവലിയ ആത്മ സംഘർഷത്തിന്റെ ഇടയിൽ നിന്നായിരിക്കും

ഈ പെൺകുട്ടി ഈ വിധം എഴുതിയത്.

മരണത്തെ അഭിമുഖീകരിക്കുമ്പോൾ മനുഷ്യർ ഹതാശയരായിപ്പോകുമെന്നാണ് കേട്ടിട്ടുള്ളത്.

പേരും, പദവിയും, സമ്പത്തുമൊന്നും അപ്പോൾ കൂട്ടിനുണ്ടാവില്ല. ഇവയൊന്നുമില്ലാതിരുന്നിട്ടുകൂടി ഈ പെൺകുട്ടിക്ക്

ഈ ധൈര്യം എവിടുന്ന് കിട്ടി?

വ്യക്തിത്വത്തിലലിഞ്ഞ് ചേർന്നിരിക്കുന്ന സ്നേഹവും ആത്മാർത്ഥതയും, തന്റെ ജോലി ഭംഗിയായി നിർവഹിച്ചു എന്ന വിശ്വാസവും അല്ലാതെ മറ്റൊന്നുമായിരിക്കില്ല ജീവിതാന്ത്യത്തിലും ലിനിക്ക് ശക്തിയായി ഭവിച്ചത്.

സാർത്ഥകമായ ജീവിതം അർധോക്തിയിൽ നിർത്തി വിട പറഞ്ഞു പോയെങ്കിലും, ആതുര സേവനത്തിന്റെ മഹനീയ മാതൃകയായി പ്രഭ ചൊരിയുന്ന ഒരു മാലാഖയായി ലിനി ഓർമകളിൽ എന്നുമുണ്ടാകും.

നിപ്പയുടെ രണ്ടാം വരവ്

2019 ജൂൺ മാസത്തിൽ എറണാകുളം ജില്ലയിലെ പറവൂരിലുള്ള ഒരു വിദ്യാർത്ഥിയെ നിപ്പ രോഗ ലക്ഷണങ്ങളോടെ കൊച്ചിയിലുള്ള സ്വകാര്യ ആശുപത്രിയിൽ പ്രവേശിപ്പിച്ചപ്പോൾ കേരളമാകെ അതീവ ജാഗ്രതയിലായി. പൂനെ വൈറോളജി കേന്ദ്രത്തിലേക്ക് രോഗിയുടെ രക്ത സാമ്പിൾ അയച്ചു. വൈറസ്സ് സ്ഥിരീകരിക്കുന്നതിനുമുമ്പ് തന്നെ പ്രതിരോധ പ്രവർത്തനങ്ങൾ ഊർജിതമാക്കി. തൊടുപുഴയിലെ ഒരു എൻജിനീയറിങ് കോളേജിൽ പഠിക്കുകയായിരുന്നു യുവാവ്. സഹപാഠികൾക്കൊപ്പമായിരുന്നു താമസം. പനിയുടെ തുടക്കത്തിൽ തൊഴിൽ പരിശീലനത്തിന്റെ ഭാഗമായി യുവാവ് തൃശ്ശൂരിലെ ഒരു സ്ഥാപനത്തിൽ പോയിരുന്നു. യുവാവുമായി സമ്പർക്കത്തിലായിരുന്ന എല്ലാവരെയും നിരീക്ഷണത്തിൽ കൊണ്ടുവന്നു. ഇടുക്കി, എറണാകുളം, തൃശ്ശൂർ ജില്ലകളിൽ നിരീക്ഷണം ശക്തമാക്കി. 4000ൽ പരം ആളുകൾക്ക് പ്രതിരോധവുമായി ബന്ധപ്പെട്ട് ബോധവൽക്കരണവും പരിശീലനവും നൽകി. ആരോഗ്യപ്രവർത്തകർ വിശ്രമമില്ലാതെ പ്രവർത്തിച്ചു. യോഗങ്ങളും വിശദീകരണ യോഗങ്ങളും ചേർന്നു. ഭയപ്പെടാതെ ജാഗ്രത തുടരാൻ എല്ലാവരെയും പ്രേരിപ്പിച്ചു. കോഴിക്കോട് ജില്ലയിൽ സംഭവിച്ചപോലെയുള്ള ഭീതി ജനങ്ങളിൽ പടരാതിരിക്കാൻ ഈ പ്രവർത്തനങ്ങൾക്ക് കഴിഞ്ഞു. പനി ബാധിച്ചവർക്കെല്ലാം ആശുപത്രിയിൽ ചികിത്സ

നൽകി. എല്ലാവരേയും 21 ദിവസത്തെ നിരീക്ഷണത്തിന് വിധേയമാക്കി. പരിശോധനയിൽ രോഗം നെഗറ്റീവായി എല്ലാവരെയും ആശുപത്രിയിൽനിന്നും വിടുതൽ നൽകിയതോടെ നിപ്പയുടെ രണ്ടാം പ്രതിരോധം അവസാനിക്കുകയായിരുന്നു.

നിപ്പയെ ഫലപ്രദമായി നേരിട്ട് നിയന്ത്രണവിധേയമാക്കിയതിന് പിന്നിൽ അരങ്ങിലും അണിയറയിലും പ്രവൃത്തിച്ച ഒട്ടേറെപ്പേരുടെ കഠിനാധ്വാനമുണ്ട്. അവധിപോലുമെടുക്കാതെ ഡോക്ടർമാരും നഴ്സുമാരും മുഖാവരണവും കയ്യുറയും ശരീരമാസകലം മൂടുന്ന മേൽവസ്ത്രങ്ങളുമണിഞ്ഞ് മണിക്കൂറുകൾ രോഗികളെ പരിചരിച്ചു. രോഗഭീതിയിൽ പെട്ടുപോയവരെയും ബന്ധുക്കളെയും കനിവോടെ ആശ്വസിപ്പിച്ചു. മരണം കവർന്നവരുടെ അന്ത്യകർമ്മങ്ങൾ ബന്ധുക്കളുടെ അസാന്നിധ്യത്തിൽ സ്വയം ഏറ്റെടുത്തു. ശുചീകരണ ജോലിക്കാരും ആംബുലൻസ് ഡ്രൈവർമാരും മുതൽ സംസ്ഥാന ആരോഗ്യ വകുപ്പും മന്ത്രിയും കേന്ദ്ര വിദഗ്ധ സംഘവും വരെ നീളുന്ന വലിയൊരു നിരയുടെ കരുതലും ജാഗ്രതയും ഈയൊരു പോരാട്ടവിജയത്തിന് പിന്നിലുണ്ട്. കേരളത്തിന്റെ നിപ്പാ പോരാട്ടം ലോകശ്രദ്ധ പിടിച്ചുപറ്റിയത് സമർപ്പണമനസ്സോടെയുള്ള ഈ കൂട്ടായ പ്രവർത്തനത്തിന്റെ മേന്മകൊണ്ടാണ്.

2019 ലെ അതിവർഷം

നൂറ്റാണ്ടിലെ പ്രളയം കഴിഞ്ഞ് ഒരുവർഷം കഴിയുമ്പോൾ കേരളം വീണ്ടുമൊരു വെള്ളപ്പൊക്ക ദുരിതത്തിലേക്ക് വീഴുന്ന കാഴ്ചയാണ് രാജ്യം കണ്ടത്. 2019 ഓഗസ്റ്റ് 8 ന് മൺസൂൺ മഴയെത്തുടർന്ന് വലിയൊരു വെള്ളപ്പൊക്കം സംഭവിക്കുകയായിരുന്നു. കണ്ണൂർ, കോഴിക്കോട്, വയനാട്, മലപ്പുറം, പാലക്കാട്, തൃശ്ശൂർ, എറണാകുളം ജില്ലകളെയാണ് വെള്ളപ്പൊക്കം സാരമായി ബാധിച്ചത്. കനത്ത മഴയെ തുടർന്ന് ആയിരക്കണക്കിന് ആളുകളെ സുരക്ഷിത സ്ഥാനങ്ങളിലേക്കും ദുരിതാശ്വാസ ക്യാമ്പുകളിലേക്കും മാറ്റി. പോയവർഷത്തിലേതുപോലെ അതി രൂക്ഷമായല്ലെങ്കിലും മലയോരങ്ങളിൽ ഇത്തവണയും മണ്ണിടിച്ചിലും ഉരുൾപൊട്ടലും സംഭവിച്ചു.

121 ആളുകൾ മരിച്ചു. രണ്ട് ലക്ഷത്തിലധികം പേരെ നേരിട്ട് ബാധിച്ച അതിവർഷത്തിൽ പതിനായിരക്കണക്കിന് വീടുകൾക്ക് കേടുപാടുകൾ സംഭവിച്ചു.

മലപ്പുറം ജില്ലയിലെ കവളപ്പാറയിലും നിലമ്പൂരിലും, വയനാട് ജില്ലയിലെ പുത്തുമലയിലും സംഭവിച്ച ഉരുൾപൊട്ടലിൽ വീടുകൾ അപ്പാടെ ഒഴുകിപ്പോവുകയും നിരവധി ആളുകൾ മണ്ണിനടിയിൽ പെട്ടുപോവുകയും ചെയ്തു. കടപുഴകി വീണ മരങ്ങളും കുത്തിയൊലിച്ചുവന്ന ജലപ്രവാഹത്തോടോപ്പം തള്ളിമാറ്റപ്പെട്ട പാറക്കൂട്ടങ്ങളും ചെളിയും വെള്ളവുമൊക്കെ ചേർന്നുള്ള മലയോരങ്ങളുടെ കാഴ്ച അതിദാരുണമായിരുന്നു. അവിടങ്ങളിലെ മനുഷ്യജീവിതങ്ങളുടെ കഥ ഊഹിക്കാമല്ലോ.

സംസ്ഥാന ദുരന്ത നിവാരണ ഒതോറിറ്റിയും, പോലീസും, വ്യോമസേനയും, സന്നദ്ധ പ്രവർത്തകരും, തീരദേശത്ത് നിന്നുള്ള മൽസ്യ തൊഴിലാളികളും എല്ലാം ദുരിതബാധിത പ്രദേശങ്ങളിൽ രക്ഷാ

പ്രവർത്തനത്തിന് സജീവമായി പങ്കെടുത്തു. ശക്തമായി തുടരുന്ന മഴയിൽ രക്ഷാപ്രവർത്തനം ഏറെ ദുഷ്കരമായിരുന്നു. ദേശീയ ദുരന്ത പ്രതികരണ സേനയും മറ്റ സേനാ വിഭാഗങ്ങളും രാപ്പകൽ ഭേദമില്ലാതെ ദുരന്ത മുഖങ്ങളിൽ സേവന പ്രവർത്തനങ്ങളിൽ മുഴുകി.

മഴക്കാലമാണെങ്കിലും അതി തീവ്ര വർഷം പരിസ്ഥിതി ദുർബല മേഖലകളിൽ കൊടും നാശം വിതക്കുന്ന 2018 ലെ കാഴ്ച വീണ്ടും ആവർത്തിക്കുന്നത് കേരളീയർക്ക് കണ്ടുനിൽക്കേണ്ടിവന്നു. ഒഡിഷ തീരത്തിനടുത്തുള്ള വടക്ക് പടിഞ്ഞാറൻ ബംഗാൾ ഉൾക്കടലിൽ ഉണ്ടായ ന്യൂന മർദ്ദമാണ് കനത്ത മഴക്ക് കാരണമായതെന്നാണ് കാലാവസ്ഥ വകുപ്പിന്റെ വിലയിരുത്തൽ.

വന നശീകരണവും, അനിയന്ത്രിതമായ ഖനനവും പരിസ്ഥിതിയെ ദുർബലപ്പെടുത്തുമ്പോൾ മണ്ണിടിച്ചലും ഉരുൾപൊട്ടലും കൂടിവരും എന്നുള്ള ശാസ്ത്രജ്ഞരുടെ മുന്നറിയിപ്പ് എന്നേ നമ്മുടെ മുന്നിലുണ്ട്. ആഗോളതാപനം കനത്ത മഴക്ക് കാരണമാവുമെന്ന തിരിച്ചറിവും നമുക്കുണ്ട്. ചൂട്കൊണ്ട് ജലം ബാഷ്പീകൃതമായി നീരാവിയായി മഴമേഘങ്ങൾ രൂപംകൊള്ളുന്നു. ഇവ കാറ്റിന്റെ ഗതിക്കനുസരിച്ച് സഞ്ചരിച്ച് ഘനീഭവിച്ച് പ്രത്യേക ഇടങ്ങളിൽ തീവ്ര മഴയായി പെയ്യുന്നു. കൂടുതലായിവരുന്ന ജലത്തെ സ്വീകരിച്ച് ഒഴുക്കിവിടാൻ മഴച്ചാലുകൾ വേണം. തോടുകളും, അരുവികളും, കനാലുകളും, പുഴകളും ഈ ധർമങ്ങൾ നിറവേറ്റാൻ ഇന്ന് എത്രമേൽ പര്യാപ്തമാണ്? മണ്ണിൽ അതിവർഷം മൂലം വെള്ളം കൂടുതലായി ശേഖരിക്കപ്പെട്ടുമ്പോൾ പ്രകൃതിയിലെ ഗുരുത്വാകർഷണബലം വർദ്ധിക്കുന്നു. ഘർഷണ ബലം കൊണ്ട് അതാതിടത്ത് നില നിൽക്കുന്ന വീടുകളും, മരങ്ങളും, പാറകളും, കുന്നുകളും ഈ ഗുരുത്വാകർഷണ വർദ്ധനയിൽ പെട്ട് താഴ്ന്ന തലങ്ങളിലേക്ക് നിപതിക്കുന്നു.

Ecological Sensitive Zones
Gadgil

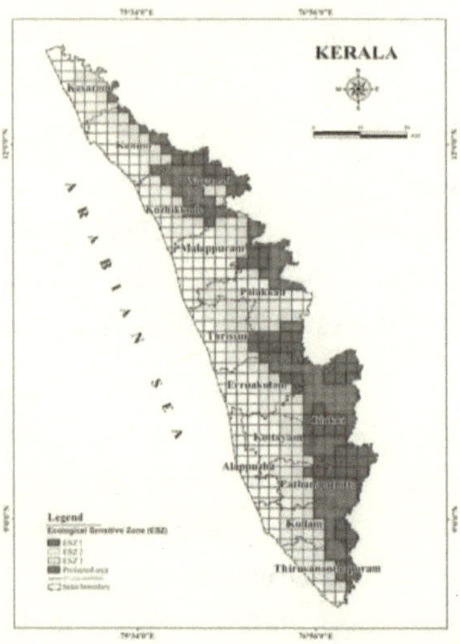

Ecological Sensitive Units
Kasturirangan

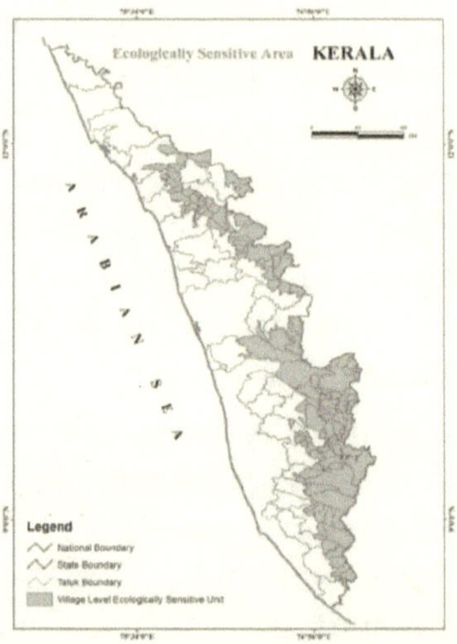

പശ്ചിമഘട്ട സംരക്ഷണത്തെപ്പറ്റിയും, പാരിസ്ഥിതികമായ ദുർബല പ്രദേശങ്ങളെക്കുറിച്ചും അവയുടെ സംരക്ഷണത്തെപ്പറ്റിയും ഗാഡ്ഗിൽ കമ്മിറ്റി സമർപ്പിച്ച ശുപാർശകളുടെ പ്രാധാന്യം ഇത്തരുണത്തിൽ നാം ഓർക്കേണ്ടതുണ്ട്. മലനിരകളിലെ വനനശീകരണം, ക്വാറിനിർമാണം, ഖനനം, അനിയന്ത്രിതമായ നിർമാണ പ്രവർത്തനങ്ങൾ ഇവയൊക്കെ നിയന്ത്രിക്കേണ്ടതിന്റെ പ്രാധാന്യം ഇനി എന്നാണ് നാം തിരിച്ചറിയുക? തിരിച്ചറിവ് മാത്രം പോരല്ലോ. വ്യക്തമായ ആസൂത്രണവും കൃത്യമായ കർമപദ്ധതികളും കർശനമായ പരിഹാര നടപടികളും വേണം.

കോവിഡുമായുള്ള അങ്കം

ജനുവരിയിൽ കോവിഡ് രോഗം റിപ്പോർട്ട് ചെയ്യപ്പെട്ടപ്പോൾതന്നെ കേരളം അതീവ ജാഗ്രതയിലായിരുന്നു. മാർച്ച് ആവുമ്പോഴേക്കും രോഗവ്യാപനം കൂടുന്നതായി ആരോഗ്യവകുപ്പ് തിരിച്ചറിഞ്ഞിരുന്നു. ഗൾഫ് രാജ്യങ്ങളിലൊക്ക രോഗവ്യാപനം കൂടിയതോടെ അവിട ങ്ങളിൽനിന്നും പ്രവാസികൾ വരാൻ തുടങ്ങി. 90 ഓളം ആളുകൾ ചികിത്സയിലാവുകയും 400 ഓളം പേർ നിരീക്ഷണത്തിലാവുകയും വടക്കൻ ജില്ലയായ കാസർകോട്ട് വ്യാപനം ശക്തമാവുകയും ചെയ്തത് നമ്മുടെ ഉൽക്കണ്ഠ വർധിപ്പിച്ചു. 23 മുതൽ 31 വരെ കേരളത്തിൽ സംസ്ഥാനവ്യാപകമായി അടച്ചിടലും നിയന്ത്രണവും സർക്കാർ പ്രഖ്യാപിച്ചിരുന്നു. പൊതുഗതാഗതം നിർത്തി. സ്വകാര്യ യാത്രകൾ ആരോഗ്യാവശ്യങ്ങൾക്കായി പരിമിതപ്പെടുത്തി. ജനങ്ങൾ ഒത്തുകൂടരു തെന്ന നിർദ്ദേശം വന്നു. വിദ്യാലയങ്ങൾ അടച്ചു. രാഷ്ട്രീയ പാർട്ടികളോടും മതസ്ഥാപനങ്ങളോടും പ്രവർത്തനങ്ങൾ നിർത്താൻ ആവശ്യപ്പെട്ടു. സംസ്ഥാന അതിർത്തികൾ അടച്ചു. അവശ്യസാധനങ്ങളുടെ കടകൾ മാത്രം നിശ്ചിത സമയത്തേക്ക് പ്രവൃത്തിക്കാൻ അനുവദിച്ചു. അത്യാവശ്യ സാധനങ്ങളുടെ വിതരണത്തിന് പ്രത്യേകം സജ്ജീകരണങ്ങൾ ഒരുക്കി.

കോവിഡ് രോഗികൾ സമ്പർക്കം വഴി കൂടുതൽ ആളുകളിലേക്ക് രോഗം പടർത്തി കോവിഡ് ക്ലസ്റ്റർ ഉണ്ടാകുന്നസാഹചര്യം രൂപപ്പെട്ട പ്പോൾ ' ബ്രേക്ക് ദി ചെയിൻ'. എന്നൊരു പ്രചാരണ പരിപാടി ആരോഗ്യ വകുപ്പ് ആവിഷ്കരിച്ചു. മാധ്യമങ്ങളിലൂടെയും കാർട്ടൂൺ കഥാപാത്രങ്ങളിലൂ ടെയും വ്യക്തി ശുചിത്വം പാലിക്കാൻ പുതിയ ശീലങ്ങൾ പിൻതുടരാനുള്ള പ്രചരണമായിരുന്നു ഇത്. സോപ്പ് അല്ലെങ്കിൽ സാനിറ്റൈസർ ഉപയോ ഗിച്ച് കൈകൾ കഴുകുക, മുഖം മൂടി ധരിക്കുക, സാമൂഹിക അകലം പാലിക്കുക എന്നീ മൂന്ന് കാര്യങ്ങൾ നിർബന്ധമായും എല്ലാവരും ശീലിക്കണം എന്ന ആഹ്വാനമായിരുന്നു ഈ പരിപാടിയുടെ കാതൽ.

കായിക താരങ്ങളും അഭിനേതാക്കളുമൊക്കെ ഈ ബോധവൽക്കരണ പരിപാടിയിൽ പങ്കു ചേർന്നു. ഗുണ നിലവാരമുള്ള മാസ്കും സാനിറ്റൈസറും വിപണിയിൽ ലഭ്യമാക്കാനുള്ള ത്വരിത നടപടികളും സംസ്ഥാന സർക്കാർ ആരംഭിച്ചു.

ഇങ്ങനെ അതി ജാഗ്രത്തായ കോവിഡ് നിരീക്ഷണവും നിയന്ത്രണവും സംസ്ഥാനം സ്വീകരിച്ചു തുടങ്ങിയപ്പോഴാണ് പ്രധാനമന്ത്രിയുടെ 'ദേശീയ അടച്ചുപൂട്ടൽ' പ്രഖ്യാപനം വരുന്നത്. ലോകത്ത് ആദ്യമായി സംപൂർണ്ണ ലോക്ക്ഡൌൺ പ്രഖ്യാപിച്ച രാജ്യം ഇന്ത്യ ആയിരുന്നു. പിന്നീടുള്ള പ്രവർത്തനങ്ങളെല്ലാം കേന്ദ്ര മാർഗ്ഗ നിർദ്ദേശത്തിന്റെ അടിസ്ഥാനത്തിലായിരുന്നു. അവ ലഘൂകരിക്കാൻ നിയമപരമായും പ്രായോഗികമായും സംസ്ഥാനങ്ങൾക്കവകാശമില്ല. സ്ഥിതി വിലയിരുത്തി വേണമെങ്കിൽ നിയന്ത്രണങ്ങൾ കൂട്ടാം.

അപ്പോഴേക്കും ലോക രാജ്യങ്ങളിലൊക്കെ കോവിഡ് കേസ്സുകൾ റിപ്പോർട്ട് ചെയ്യപ്പെടുകയും വ്യാപനത്തിന്റെ സൂചന ശക്തമാവുകയും ചെയ്തുതുടങ്ങിയിരുന്നു. അപകടസ്ഥിതി തിരിച്ചറിഞ്ഞ ലോകാരോഗ്യ സംഘടന കോവിഡിനെ മഹാമാരിയായി (Pandemic) പ്രഖ്യാപിച്ചു.

കോവിഡ് മഹാമാരിയുടെ ഭീകര താണ്ഡവം ഇവിടെ തുടങ്ങുകയായി. മനുഷ്യരുടെ സഹനപർവ്വവും ആരംഭിക്കുകയായി. അവികസിതമെന്നോ വികസ്വരമെന്നോ വികസിതമെന്നോ വ്യത്യാസമില്ലാതെ, ജാതി വർണ്ണ വർഗ വ്യത്യാസമില്ലാതെ കൊറോണ വൈറസ്സ്, എല്ലാം വരുതിയിൽ വരുത്താൻ കെൽപ്പുള്ളവനെന്ന് സ്വയം കരുതിയിരുന്ന മനുഷ്യന്റെ നിലനിൽപ്പിനെത്തന്നെ ചോദ്യം ചെയ്തുകൊണ്ട് അതിന്റെ പടയോട്ടം ആരംഭിച്ചു.

ലോക്ക്ഡൌൺ 1

മാർച്ച് 24 അർദ്ധ രാത്രിമുതൽ 21 ദിവസം നീണ്ടുനിന്ന ആദ്യത്തെ ലോക്ക്ഡൌൺ. അപകടകരമായ രോഗവ്യാപനവും ആത്യന്തികമായ ജീവനാശവും തടയാൻ ഒരു ആരോഗ്യ അടിയന്തരാവസ്ഥ. ജനം അക്ഷരാർത്ഥത്തിൽ ഭയചകിതരായ കാലം. വ്യക്തി സ്വാതന്ത്ര്യവും, മൗലികാവകാശങ്ങളുമൊക്കെ നിഷേധിക്കപ്പെട്ടപ്പോഴും ഒരക്ഷരം എതിർത്ത് പറയാൻ വയ്യാതായിപ്പോയ കാലം. യുദ്ധകാലത്ത്പോലും ഇത്പോലൊരു സന്നിദ്ധാവസ്ഥ നമ്മൾ നേരിട്ട് കാണില്ല. രോഗവ്യാപനം നിയന്ത്രിക്കാൻ ജനങ്ങളുടെ കൂട്ടം കൂടലും ഇടപെടലും തടയുകയല്ലാതെ മറ്റൊരു പോംവഴിയില്ലായിരുന്നു. ആളുകൾ പുറത്തിറങ്ങരുത്. വീടുകളിൽ ഒതുങ്ങിയിരിക്കണം. വാഹനങ്ങളൊന്നും പുറത്തിറക്കരുത്. യാത്രകളൊന്നും പാടില്ല. റോഡുകളുടെ നിയന്ത്രണം പോലീസ്

ഏറ്റെടുത്തു. കത്തുന്ന ചൂടിലും വാഹനങ്ങൾ നിയന്ത്രിക്കാൻ അവർ റോഡുകളിൽ വിയർത്തുകൊണ്ട് കാവൽ നിന്നു. അടിയന്തര ചികിത്സാർത്ഥമല്ലാതെ പുറത്തേക്ക് പോകാൻ വയ്യ. അപ്പോഴും ആവശ്യങ്ങളുൾക്കൊള്ളുന്ന സത്യപ്രസ്താവന കയ്യിൽ കരുതണം. പല ഇടങ്ങളിലും യാത്രക്കാരും പോലീസും തമ്മിൽ തർക്കങ്ങളുണ്ടായി. അനാവശ്യമായി വാഹനം ഇറക്കിയ പലരും പോലീസിന്റെ ശാസനയും ഭേദ്യവും നേരിട്ടു. ഉദ്ദേശശുദ്ധി എളുപ്പം തിരിച്ചറിയാനുള്ള യാതൊരു വിദ്യയും നിയമപാലകരുടെ കൈവശമില്ലല്ലോ.

സാമൂഹ്യ രാഷ്ട്രീയ വിദ്യാഭ്യാസ പ്രവർത്തനങ്ങളെല്ലാം നിലച്ചു. നിർമാണ മേഖലയും വിനോദസഞ്ചാര മേഖലയും പൂർണ്ണമായി സ്തംഭിച്ചു. മതപരമായ ചടങ്ങുകൾ നിർത്തിവെച്ചു. ആരാധനാലയങ്ങൾ അടച്ചു. ഉൽപ്പാദന മേഖല പൂർണ്ണമായി സ്തംഭിച്ചു. അവശ്യ വസ്തുക്കളുടെ കടകളൊഴികെ മറ്റ് കച്ചവടസ്ഥാപനങ്ങളൊക്കെ അടച്ചു. ഫാക്ടറികൾ നിശ്ചലമായി. ഓഫീസുകൾക്ക് അവധി കൊടുത്തു. ബേങ്കുകളുടെ പ്രവർത്തന സമയം നിശ്ചിതപ്പെടുത്തി. ജോലിക്കാരുടെ എണ്ണം കുറച്ചു. കുട്ടികൾക്ക് പരീക്ഷയുടെ കാലമായിരുന്നു. പരീക്ഷകളെല്ലാം മാറ്റി വെച്ചു. മാർക്കറ്റുകളും മാളുകളും നിശ്ചലമായി. പൊതുസ്ഥലങ്ങളും റോഡുകളും വിജനമായി. ജില്ലകളിൽ കർഫ്യൂ പ്രഖ്യാപിച്ചു. ഒഴിച്ചുകൂടാനാവാത്ത ചികിത്സാവശ്യങ്ങൾക്ക് മാത്രം പുറത്തിറങ്ങുന്ന ചുരുക്കം ആളുകൾ. ബാക്കി എല്ലാവരും വീടുകളിൽ ഒതുങ്ങികഴിയുന്ന അവസ്ഥ. കോവിഡ് ലോകത്താകമാനം പടരുന്ന വാർത്തകൾ പത്ര മാധ്യമങ്ങളിലും ചാനലുകളിലും തുടർച്ചയായി വന്നുകൊണ്ടിരുന്നു.

രോഗവ്യാപനം തീവ്രമായ ഇടങ്ങളിൽ നിലവിലുള്ള നടപടികളും നിയന്ത്രണങ്ങളും പോരെന്ന് വന്നപ്പോൾ 'ട്രിപ്പിൾ ലോക്ക്ഡൌൺ' എന്ന കടുത്ത നിയന്ത്രണം പോലും ഏർപ്പെടുത്തേണ്ടി വന്നു. ജനങ്ങൾ പുറത്തിറങ്ങുന്നത് തടയാൻ യാതൊരു ദാക്ഷിണ്യവുമില്ലാതെ പോലീസിന് കടുത്ത നടപടികൾ സ്വീകരിക്കേണ്ടിവന്നു. റോഡുകൾ അടച്ച് നിയന്ത്രണ മേഖലയിലെ ആളുകളുടെ സഞ്ചാരം തടഞ്ഞും, രോഗികളും അവരുമായി ബന്ധപ്പെട്ടവരുമുൾക്കൊള്ളുന്ന മേഖലക്ക് കാവൽനിന്നും, രോഗം ബാധിച്ചവരെ ആശുപത്രികളിലേക്ക് മാറ്റിയതിന് ശേഷം സുരക്ഷാജീവനക്കാരെവെച്ച് വീട്ടുകാരെ പുറത്തിറങ്ങാനാനുവദിക്കാതെ വീടുകളിൽ ഒതുക്കിയും, മൊബൈൽ സാങ്കേതിക പ്രയോഗങ്ങൾ വഴി ക്വാറൻടൈനിലുള്ളവരുടെ നീക്കങ്ങൾ വീക്ഷിച്ചും, മോട്ടോർ വാഹനങ്ങളിൽ റോന്ത് ചുറ്റിയും, അവശ്യ സാധനങ്ങൾ സന്നദ്ധപ്രവർത്തകർ വഴി വീടുകളിലെത്തിച്ചും അതിശക്തമായ നടപടികളാണ് സമൂഹ വ്യാപനത്തിന്റെ ആഘാതം കുറക്കുന്നതിനുവേണ്ടി കാസർകോട് ജില്ലയിലും പിന്നീട് തിരുവനന്തപുരത്തും ട്രിപ്പിൾ ലോക്ക് ഡൗണിൽ പോലീസ് നടപ്പിലാക്കിയത്. ആലോചിച്ചുനോക്കൂ, ഒരു അണുജീവിയെ കൈകാര്യം ചെയ്യാൻവേണ്ടി സ്വീകരിക്കേണ്ടിവന്ന യുദ്ധസമാനവും അസാധാരണമായ കരുതൽ പ്രതിരോധ നീക്കങ്ങൾ!

പൊതു ഗതാഗതങ്ങളെല്ലാം നിർത്തി. ആഭ്യന്തര അന്തർദേശീയ വിമാന സർവീസുകൾ നിർത്തി. നമ്മുടെ ശൃംഖലാബദ്ധമായ സഞ്ചാര വലക്കണ്ണികളാണല്ലോ റെയിൽവേ. ഇന്ത്യയെന്ന മഹാരാജ്യത്തിന്റെ വിശാല വൈവിധ്യങ്ങളെയെല്ലാം പരസ്പരം ബന്ധിപ്പിക്കുന്ന സിരാധമനികൾ. അത് നിശ്ചലമായാൽ രാജ്യം നിശ്ചലമായി. അതെ, ട്രെയിനുകളും ഓട്ടം നിർത്തി. എവിടെയാണോ ആളുകൾ നിലവിലുള്ളത് അവിടെത്തന്നെ തുടരുക എന്നാണ് പ്രധാനമന്ത്രി ജനങ്ങളോട് ആവശ്യപ്പെട്ടത്. രോഗം പടരാതിരിക്കാൻ ആളുകളുടെ യാത്രകൾ നിയന്ത്രിക്കേണ്ടത് അത്യാവശ്യമായിരുന്നു. അതിന്റെ അനന്തര ഫലം അനുഭവിച്ചത് അന്യസംസ്ഥാനങ്ങളിൽനിന്നും വന്ന തൊഴിലാളികളും പല പല ആവശ്യങ്ങൾക്കായി യാത്ര പോയി അവിടങ്ങളിൽ പെട്ടുപോയവരുമായിരുന്നു. അവരുടെ ധർമ്മസങ്കടങ്ങൾ കണ്ടറിയാനും പരിഹരിക്കാനും ആരുമുണ്ടായില്ല.

കുട്ടികളും കുടുംബവുമായി അന്യ സംസ്ഥാനങ്ങളിൽ പോയി പണിയെടുത്ത് ജീവിച്ച പതിനായിരക്കണക്കിന് ആളുകൾ. കേരളം പോലുള്ള സംസ്ഥാനങ്ങളിൽ ലക്ഷക്കണക്കിന് അതിഥി തൊഴിലാളികൾ ഈവിധം വർഷങ്ങളായി താമസിച്ച് വരികയാണല്ലോ. രാജ്യം അടച്ചു. ജോലിയില്ല. വരുമാനമില്ല. രോഗ ഭീഷണിനിലനിൽക്കുന്നു. തികഞ്ഞ

അനിശ്ചിതത്വം. ജീവിതം കരുപ്പിടിപ്പിക്കാൻവേണ്ടി ജന്മ നാട്ടിൽനിന്നും ദൂരെ ദൂരെ വന്ന് പെട്ട് നിസ്സഹായരായിപ്പോയവർ. ജീവിതം വഴിമുട്ടിയ അവസ്ഥയിൽ വീർപ്പടക്കി നിന്നുപോയവർ. ലോക്ക്ഡൌൺ പ്രഖ്യാപനത്തിനും അത് നടപ്പിലാവുന്നതിനുമിടയിലുള്ള ചുരുക്കം മണിക്കൂറുകൾക്കുള്ളിൽ സ്വന്തം ഇടങ്ങളിലേക്ക് എല്ലാം ഇട്ടെറിഞ്ഞ് ധൃതിവെച്ച് പോകുക എന്നത് മനുഷ്യസാധ്യമായിരുന്നില്ല.

കേരളം അതിഥി തൊഴിലാളികളെ അങ്ങനെ വിശേഷിപ്പിക്കുക മാത്രമല്ല ചെയ്തത്. അവരെ അതിഥികളായി ചേർത്തുപിടിച്ചു. അവർക്കു വേണ്ടി പ്രത്യേക ക്യാമ്പുകൾ തയ്യാറാക്കി. കമ്മ്യൂണിറ്റി കിച്ചൻ സ്ഥാപിച്ച് സൗജന്യ ഭക്ഷണം നൽകി. യാത്രാ സൗകര്യങ്ങൾ പുനഃസ്ഥാപിക്കുന്നതുവരെ അതിഥി തൊഴിലാളികളുടെ ക്ഷേമം ഉറപ്പാക്കാൻ പ്രാദേശിക ഭരണ സമിതികൾ കിണഞ്ഞു പരിശ്രമിച്ചു. തികഞ്ഞ നിസ്സഹായ അവസ്ഥയിൽ, നാട്ടിലെത്താൻ കഴിയാത്ത വിഷമത്തിൽ അസ്വസ്ഥരായി സംഘടിച്ച, പ്രതിഷേധിച്ച അതിഥി തൊഴിലാളികളോട് ഭരണകൂടവും പോലീസും അങ്ങേയറ്റത്തെ ക്ഷമയും സംയമനവും കാണിച്ചു എന്നതും എടുത്ത് പറയേണ്ടതാണ്.

ഇന്ത്യൻ നഗരങ്ങളിൽനിന്നും ഗ്രാമങ്ങളിലേക്ക് തൊഴിലാളികളുടെ കൂട്ട പലായനം ആരംഭിച്ചതും ഏതാണ്ട് ഈ സമയത്താണ്. അതിജീവനത്തിൻവേണ്ടിയുള്ള പലായനം ഉത്തരേന്ത്യൻ ഗ്രാമങ്ങളിൽ പുതുമയുള്ള കാര്യമല്ല. പക്ഷേ ലോക് ഡൌൺ കാലത്തെ പലായനം അരക്ഷിതാവസ്ഥയും രോഗഭീതിയും ഗതാഗതസൗകര്യമില്ലായ്മയും എല്ലാം ചേർന്നുള്ള സങ്കീർണ അവസ്ഥയുടെ പരിണതിയായിരുന്നു.

കൊച്ചു കുട്ടികളും പ്രായം ചെന്ന സ്ത്രീ പുരുഷന്മാരുമൊക്കെ ചേർന്ന ചെറുതും വലുതുമായ സംഘങ്ങൾ നൂറു കണക്കിന് കിലോമീറ്റർ താണ്ടിയുള്ള നടത്തം, രാവും പകലും എന്ന ഭേദമില്ലാതെ ചൂടും തണുപ്പും പൊടിക്കാറ്റും വിശപ്പും സഹിച്ച് അവർ നടക്കുകയായിരുന്നു. പ്രകൃതി ദുരന്തമായാലും മഹാമാരിയായാലും എപ്പോഴും ഇരകളായി മാറുന്നത് തുച്ഛവരുമാനക്കാരായ സാധാരണ ജനങ്ങളാണെന്ന് ദേശീയപാതയിലെയും റെയിൽപ്പാതയിലെയും ഈ പലായനക്കാഴ്ചയും കാട്ടിത്തരുന്നു. ആയിരത്തിനടുത്ത് ആളുകളുടെ ജീവൻ പലായനത്തിൽ പൊലിഞ്ഞു എന്നാണ് അനൗദ്യോഗിക കണക്ക്. സംസ്ഥാന അതിർത്തികൾ അടക്കണമെന്നും കൂട്ട പലായനങ്ങൾ നിയന്ത്രിക്കണമെന്നും കേന്ദ്ര സർക്കാർ ആവശ്യപ്പെട്ടെങ്കിലും സംസ്ഥാനങ്ങൾക്ക് ബലമായി ഈ മനുഷ്യ ഒഴുക്കിനെ തടയാൻ സാധിക്കുമായിരുന്നില്ല. കൂട്ടപ്പലായനത്തിന്റെ വാർത്തകളും ദയനീയ ചിത്രങ്ങളും പുറത്തുവന്നപ്പോൾ കാര്യത്തിന്റെ ഗൗരവം ഉൾക്കൊണ്ട് ഗതാഗത സംവിധാനങ്ങൾ കുറേയൊക്കെ ക്രമീകരിക്കാൻ കേന്ദ്ര സംസ്ഥാന സർക്കാരുകൾ തയ്യാറായയത് ദൈന്യതയുടെ തീവ്രത കുറച്ചു.

കോവിഡ് മാറുമ്പോൾ, തൊഴിലിടങ്ങൾ സജീവമാകുമ്പോൾ ഇവരൊക്കെ മടങ്ങിപ്പോകാതിരിക്കില്ല. സ്വന്തം ഗ്രാമങ്ങളിലെ തൊഴിലില്ലായ്മയും പട്ടിണിയും അതിജീവിക്കാൻ അവരുടെ മുന്നിൽ വേറെ വഴിയില്ലല്ലോ. അന്നവർ പക്ഷേ നടന്ന് പോകേണ്ടിവരില്ല. ഗ്രാമങ്ങൾക്കും നഗരങ്ങൾക്കുമിടയിൽ ആവശ്യത്തിന് ട്രെയിനുകൾ ഓടും. ചിലപ്പോൾ വിമാനങ്ങളും. ഫാക്ടറികളും പണിശാലകളും പ്രവൃത്തിക്കാൻ, ബഹുനില കെട്ടിടങ്ങൾ പണിതുയർത്താൻ, തുരങ്കങ്ങളും മേൽപ്പാലങ്ങളും തീർക്കാൻ അവർ വേണമല്ലോ. അടിമകളെപ്പോലെ അഹോരാത്രം പണിയെടുത്ത് വിസ്മയ നിർമിതികളും വികസന പദ്ധതികളും പൂർത്തിയാക്കിയ ജനസഹസ്രങ്ങൾ എന്നും വിസ്മൃതിയുടെ ആഴങ്ങളിൽ തള്ളപ്പെട്ടുപോയ കഥകളാണല്ലോ ചരിത്രത്തിലേറെയും.

വിവിധ സ്ഥലങ്ങളിൽ കുടുങ്ങിപ്പോയവർക്കും, അന്യ സംസ്ഥാനങ്ങളിൽ താമസിച്ച് ജോലി ചെയ്യുന്നവർക്കും സ്വന്തം നാട്ടിൽ എത്താനുള്ള സാവകാശവും അടിയന്തര ഗതാഗത സൗകര്യങ്ങളും ഏർപ്പെടുത്തിയതിനുശേഷം ലോക്ക്ഡൌൺ പ്രഖ്യാപിച്ചിരുന്നുവെങ്കിൽ ഇത്രയും യാതനകൾ ആളുകൾ സഹിക്കേണ്ടിവരുമായിരുന്നോ? തുടക്കത്തിൽ അസാധാരണമായ നിയമങ്ങളും കടുത്ത നിയന്ത്രണങ്ങളും സ്വീകരിച്ചിട്ടും മാസങ്ങൾക്ക് ശേഷം കോവിഡ് ഇന്ത്യയിലാകെ പടർന്നത് നാം കണ്ടതാണ്. വ്യാപനം വർധിക്കുമ്പോൾ അടച്ചുപൂട്ടൽ ലഘൂകരിക്കുകയും നിയന്ത്രണങ്ങളിൽ ഇളവ് വരുത്തുകയും ചെയ്യേണ്ടിവന്ന വൈരുദ്ധ്യവും

നമ്മൾ കണ്ടു. ഒന്നാമത്തെ ലോക്ക്ഡൌൺ കഴിഞ്ഞ് ആറ് ദിവസങ്ങൾക്കുശേഷം തന്നെ ഇളവുകൾ പ്രഖ്യാപിച്ചുതുടങ്ങിയല്ലോ. മണിക്കൂറുകളുടെ ഇടവേളയിൽ ലോക്ക്ഡൌൺ നടപ്പിലാക്കുന്നതിന് പകരം വിവിധയിടങ്ങളിൽ പെട്ടുപോയവർക്ക് ഒരൽപ്പം സാവകാശം നൽകി പൊതുഗതാഗതം ക്രമീകരിച്ച് ആളുകൾക്ക് യഥാസ്ഥാനങ്ങളിൽ എത്തിച്ചേരാൻ സൗകര്യമൊരുക്കിയിരുന്നെങ്കിൽ എത്ര നന്നായിരുന്നു എന്ന് തോന്നിയിരുന്നു. മറിച്ച് ചിന്തിക്കാൻ, തീരുമാനിക്കാൻ ഭരണാധികാരികൾക്ക് ന്യായീകരണം കാണും. അതിനെ ചോദ്യം ചെയ്യുന്നില്ല. അന്തജ്ഞത എന്ന മഹിമാവിശേഷമാണല്ലോ അധികാരികളിൽനിന്നും പാവം പൊതുജനം പ്രതീക്ഷിക്കുന്നത് എന്ന് മാത്രമേ വിവക്ഷയുള്ളൂ.

ലോക്ക്ഡൌൺ 2

ഏപ്രിൽ 15 ന് ലോക്ക്ഡൌൺ മെയ് 3 മൂന്ന് വരെ ദീർഘിപ്പിച്ചു.

ഏപ്രിൽ മാസം പകുതിയാവുമ്പോഴേക്കും മിക്ക സംസ്ഥാനങ്ങളിലും രോഗവ്യാപനത്തിന്റെ തോത് വർധിക്കാൻ തുടങ്ങി. ഇന്ത്യയിൽ അകെ കോവിഡ് കേസുകൾ പതിനായിരം കടന്നു. മഹാരാഷ്ട്രയിലായിരുന്നു കൂടുതൽ രോഗികൾ. 325 മരണങ്ങൾ സംഭവിച്ചു. അതേ സമയം കേരളത്തിൽ രോഗവ്യാപനം കുറയുകയായിരുന്നു. 427 കേസുകളിൽ 307 പേർ സുഖം പ്രാപിച്ചു. മരണം പക്ഷേ മൂന്നായി ആയി വർധിച്ചു.

ജാഗ്രതയും കരുതലും കൈവിടാതെ നിയന്ത്രണങ്ങൾ കർശനമായി തുടരേണ്ട അവസ്ഥ തന്നെ. ആളുകൾ വീടുകളിൽ തന്നെ കഴിഞ്ഞുകൂടണം. പൊതുഗതാഗതം ഉണ്ടാവില്ല. വിദ്യാഭ്യാസ സ്ഥാപനങ്ങൾ വ്യവസായ സ്ഥാപനങ്ങൾ എന്നിവ അടഞ്ഞുകിടക്കും. ഓഫീസുകൾ മൂന്നിലൊന്ന് ഉദ്യോഗസ്ഥരുമായി പ്രവൃത്തിക്കും. പാസ് എടുത്തുകൊണ്ട് മാത്രമേ സ്വകാര്യ യാത്രകൾ നടത്താനാവുകയുള്ളൂ. ചരക്കുകളുടെ അന്തർ സംസ്ഥാന നീക്കം തടസ്സമില്ലാതെ നടന്നു. അവശ്യ സാധനങ്ങളുടെ കടകൾ തുറക്കും. ബസ്സും ട്രെയിനുമില്ലാത്ത അവസ്ഥയിൽ മരുന്നുകളുടെയും, ആരോഗ്യ ഉപകരണങ്ങളുടെയും ലഭ്യത ഉറപ്പാക്കുക എന്നത് ശ്രമകരമായിരുന്നു. സ്ഥിരമായി മരുന്ന് കഴിക്കുന്ന രോഗികളുടെ ഉൽക്കണ്ഠ തീവ്രവുമായിരുന്നു. എല്ലാ മരുന്ന് കടകളിലും എല്ലാ മരുന്നുകളും ലഭ്യമാവണമെന്നില്ലല്ലോ. ചില മരുന്നുകൾ ദൂരെ നിന്ന് എത്തിക്കേണ്ടിവരും. എങ്ങനെ മരുന്നുകൾ എത്തിക്കും. ആരെയും കുഴക്കുന്ന ചോദ്യം. ദീർഘ രോഗങ്ങൾക്ക് സ്ഥിരമായി മരുന്ന് കഴിച്ചുകൊണ്ടിരുന്നവരുടെ അവസ്ഥ ആലോചിച്ചുനോക്കൂ. ശരീരവും മനസ്സും തളർന്നുപോവുക സ്വാഭാവികമാണല്ലോ. രോഗികളും ബന്ധുക്കളും അനുഭവിച്ച മാനസിക സംഘർഷങ്ങൾക്ക് കണക്കില്ലായിരുന്നു.

ലോക്ക്ഡൌൺ ചട്ടങ്ങളിൽനിന്ന് മരുന്നുകളുടെ അനുബന്ധ സേവനങ്ങളും ഒഴിവാക്കിയതുകൊണ്ട് മാത്രം പ്രശ്നം തീരില്ലല്ലോ. ആഭ്യന്തര അന്തർദേശീയ വിമാന സർവീസുകൾ റദ്ദാക്കിയതിനാൽ മരുന്നുകൾ എത്തിക്കുക എന്നത് വിഷമമുള്ള കാര്യം. മെഡിക്കൽ സ്റ്റോറുകളിൽ മരുന്നില്ലെങ്കിൽ ഗ്രാമാന്തരങ്ങളിൽ ഒറ്റപ്പെട്ടു കഴിയുന്ന രോഗിയുടെ കാര്യം പ്രയാസം തന്നെയാണല്ലോ. എങ്കിലും അവശ്യ മരുന്നുകൾക്ക് ക്ഷാമമില്ലാതെ മരുന്ന് വിതരണം കാര്യക്ഷമമാക്കുന്നതിൽ മരുന്ന് കമ്പനികൾക്കും വിതരണ ശൃംഖലകൾക്കും സാധിച്ചു.

പോലീസും, അഗ്നിരക്ഷാ വിഭാഗവും, സന്നദ്ധ സംഘങ്ങളുമൊക്കെ ആവശ്യക്കാർക്ക് മരുന്ന് എത്തിക്കുന്നതിന് വേണ്ടി ആത്മാർഥമായി പരിശ്രമിച്ചു. നൂറ് കണക്കിന് കിലോമീറ്ററുകൾക്കപ്പുറത്ത്നിന്നും പ്രത്യേക മരുന്നുകൾ മണിക്കൂറുകൾകൊണ്ട് എത്തിക്കാൻ ഈ സംവിധാനങ്ങൾക്ക് കഴിഞ്ഞു. അവശരായ രോഗികളുടെ മുന്നിൽ മരുന്നുകളുമായി ദൈവദൂതരെപ്പോലെ അവരെത്തി. ലോക്ക്ഡൌൺ നീളുന്ന അവസ്ഥയിൽ മരുന്നുകൾ സ്ഥിരമായി ലഭിക്കുമോ എന്ന വേവലാതി അപ്പോഴും രോഗികളിൽ വിട്ടുമാറാതെനിന്നു.

സാനിറ്റൈസറുകൾ, കൈകഴുകാനുള്ള ലായനികൾ, ഗുണനിലവാരമുള്ള മാസ്കുകൾ എന്നിവ ലോക്ക്ഡൌൺ ആദ്യനാളുകളിൽ പ്രാദേശികമായി വേണ്ടത്ര ലഭ്യമായിരുന്നില്ല. പക്ഷേ ദിവസങ്ങൾക്കുള്ളിൽ ഇത്തരം പ്രശ്നങ്ങൾ പരിഹരിക്കപ്പെട്ടു. രോഗപ്രതിരോധ സാമഗ്രികളായ പിപിഇ കിറ്റുകൾ, മാസ്കുകൾ, പരിശോധനാ കിറ്റുകൾ, വെന്റിലേറ്ററുകൾ എന്നിവയൊക്കെ തുടക്കത്തിൽ നമുക്ക് ഇറക്കുമതി ചെയ്യേണ്ടിവന്നെങ്കിലും വൈകാതെ നമ്മൾ സ്വയം പര്യാപ്തി കൈവരിച്ചു.

കടകൾ നിശ്ചിത സമയം മാത്രം പ്രവൃത്തിച്ചതിനാൽ അവശ്യ സാധനങ്ങൾ വാങ്ങാൻ എല്ലാവരും നന്നേ കഷ്ടപ്പെട്ടു. ഉൾനാടൻ കടകളൊന്നും പ്രവൃത്തിക്കാതായി. ആവശ്യമുള്ള സാധനങ്ങൾ കടകളിലും മാളുകളിലും പോയി ഉല്ലസിച്ച് വാങ്ങി ശീലിച്ച മനുഷ്യർക്ക് ഇതൊരു പരീക്ഷണ കാലം. നിശ്ചിത സമയപരിധിയിൽ സാമൂഹിക അകലം പാലിച്ച് കടകൾക് മുന്നിൽ വരിനിന്ന് ആവശ്യവസ്തുക്കൾ വാങ്ങേണ്ട സ്ഥിതിയായി. നിയന്ത്രിത മേഖലകളിൽ സാധനങ്ങൾ വീടുകളിൽ എത്തിക്കുന്ന സംവിധാനം നിലവിൽ വന്നു. വീടുകളിൽ ലഭ്യമാകുന്നവ കൊണ്ട് ആളുകൾ തൃപ്തിപ്പെടേണ്ടി വന്നു.

കേരളത്തിലെ പൊതുവിതരണ സംവിധാനത്തിന്റെ മികവ് ഈ പ്രതിസന്ധിയെ മറി കടക്കാൻ തുണയായി. സംസ്ഥാനത്ത് 87 ലക്ഷത്തിൽ പരം റേഷൻ കാർഡ് ഉടമകളുണ്ടെന്നാണ് കണക്ക്. അവശ്യ സാധനങ്ങൾ റേഷൻ കടകൾ വഴി ലഭ്യമാക്കാൻ സർക്കാർ ശ്രമിച്ചു എന്നത് ജനങ്ങൾക്ക് വലിയ ആശ്വാസമായി. വരുമാനനില പരിഗണിക്കാതെ എല്ലാ കാർഡ് ഉടമകൾക്കും അരിയും പലചരക്ക് സാധനങ്ങളുടെ കിറ്റും വിതരണം ചെയ്തു. ഗാർഹിക സമ്പദ് വ്യവസ്ഥ തകർന്നുപോയ കോവിഡ് കാലത്ത് ആരും പട്ടിണികിടക്കുന്നില്ലെന്ന് ഉറപ്പ് വരുത്താൻ കഴിഞ്ഞത് ചെറിയ കാര്യമല്ല.

വിവര സാങ്കേതിക മേഖലയിലെയും സംഘടിത മേഖലയിലെയും ജോലികൾ വീടുകളിൽനിന്നും ചെയ്യുന്ന വർക്ക് ഫ്രം ഹോം രീതി നിലവിൽ വന്നത് കോവിഡ് കാലത്തെ സുപ്രധാനമായ ഒരു മാറ്റമാണ്. പൊതുജനങ്ങളുമായി നേരിട്ട് ബന്ധപ്പെടുന്ന തൊഴിൽ മേഖലകളിൽ അസാധ്യമായത് ഇന്റർനെറ്റ്സാങ്കേതിക വിദ്യയുടെ പിൻബലത്തിൽ സുഗമമായി വീടുകളിൽനിന്ന് ചെയ്യാമെന്ന നില വിജയകരമായ രീതിയിൽ കമ്പനികൾ നടപ്പാക്കി. വർക്ക് ഫ്രം ഹോം

കോവിഡ് സാഹചര്യത്തിൽ അനിവാര്യമായ മാറ്റമായിരുന്നുവെങ്കിലും ഈയൊരു തൊഴിൽ ശ്രേണി ഭാവിയിൽ കൂടുതൽ ശക്തിപ്പെടാനാണ് സാധ്യത. തൊഴിൽ സ്ഥാപനങ്ങൾക്ക് ഓഫീസ് സംവിധാനമുൾപ്പടെ മിക്ക സംസ്ഥാപനച്ചെലവുകളും അനുബന്ധ ചെലവുകളും ലാഭിക്കാമെന്നത് വലിയ നേട്ടമാണ്. യാത്രക്കും മറ്റു കാര്യങ്ങൾക്കുമായുള്ള സമയം ജോലിക്ക് വിനിയോഗിക്കുക വഴി ഫലപ്രാപ്തി കൂട്ടാമെന്നതും ഒരു ആകർഷണമത്രേ. സ്വന്തം വീടുകളിൽ ലഭിക്കുന്ന സ്വാതന്ത്ര്യവും അനൗപചാരിക അന്തരീക്ഷവും വ്യക്തിയുടെ മാനസിക ആയാസത വർധിപ്പിക്കുമെന്നും അത് വഴി തൊഴിൽ മികവ് കൂട്ടുമെന്നും വാദമുണ്ട്. മനുഷ്യശേഷിയുടെ ഉപയോഗമൂല്യം കൃത്യമായി പഠിക്കാനുള്ള അവസരമായി കമ്പനികൾ ഈയൊരു മാറ്റത്തെ ഉപയോഗിക്കും എന്ന കാര്യത്തിൽ സംശയമില്ല. മാറിയ രീതി അവർക്ക് മെച്ചമാണെന്ന് കണ്ടാൽ തദനുസരണമായ ഒരു തൊഴിൽസംസ്കാരം ഭാവിയിൽ രൂപപ്പെട്ട് വന്നേക്കാം. തൊഴിൽ സ്വാതന്ത്ര്യവും അവകാശവുമൊക്കെ പുതിയ രീതിയിൽ പുനർ നിർവ്വചിക്കപ്പെട്ടേന്നും വരാം. ജോലിയുമായി ബന്ധപ്പെട്ടുള്ള വിവര സുരക്ഷയുടെ കാര്യത്തിൽ സൂക്ഷ്മമായ കരുതൽ എന്തായാലും ആവശ്യപ്പെടുന്നുണ്ട് ഈ മാറിയ തൊഴിൽരീതി. അതെ സമയം ഓഫീസ് അന്തരീക്ഷത്തിൽ ലഭിക്കുന്ന ആത്മവിശ്വാസവും വ്യക്തിത്വ വികാസവും കൂട്ടായ പ്രവർത്തനത്തിന്റെ ശക്തിയും പുതിയ സംവിധാനത്തിൽ നഷ്ടപ്പെടുന്നു എന്നത് ഒരു കുറവ് തന്നെയാണ്.

കോവിഡ് കാലത്ത് പലതും നിശ്ചലമായെങ്കിലും ഇതര രോഗങ്ങൾ അങ്ങനെ അടങ്ങിയിരിക്കില്ലല്ലോ. ഇങ്ങനെ രോഗങ്ങൾ വന്നവരുടെ സ്ഥിതി വളരെ പ്രയാസകരമായിരുന്നു. ചെറിയൊരു അസ്വാസ്ഥ്യം വന്നാൽ ഡോക്ടറെ കാണാൻ ഓടുന്ന ശീലമാണല്ലോ പൊതുവെ. സ്ഥിര രോഗങ്ങൾക്ക് തുടർച്ചയായി ചികിത്സ എടുക്കുന്നവരും ധാരാളമുണ്ട്. ഇതിനെല്ലാമപ്പുറം ഏത്രോഗം പോലെ പെട്ടെന്ന് ചികിത്സ ലഭിക്കേണ്ട സ്ഥിതി വന്നാൽ എന്ത് ചെയ്യും. ഉദ്ദേശിക്കുന്നപോലെ പുറത്തേക്ക് പോകാൻ വയ്യ. സർക്കാർ ആശുപത്രികളിലും, മെഡിക്കൽ കോളേജുകളിലും കോവിഡ് ചികിത്സ കൂടി നടത്തേണ്ടതിനാൽ ഡോക്ടർമാരും നഴ്സുമാരും തിരക്കിലാണ്. സ്വകാര്യ ആശുപത്രികളിൽ ഡോക്ടർമാരുടെ സേവനം കുറഞ്ഞു. ചികിത്സ പരിമിതമായി. ആശുപത്രികളിലെത്തുന്ന രോഗികളിൽ വൈറസ് ബാധിതരുണ്ടോ എന്ന് ആദ്യം പരിശോധിക്കേണ്ടതായിവന്നു. പരിശോധനയിലും രോഗനിർണയത്തിലും ചികിത്സയിലുമൊന്നും സാമൂഹിക അകലം പാലിക്കാനുമാവില്ലല്ലോ. ആരോഗ്യരംഗത്ത് പ്രവർത്തിച്ചവരും രോഗികളും അനുഭവിച്ച അന്തർസംഘർഷത്തിന്റെ ആഴം അനുഭവിച്ചവർക്കേ അറിയൂ. ഈ സന്നിദ്ധ ഘട്ടത്തിൽ

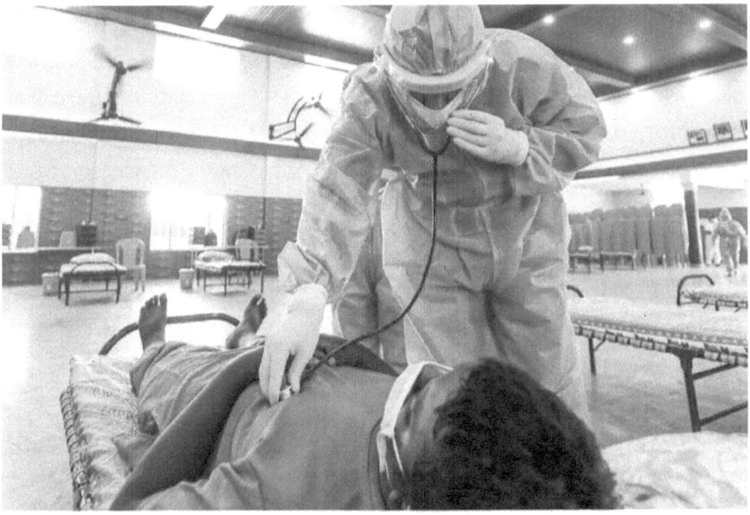

രോഗം വരുമോ, വന്നാൽ എന്ത് ചെയ്യും. ആശുപത്രിയിൽ പോകുന്നതും അവിടെ താമസിക്കുന്നതും കോവിഡ് പിടിപെടാനുള്ള സാധ്യത കൂട്ടുകയില്ലേ. ഇങ്ങനെയൊക്കെയുള്ള ഭീതിയായിരുന്നു പൊതുവെ. ജീവിതം അനിശ്ചിതത്വത്തിന്റെ തടവറയിലാണെന്ന് ആരും ചിന്തിച്ചുപോകുന്ന അവസ്ഥ. ഭൗതിക സൗകര്യങ്ങളും പണവും പ്രശസ്തിയും എല്ലാം ആവശ്യത്തിലേറെ ഉണ്ടായാലും ജീവിതം സുരക്ഷിതമല്ലെന്നൊരു തോന്നൽ പലരെയും കീഴടക്കി. ഈ നൂറ്റാണ്ടിൽ ജീവിച്ച മനുഷ്യർ ഇങ്ങനെയൊരു അരക്ഷിതാവസ്ഥയിലൂടെ ആദ്യമായി കടന്നുപോവുകയായിരുന്നു.

പൊതുചടങ്ങുകളും സ്വകാര്യ ചടങ്ങുകളും മാറ്റിവെച്ചു. നേരത്തെ നിശ്ചയിച്ചുറപ്പിച്ച വിവാഹങ്ങൾ പലതും മാറ്റിവെച്ചു. മാറ്റി വെക്കാൻ കഴിയാത്തവർ 20 പേരിൽ ഒതുക്കി ചടങ്ങ് നടത്തി. ബന്ധുക്കളും സുഹൃത്തുക്കളും നവമാധ്യമ തത്സമയ സംപ്രേക്ഷണങ്ങളിലൂടെ മംഗല്യ ചടങ്ങുകൾ വീക്ഷിച്ചു. ചടങ്ങുകൾ അമിതാർഭാടമൊഴിവാക്കി നടത്താനുള്ള ആഹ്വാനം എത്രയോ കാലമായി നാം കേൾക്കുന്നു. ഒരു സൂക്ഷ്മജീവി അത് ദിവസങ്ങൾക്കുള്ളിൽ നടത്തിയെടുത്തു.

ഏപ്രിൽ മാസത്തിൽ കോവിഡ് കേസുകളുടെ എണ്ണം ക്രമീകൃതമായി കുറക്കാൻ നമുക്ക് കഴിഞ്ഞു. രോഗബാധിതതരിൽ പരമാവധിപേരെ രോഗമുക്തരാക്കാനും ഈ ഘട്ടത്തിൽ കഴിഞ്ഞു. രാജ്യത്തെ ഏറ്റവും പ്രായം ചെന്ന കോവിഡ് രോഗ ദമ്പതികളും, ബ്രിട്ടീഷ് പൗരനായ ബ്രിയാൻ നീലും രോഗം മാറിയവരിൽ പെടുന്നു. ഉന്നതനിലവാരം പുലർത്തുന്ന ആരോഗ്യകേന്ദ്രങ്ങളും, ശാസ്ത്രീയമായ പരിശോധനകളും, ലക്ഷണ ഭേദിയായ ചികിത്സയും, ത്യാഗസന്നദ്ധരായ ആരോഗ്യപ്രവർത്തകരും,

രോഗികളുമായി ബന്ധപ്പെട്ടവരെ കണ്ടുപിടിക്കാനും പൊതുധാരയിൽ നിന്നും മാറ്റി നിർത്താനും കാണിച്ച ശ്രദ്ധയും, ആരോഗ്യ വകുപ്പിന്റെ മികവാർന്ന പ്രവർത്തനവും മാതൃകാപരമായി. പുതിയ കേസുകളുടെ വർദ്ധനവ് 0.25 ശതമാനമായി കുറഞ്ഞു. സാങ്കേതികമായി പറഞ്ഞാൽ കോവിഡ് വ്യാപനത്തെ അഭിവ്യഞ്ജിപ്പിക്കുന്ന ആരോഹണ രേഖയെ (Graph) അവക്രനിലയിൽ ക്രമീകരിക്കാൻ നമുക്ക് കഴിഞ്ഞു.

കേരളത്തിലെ അതിഥി തൊഴിലാളികളെ നാട്ടിലെത്തിക്കുന്നതിന്റെ ഭാഗമായി ആദ്യത്തെ ട്രെയിൻ ആലുവയിൽനിന്നും പുറപ്പെട്ടത് ഈ രണ്ടാം ലോക്ക്ഡൌൺ ഘട്ടത്തിന്റെ അവസാന നാളുകളിലായിരുന്നു. ദീർഘമായ അനിശ്ചിതത്വത്തിനൊടുവിൽ സ്വന്തം നാട്ടിലേക്ക് പോകാനൊരുങ്ങി തൊഴിലാളികൾ. യാത്രാ സൗകര്യങ്ങളൊരുക്കി സർക്കാരും സംവിധാനങ്ങളും. നമ്മുടെ തൊഴിലിടങ്ങളെ സജീവമാക്കിയവരോടുള്ള നമ്മുടെ സ്നേഹവും കരുതലും പ്രകടമായ സന്ദർഭങ്ങൾ. അതിഥി തൊഴിലാളികളുടെ മുഖങ്ങളിലും നിറസംതൃപ്തി വായിച്ചെടുക്കാൻ കഴിയുന്നുണ്ടായിരുന്നു. പ്രതിസന്ധിയുടെ നാളുകളിൽ കേരളം അവരെ കൈവിട്ടില്ല, കരുതലോടെ ചേർത്തുപിടിച്ചു.

അടച്ചിരിപ്പിന്റെ കഠിനകാലം

ജനജീവിതം നിശ്ചലമാകുന്നു. ആളുകൾ പുറത്തിറങ്ങാതിരിക്കാൻ കർഫ്യൂ പോലുള്ള ശക്തമായ നടപടികൾ ഉണ്ടാവുന്നു. പാതകളും റോഡുകളും അങ്ങാടികളും നഗരങ്ങളുമൊക്കെ വിജനമാവുന്നു. വാഹനങ്ങളുടെ ഇരമ്പലുകളില്ല. ഉച്ചഭാഷിണികളുടെ ശബ്ദഘോഷങ്ങളില്ല. രോഗം രാജ്യസീമകൾ കടന്ന് പടരുന്ന വാർത്തകളാണ് പത്രമാധ്യമങ്ങളിലും ചാനലുകളിലും നിറയുന്നത്. പുറത്ത് അസുഖകരമായ ശാന്തതയാണ്. വീടുകളിൽ കുടുംബാന്തരീക്ഷത്തിന്റെ സജീവത ഉണ്ടെങ്കിലും ആളുകളുടെ മനസ്സിൽ അലോസരപ്പെടുത്തുന്ന ചിന്തകളാണ്.

മനുഷ്യൻ ഇതുപോലെ നിസ്സഹായ അവസ്ഥയിൽ പെട്ടുപോയൊരു കാലം മുമ്പുണ്ടായിട്ടില്ല. രോഗം ബാധിച്ചവരെന്നോ അല്ലാത്തവരെന്നോ വ്യത്യാസമില്ലാതെ സർവ്വരും പ്രതിസന്ധിയിൽ പെട്ടുപോയ അവസ്ഥ, അതായിരുന്നല്ലോ കോവിഡ് കാലം. പ്രകൃതിയെ ഇതര ജീവജാലങ്ങളെ വിഭവങ്ങളെ എല്ലാം സ്വന്തം ഇച്ഛക്കും താല്പര്യത്തിനും അനുസരിച്ച് ഉപയോഗിച്ച മനുഷ്യനെന്ന ജീവി സ്വന്തം ജീവൻ നിലനിർത്താൻ എല്ലാറ്റിൽനിന്നും ഉൾവലിഞ്ഞ് സ്വന്തം ഇടങ്ങളിൽ ഒതുങ്ങിക്കൂടേണ്ടിവന്ന കാലം.

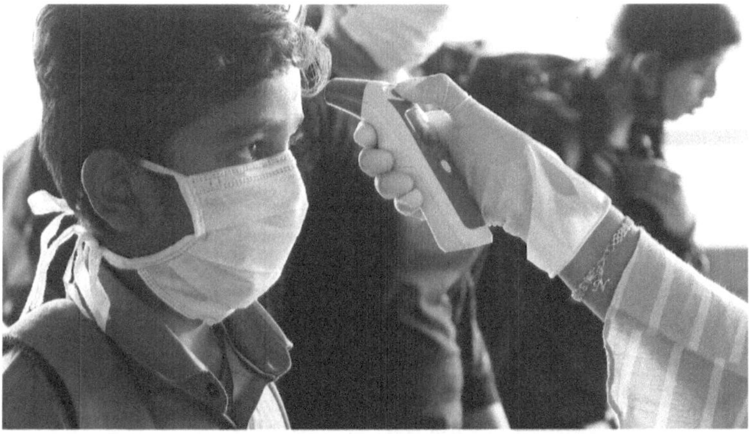

നൂറ്റാണ്ടുകൾക്ക് മുമ്പും മനുഷ്യൻ ഭീതിദമായ നിരവധി രോഗാവസ്ഥകളോട് ഏറ്റുമുട്ടിയിട്ടുണ്ട്. മനുഷ്യരാശിയുടെ അതിജീവന ചരിത്രം മഹാമാരികളെ നേരിട്ട് മുന്നേറിയ ചരിത്രം കൂടിയാണ്. പകർച്ചവ്യാധികളോട് പൊരുതി തളർന്നും വളർന്നും പിന്നിട്ട നീണ്ട കഠിനകാലം. ഇന്നത്തെപ്പോലെ മരുന്നുകളോ, ചികിത്സാരീതികളോ പ്രതിരോധ സംവിധാനങ്ങളോ അന്നില്ലായിരുന്നല്ലോ. ലക്ഷക്കണക്കിന് മനുഷ്യർ പകർച്ചവ്യാധികളുടെ തേരോട്ടത്തിൽ മരണത്തിന് കീഴടങ്ങി. ഗതാഗത സൗകര്യങ്ങളോ, വാർത്താ വിനിമയ സംവിധാനങ്ങളോ വികസിച്ചിട്ടില്ലാത്തതിനാൽ രോഗവിവരങ്ങളും, അപമരണങ്ങളുടെ കണക്കുകളും രോഗാതുരമായ മനസ്സിന്റെ നിലവിളികളും ചുരുങ്ങിയ സ്ഥലസീമകളിൽ ഒതുങ്ങനിന്നു. രോഗം സംഹാരതാണ്ഡവമാടി നാട് നിശ്ചലമാകുമ്പോൾ മാസങ്ങളല്ല, വർഷങ്ങളോളം ജനങ്ങൾ വീടുകളിൽ കഴിച്ചുകൂട്ടിയിട്ടുണ്ട്. ഭക്ഷണ ദൗർലഭ്യം രൂക്ഷമായതിനാൽ പട്ടിണികിടന്നുള്ള മരണവും അന്ന് സാധാരണമായിരുന്നു. പക്ഷേ ഇന്ന്, ശാസ്ത്ര സാങ്കേതിക മുന്നേറ്റത്തിൽ മരുന്നുകളും ചികിത്സയും വിപ്ലവം സൃഷ്ടിച്ച കാലത്ത്, വിവരവിനിമയ വിദ്യയാൽ ലോകം ഒരു ആഗോളഗ്രാമമായി മാറിയ കാലത്ത് എല്ലാം നിശ്ചലമാക്കി ഒരു വൈറസ്സ് മുന്നേറുന്നു എന്നത് എന്തൊരു വൈരുദ്ധ്യം. ഉത്ഭവം അജ്ഞാതമായ ഒരു പുതിയ അണുജീവി അക്ഷരാർത്ഥത്തിൽ നമ്മെ നിസ്സഹായരാക്കിയിരിക്കുന്നു. പക്ഷേ ഒരു കാര്യമുണ്ട്. ഇന്റർനെറ്റും, ഫേസ്ബുക്കും, വാട്സ് ആപ്പുമൊക്കെ ആളുകൾ തമ്മിലുള്ള അകലവും ഒറ്റപ്പെടലും ഒരു പരിധിവരെ ഇല്ലാതാക്കി. വീടുകളിൽ ഒതുങ്ങി കഴിയുമ്പോഴും ലോകത്ത് നടക്കുന്ന കാര്യങ്ങളെല്ലാം നിമിഷങ്ങൾക്കകം നാമറിഞ്ഞു. ബന്ധുക്കളും സുഹൃത്തുക്കളുമായി സൗഹൃദവും സമ്മർദ്ദവും പങ്കുവെച്ച് സങ്കടങ്ങളുടെ തീവ്രത ലഘൂകരിക്കാൻ ശ്രമിച്ചു.

നിർബന്ധിത സാഹചര്യത്തിൽ വീടുകളിൽ അടച്ചിരിപ്പ് തുടങ്ങിയപ്പോൾ അതുമായി പൊരുത്തപ്പെടുക ആർക്കും എളുപ്പമായിരുന്നില്ല. അതിരുകളില്ലാത്ത സ്വാതന്ത്ര്യത്തിന്റെ ലഹരിയിലായിരുന്നല്ലോ നമ്മൾ കഴിഞ്ഞു കൂടിയത്. മൗലിക അവകാശങ്ങളിൽ ചിലത് പോലും നിഷേധിക്കപ്പെട്ടിരിക്കുന്നു. പൊരുത്തപ്പെടുക എളുപ്പമല്ലല്ലോ. രാഷ്ട്രീയ സാമൂഹ്യ കലാ കായിക രംഗങ്ങളിൽ സക്രിയമായി പ്രവൃത്തിച്ചിരുന്നവർ തികഞ്ഞ വിഷമസന്ധിയിലായി. മൗലികവും ക്രിയാത്മകവുമായ ശേഷികൾ വിനിയോഗിക്കാൻ കഴിയാതെ അവരിൽ പലരും നന്നേ ബുദ്ധിമുട്ടി. വായനയിലും ചാനൽ പരിപാടികളിലും മുഴുകി എത്രനേരം ചെലവഴിക്കും. അണികളുടെയും ആരാധകരുടെയും ഇടയിൽ പ്രശസ്തിയുടെ വെള്ളിവെളിച്ചത്തിൽ അഭിരമിച്ചിരുന്നവർ വീടുകളുടെ അകത്തളങ്ങളിൽ നിഷ്ക്രിയരായി എങ്ങനെ കഴിച്ചുകൂട്ടും.

കല ജീവിതമാർഗ്ഗമായി സ്വീകരിച്ചിരുന്നവർക്ക് വരുമാനമില്ലാത്ത അവസ്ഥയും വന്നുഭവിച്ചു. സംഗീത നാടക വാദ്യ കലാകാരന്മാരൊക്കെ കലയും ജീവിതവും വഴിമുട്ടിയ അവസ്ഥയിലായി. വരുമാനമില്ലായ്മ സമ്പന്നരായ വലിയ കലാകാരൻമാർക്ക് പ്രശ്നമായില്ലെങ്കിലും അടച്ചിരിപ്പിന്റെ സമ്മർദ്ദം അവരെയും അലട്ടി.

വീടിന്റെ അകത്തളങ്ങളിൽ അപ്പോഴും നാട്യ സംഗീത നൂപുര ധ്വനികൾ ഉയരാതിരുന്നില്ല. പ്രശസ്തരായ യുവഗായകർ ഗാനങ്ങളുടെ ചെറു ഭാഗങ്ങൾ വീടുകളിലിരുന്ന് പാടി ശബ്ദലേഖനം ചെയ്ത് പിന്നീട വയെ കേന്ദ്രീകൃതമായി സംയോജിപ്പിച്ച് സംപൂർണ്ണ ഗാനമായി മാറ്റി യൂട്യൂബിലും ചാനലുകളിലുമെത്തിച്ചത് ഒരു പുതുമയായി. എഴുത്തുകാർക്ക്

അവരുടെ സർഗ്ഗ പ്രക്രിയ തുടരാൻ കാര്യമായ പ്രതിബന്ധമൊന്നുമുണ്ടായില്ലെന്നുവേണം കാണാൻ. ഡിജിറ്റൽ സാങ്കേതികവിദ്യയുടെ സഹായത്താൽ വായന എഴുത്ത് പ്രസാധനം തുടങ്ങിയ പ്രവർത്തനങ്ങളെല്ലാം അടച്ചിരിപ്പിന്റെ കാലത്തും തുടരാൻ അവർക്ക് ബുദ്ധിമുട്ടില്ലായിരുന്നു. അകത്തേയും പുറത്തെയും സമ്മർദ്ദങ്ങൾ അവരുടെ സൃഷ്ടിപരതയെ ബാധിച്ചില്ല എന്ന് പറയാനുമാവില്ല. പക്ഷേ കഠിനമായ ദു:ഖവും പീഡയും മഹത്തായ സൃഷ്ടികൾക്ക് പ്രചോദനമായ ചരിത്രം നമ്മുടെ മുമ്പിൽ ഏറെയുണ്ടല്ലോ.

സ്വന്തം കഴിവുകളും അഭിരുചികളും തിരച്ചറിഞ്ഞ് നൈസർഗിക വാസനകൾക്ക് മൂർത്തരൂപം നൽകാൻ പലരും ഈ അവസരം വിനിയോഗിച്ചു എന്നതും വാസ്തവമാണ്. കവിതകളും, ഗാനങ്ങളും, ഹാസ്യാവതരണങ്ങളും, നൃത്താവിഷ്കാരങ്ങളുമായി അവ സമൂഹ മാധ്യമങ്ങളിൽ നിറഞ്ഞു. സ്വയം കണ്ടെത്താനും സ്വയം വളരാനുമുള്ള പരിശ്രമങ്ങൾ മിഴിവുറ്റ പ്രകടനങ്ങളായി മാറി. ഏത് പ്രതിസന്ധിയിലും സാധ്യതയുടെ മിന്നലാട്ടങ്ങൾ കാണുമല്ലോ.

ബന്ധുക്കളെയും സുഹൃത്തുക്കളെയും കാണാതെ, അവരുമായി ഇടപെടാതെ, സൗഹൃദ സന്ദർശനങ്ങൾ ഇല്ലാതെ കഴിയുക ദുഷ്കരമാണ്. ഇല്ലായ്മകളിലും വല്ലായ്മകളിലും പ്രിയമുള്ളവരുടെ സാമീപ്യവും അത് വഴി ലഭിക്കുന്ന സാന്ത്വനവും വലിയ തുണയാണല്ലോ. രോഗാണു ഒരു അദൃശ്യ ശത്രുവായി നിൽക്കുമ്പോൾ, ഹസ്തദാനവും ആശ്ലേഷവുമൊക്കെ രോഗം ക്ഷണിച്ചുവരുത്തുമെന്നാവുമ്പോൾ, സാമൂഹിക അകലം പാലിക്കുക അനിവാര്യമാകുമ്പോൾ വേറെ എന്താണ് വഴി. അസാധാരണമായ ഇത്തരം സാഹചര്യങ്ങളിൽ എല്ലാവരും വലഞ്ഞപ്പോൾ നമ്മുടെ മുതിർന്ന തലമുറയാണ് ഏറ്റം കഷ്ടപ്പെട്ടത്. ഓടിത്തളർന്നവർക്ക് വിധിക്കപ്പെട്ടത് ക്രൂരവും അടിച്ചേൽപ്പിക്കപ്പെട്ടതുമായ ഒരു നിഷ്ക്രിയ കാലം. ഒറ്റപ്പെടലും, കോവിഡ് രോഗഭീതിയും, തനതായ ആരോഗ്യപ്രശ്നങ്ങളും, ഉറക്കമില്ലായ്മയും എല്ലാം ചേർന്നപ്പോൾ പലരും അക്ഷരാർത്ഥത്തിൽ തകർന്നുപോയി. മക്കളില്ലാത്തവർ, മക്കളാരും അടുത്തില്ലാത്തവർ, ജീവിത പങ്കാളിയെ നഷ്ടപ്പെട്ടവർ, ഏകാന്തതയെ സ്വയം വരിച്ചവർ ഇവരുടെയൊക്കെ സങ്കടങ്ങൾ കഠിനമായിരുന്നു.

അത് പോലെ പ്രായമായവർ ബന്ധുക്കളേയും സമപ്രായക്കാരെയും കാണാനാവാതെ, ക്ഷേത്രങ്ങളിലോ മറ്റ് പൊതുഇടങ്ങളിലോ പോകാനാവാതെ, വ്യായാമ നടത്തമോ യാത്രകളോ ഒന്നും സാധ്യമാവാതെ വീടുകളിൽ ഒറ്റപ്പെട്ടുപോയ അവസ്ഥ. മനസ്സ് ഉർജ്ജസ്വലമായി നിൽക്കുമ്പോൾ ശാരീരിക അവശതകൾ മറികടക്കാൻ എളുപ്പമായിരിക്കും. അങ്ങനെയുള്ള എല്ലാ സാധ്യതകളും അടഞ്ഞുപോയി. വൈകാരിക

സമ്മർദ്ദങ്ങളും ശാരീരിക അസ്വാസ്ഥ്യങ്ങളും പെരുകി. ഇവയോടൊപ്പം കോവിഡ് പ്രതിസന്ധി സൃഷ്ടിച്ച സാമ്പത്തിക പരാധീനതകൾ കൂടി ചേരുമ്പോൾ അത് ദയനീയമായ അവസ്ഥയായി പരിണമിച്ചു പലർക്കും. സാമൂഹിക അകലം ഫലത്തിൽ സാമൂഹിക ഒറ്റപ്പെടലായിമാറി അവരെ സംബന്ധിച്ചിടത്തോളം. അവരുടെ വേദനകളും പ്രയാസങ്ങളും നിശബ്ദ നിലവിളികളായി ഒടുങ്ങിപ്പോയി.

സത്യത്തിൽ ചെറിയ കുട്ടികളും 65 വയസ്സിനുമേൽ പ്രായം ചെന്നവരുമാണ് കോവിഡ് കാലത്ത് യാതൊന്നും ചെയ്യാനാവാതെ വല്ലാതെ പ്രയാസമനുഭവിച്ചത്. കുട്ടികൾക്ക് പഠനം മുടങ്ങിയിരിക്കുന്നു. പഠ്യേതര പ്രവർത്തനങ്ങളൊന്നും സാധ്യമല്ല. ചങ്ങാതിമാരുമായി ഇടപെടാനാവില്ല. പുറത്ത് പോയി കളിക്കാനാവില്ല. ടെലിവിഷൻ പരിപാടികളും മൊബൈൽ ഗെയിമുകളുമായി എത്രനാൾ വീട്ടിനകത്ത് ഒതുങ്ങിയിരിക്കും? ഓൺലൈൻ പഠനം തുടങ്ങുന്നതുവരെ കുട്ടികൾ വലിയ സമ്മർദ്ദത്തിലായിരുന്നു. ഭിന്നശേഷിയുള്ള കുട്ടികളുടെ അവസ്ഥ അപ്പോഴും പ്രയാസത്തിലായിരുന്നു. അവർക്ക് എങ്ങോട്ടും പോകാനില്ല. അവരെ സഹായിക്കുന്നവർക്ക് വീട്ടിലേക്ക് വരാനും വയ്യ. തികഞ്ഞ നിഷ്ക്രിയാവസ്ഥയിൽ പെട്ടുപോയി അവരെല്ലാം.

മക്കളെ കാണാനാവാതെ, പ്രായമായ അച്ഛനമ്മമാരെ കാണാനാവാതെ, ജീവിതപങ്കാളിയെ കാണാനാവാതെ കുടുംബാംഗങ്ങൾ നാട്ടിലും അന്യനാട്ടിലുമായി വീടുകളിലും അടച്ചിട്ട മുറികളിലും അസ്വസ്ഥമനസ്സുമായി കഴിഞ്ഞുകൂടി, വൈറസ്സ് ഉടനെയൊന്നും പിൻവാങ്ങുമെന്നുള്ള നേരിയ പ്രതീക്ഷകൾ പോലുമില്ലാതെ.

രോഗം പടരുന്ന ഗൾഫ് രാജ്യങ്ങളിൽനിന്ന് കഠിനമായ കാത്തിരിപ്പിനും തീവ്രമായ പരിശോധനകൾക്കും ശേഷം നാട്ടിലെത്തിയ പ്രവാസികൾ പലരും സ്വന്തം വീട്ടിലെത്താൻ കഴിയാതെ ക്വാറൻടൈൻ കേന്ദ്രങ്ങളിലും ഹോട്ടലുകളിലും ചുരുങ്ങിയത് രണ്ടാഴ്ചക്കാലമെങ്കിലും അടച്ചിരിക്കേണ്ടി വന്നു. തിരിച്ചുപോകാൻ കഴിയുമോ, ജോലി നഷ്ടപ്പെടുമോ, വരുമാനമില്ലാതെ നാട്ടിലെങ്ങിനെ കഴിഞ്ഞുകൂടുമെന്നൊക്കെയുള്ള അരക്ഷിതചിന്തകൾ അപ്പോഴും അവരെ വേട്ടയാടുകയായിരുന്നു.

അവശ്യ സാധനങ്ങൾ വലിയ തടസ്സമില്ലാതെ ലഭ്യമായെങ്കിലും അവ കൈകാര്യം ചെയ്യുന്നതിൽ കാര്യമായ സൂക്ഷ്മത വേണ്ടിവന്നു. എങ്ങനെയാണ് വൈറസ് നമ്മെ പിടികൂടുക എന്ന ഭീതി എല്ലാവരിലും പ്രകടമായിരുന്നു. പഴങ്ങളും പച്ചക്കറികളും അണുവിമുക്തമാക്കാൻ പ്രത്യേക ശ്രദ്ധ വേണ്ടിവന്നു. സോപ്പും അണുനാശിനികളും വ്യാപകമായി ഉപയോഗിക്കപ്പെട്ടു. ചുരുക്കത്തിൽ അടുക്കളയിൽ ജോലിഭാരം കൂടി. തൊടിയിലെ വസ്തുക്കളോട് താൽപ്പര്യം വർദ്ധിച്ചതും സ്വന്തമായി

പച്ചക്കറികൾ ഉണ്ടാക്കിയെടുക്കാനുള്ള ശ്രമം തുടങ്ങിയതും ഈ സാഹചര്യത്തിലാണ്.

നാട്ടും നഗരവും അടച്ചുപൂട്ടിയപ്പോൾ, ജനജീവിതം നിശ്ചലമായപ്പോൾ സത്യത്തിൽ വഴിയാധാരമായത് ദിവസക്കൂലികൊണ്ട് ജീവിച്ചവരും ചെറിയ ജോലികളും കച്ചവടങ്ങളുമൊക്കെ ചെയ്ത് ജീവിതമാർഗം കണ്ടെത്തിയവരുമായിരുന്നു. കൃഷിക്കും, കുട്ടികളുടെ വിദ്യാഭ്യാസത്തിനും, കടകൾ തുടങ്ങാനുമൊക്കെയായി എടുത്ത വായ്പ്പകളും ബാധ്യതകളും ഇവരെ വീർപ്പുമുട്ടിക്കുകയായിരുന്നു. സംസ്ഥാന സർക്കാരും കേന്ദ്ര സർക്കാരും സാമ്പത്തിക പുനരുജ്ജീവന പദ്ധതികൾ ആവിഷ്കരിച്ചത് സാമ്പത്തിക മാന്ദ്യം തടയാൻ മാത്രമല്ല, ഈ വിഭാഗക്കാരുടെ കൈകളിലും ജീവിക്കാനുള്ള പണമെത്തണം എന്ന ലക്ഷ്യത്തോടെയായിരുന്നു. കടസമാശ്വാസ പദ്ധതികളും, ക്ഷേമ പെൻഷനുകളുമെല്ലാം ഒരു പരിധിവരെ ഇവരെ സഹായിച്ചു എന്നത് കാണേണ്ടതാണ്.

ലോക്ക്ഡൌൺ കാലത്ത് നിരവധി ആളുകൾ കൈകാര്യം ചെയ്യുന്ന കറൻസികളിലൂടെയും വൈറസ്സ് പകരുമോ എന്നൊരു ഭയം പൊതുവിൽ നിലനിന്നിരുന്നു. അത് ഡിജിറ്റൽ രീതിയിൽ പണം കൈമാറാനുള്ള പ്രവണത വർധിപ്പിച്ചു. എളുപ്പത്തിൽ സുരക്ഷിതമായി പണമിടപാടുകൾ നടത്താമെന്നായപ്പോൾ കൂടുതൽ ആളുകൾ ഈ മാർഗം സ്വീകരിച്ചു. ഡിജിറ്റൽ രീതിയിൽ മാത്രമേ പണം സ്വീകരിക്കൂ എന്ന നിലയും ചിലയിടങ്ങളിലുണ്ടായി എന്നും നാം കാണണം. ഈ സങ്കേതങ്ങൾ ഉപയോഗിക്കാൻ കഴിയാത്തവർക്ക് അതുമൊരു വിഷമസന്ധിയായിരുന്നു. കറൻസി നിരോധനം മുതൽ പ്രചാരം വർധിച്ചിരുന്ന ഡിജിറ്റൽ പണമിടപാടുകളും ഓൺലൈൻ ഷോപ്പിങ്ങും കൂടുതൽ വ്യാപകമായപ്പോൾ ലാഭം കൊയ്തത് ഈ മേഖലയിൽ പ്രവൃത്തിച്ചിരുന്ന വൻകിട കമ്പനികളായിരുന്നു. സാമ്പത്തികമേഖല അകെ തകർന്ന

കോവിഡ് കാലത്തും ഇന്ത്യയിലെ ശതകോടീശ്വരന്മാരുടെ വരുമാനത്തിൽ 35% വർദ്ധനവുണ്ടായെന്നാണ് ആഗോള ദാരിദ്ര്യ നിർമാർജ്ജന മേഖലയിൽ പ്രവൃത്തിക്കുന്ന ഓക്സ്ഫാം ഇന്റർനാഷണൽ സർവെ ഫലം കാണിക്കുന്നത്. ഇന്ത്യയിലെയും വിദേശരാജ്യങ്ങളിലെയും വാക്സിൻ ഉൾപ്പടെയുള്ള മരുന്ന് നിർമ്മാണ കമ്പനികളുടെ ഓഹരിമൂല്യം ഇക്കാലയളവിൽ പ്രകടമായി കൂടി എന്നതും വസ്തുതയാണ്. കോവിഡ് തകർത്ത സാധാരണക്കാരന്റെ വരുമാനവും ജീവിതമാർഗവും തിരിച്ചുപിടിക്കാൻ ചുരുങ്ങിയത് 10 വർഷങ്ങളെങ്കിലും വേണ്ടിവരുമെങ്കിൽ ലോക സമ്പന്നരുടെ വരുമാനനഷ്ടം കോവിഡ് കാലത്തെ ആദ്യ ഒൻപത് മാസങ്ങൾകൊണ്ട് നികത്തപ്പെട്ടു എന്നും ചില പഠനങ്ങൾ കാണിക്കുന്നു. ലോകം കുതിക്കുമ്പോഴും കിതക്കുമ്പോഴും പണം കൊയ്യാൻ ശതകോടീശ്വരന്മാർക്കറിയാം !

ഇന്ത്യപോലെ ജനസാന്ദ്രത കൂടിയ ഒരു രാജ്യത്ത് കോവിഡ് നിയന്ത്രിക്കാൻ ഒഴിച്ചുകൂടാനാവാത്ത കടുത്ത ഒരു നടപടിയായി ലോക്ക്ഡൗണിനെ കാണാമെങ്കിലും ഇതിനൊരു മറുവശം ഉണ്ടെന്നുകൂടി തിരിച്ചറിയേണ്ടതുണ്ട്. നാട്ടും നഗരവും അടച്ചുപൂട്ടിയപ്പോൾ, വ്യവസായശാലകൾ നിശ്ചലമായപ്പോൾ, ഗതാഗതം സ്തംഭിച്ചപ്പോൾ, മനുഷ്യൻ സക്രിയ പ്രവൃത്തികളിൽനിന്നും പിൻ വാങ്ങിയപ്പോൾ പ്രകൃതി സ്വയം നവീകരിക്കപ്പെടുകയായിരുന്നു. മനുഷ്യന്റെ സ്വാഭാവിക പ്രവർത്തനങ്ങളും ഇടപെടലുകളും താൽക്കാലികമായെങ്കിലും ഇല്ലാതായപ്പോൾ ഭൂമിയും വായുവും ജലവും മാലിന്യമുക്തമാവുകയായിരുന്നു. പുഴകളിൽ മാലിന്യങ്ങൾ ഒഴുകി എത്തിയില്ല. നഗരങ്ങളിൽ മാലിന്യ കൂമ്പാരങ്ങൾ കുന്നുകൂടിയില്ല. പൊതുഇടങ്ങളിൽ പ്ലാസ്റ്റിക് മാലിന്യങ്ങൾ ചിതറിക്കിടന്നില്ല. സസ്യജന്തുജാലങ്ങൾ പരിസ്ഥിതിയുടെ അസുലഭവിശുദ്ധിയിൽ ആഹ്ലാദിച്ചു. വന്യ ജീവി വർഗ്ഗങ്ങൾ അവയുടെ സ്വാഭാവിക ഇടങ്ങളിൽ പൂർവാധികം സ്വസ്ഥരായി ജീവിക്കുകയായിരുന്നു. വനപ്രാന്തസ്ഥലികളിൽ കാട്ടുമൃഗങ്ങൾ അവയുടെ നിയതമായ ജീവൽ പ്രവർത്തനങ്ങളിൽ മുഴുകി അസുലഭമായ ആനന്ദം കണ്ടെത്തുകയായിരുന്നു.

ഒരു കാര്യം വ്യക്തം. മനുഷ്യൻ എന്ന ജീവി പ്രതിസന്ധിയിലാകുമ്പോൾ മറ്റു ജീവി വർഗ്ഗങ്ങൾ മൊത്തത്തിൽ ആശ്വാസത്തിലാവുകയും, മറ്റേത് ജീവിയും പ്രതിസന്ധിയിലാകുമ്പോൾ നമ്മുടെ നിലനിൽപ്പ് അവതാളത്തിലാവുകയും ചെയ്യുന്നുവെങ്കിൽ നാം കരുതിയിരിക്കണം. സ്വന്തം കഴിവും ശക്തിയും കൊണ്ട് മാത്രം എന്നും ഇവിടെ പുലരാമെന്ന് മനുഷ്യാ നീ വ്യാമോഹിക്കരുത്. പ്രകൃതിയുമായും എണ്ണിയാലൊടുങ്ങാത്ത ജീവരൂപങ്ങളുമായും സമരസപ്പെട്ട് ജീവിച്ചില്ലെങ്കിൽ നാം സുരക്ഷിതരല്ല. ഇതിനെല്ലാമൊപ്പം പകർച്ചവ്യാധികളും, കാലാവസ്ഥാ

മാറ്റങ്ങളും, പ്രകൃതി ദുരന്തങ്ങളും ഒറ്റയായോ കൂട്ടമായോ വന്നാൽ നമ്മുടെ സ്ഥിതി പരിതാപകരംതന്നെ. ശാസ്ത്രസാങ്കേതിക മികവ്കൊണ്ട് നാം നേടിയതും കെട്ടിപ്പൊക്കിയതുമായ സർവ്വതും നിലംപൊത്തുന്ന കാഴ്ചകൾ തുടരെ തുടരെ നാം കാണുകയുമാണല്ലോ. ആത്മപരിശോധനക്ക് നന്നായി സമയം കിട്ടി. കാലം നന്നാവുമ്പോൾ ഈ തിരിച്ചറിവ് നാം പ്രയോജനപ്പെടുത്തുമോ, അതാണ് ചോദ്യം.

ലോക്ക്ഡൌൺ 3

മെയ് 4 മുതൽ 17 വരെ ലോക്ക്ഡൌൺ വീണ്ടും നീട്ടി. ഓരോ തവണ ലോക്ക്ഡൌൺ നീട്ടുമ്പോഴും നിയന്ത്രണങ്ങളിൽ ക്രമാനുഗതമായി കുറവുകൾ വന്നുകൊണ്ടിരുന്നു. ഈ സമയം രാജ്യത്ത് മൊത്തം കോവിഡ് കേസുകളുടെ എണ്ണം 42000 ന് മുകളിലെത്തിയിരുന്നു.

രാജ്യത്തെ എല്ലാ ജില്ലകളെയും രോഗവ്യാപനത്തിന്റെ അടിസ്ഥാനത്തിൽ പച്ച, ഓറൻഞ്ച്, ചുവപ്പ് മേഖലകളായി തിരിച്ചു. രോഗികൾ കൂടുതലുള്ള ചുവപ്പ് മേഖല കർശനമായ നിരീക്ഷണത്തിന് വിധേയമായിരിക്കും. ചികിത്സാവശ്യങ്ങൾക്കല്ലാതെ ഇത്തരം മേഘലകളിൽനിന്ന് ആരും പുറത്ത് പോകാൻ പാടില്ല. അവശ്യ സാധനങ്ങൾ വീടുകളിൽ എത്തിക്കാനുള്ള സംവിധാനം ഒരുക്കും. ഓറഞ്ച് മേഖലകളിൽ നിയന്ത്രിതമായി സ്വകാര്യ ഗതാഗതം അനുവദിച്ചു. രണ്ടുപേർ സഞ്ചരിക്കുന്ന ടാക്സികൾക്ക് അനുവാദമുണ്ട്. അന്തർ ജില്ലാ യാത്രകൾ ആവാം, പക്ഷേ പാസുകൾ വേണം. പകുതി ഹാജർ നിലയിൽ സർക്കാർ ഓഫീസുകൾ പ്രവൃത്തിച്ചു. കടകൾ നിശ്ചിത സമയം പ്രവൃത്തിച്ചു. ഹരിത മേഖലകളിൽ ബസ്സുകൾക്ക് യാത്രാനുമതി ലഭിച്ചു, പക്ഷേ 50 % സീറ്റുകളിൽ മാത്രമേ യാത്രക്കാരെ അനുവദിക്കുകയുള്ളൂ. അന്തർ സംസ്ഥാന യാത്രകൾക്ക്

പാസ് വേണം. കോവിഡ് മാനദണ്ഡങ്ങൾ പാലിച്ച് കാർഷികമേഖല യുമായും സാമ്പത്തികമേഖലയുമായും ബന്ധപ്പെട്ട പ്രവർത്തനങ്ങൾ അനുവദിക്കപ്പെട്ടു.

സ്കൂളുകളും കോളേജുകളും അടഞ്ഞുകിടക്കും. ആളുകൾ കൂടുന്ന പൊതു ചടങ്ങുകൾ പാടില്ല. വിവാഹത്തിന് 50 പേരും മരണാനന്തര ചടങ്ങുകൾക്ക് 20 പേരും മാത്രമേ പങ്കെടുക്കാൻ പാടുള്ളൂ. സിനിമകൾ ഇല്ല. ബാറുകൾ, മദ്യക്കടകൾ, പാർലറുകൾ, ജിം എന്നിവ അടഞ്ഞു കിടന്നു. രാഷ്ട്രീയ, സാമൂഹ്യ സാംസ്കാരിക പ്രവർത്തനങ്ങൾ പാടില്ല. നിയന്ത്രിതരീതിയിൽ റെയിൽ വ്യോമ സഞ്ചാരം തുടങ്ങി. 65 വയസ്സ് കഴിഞ്ഞവരും ചെറിയ കുട്ടികളും വീടുകളിൽത്തന്നെ കഴിയണം എന്ന നിബന്ധന തുടർന്നു.

ലോക്ക്ഡൌൺ കാലത്ത് അവശ്യ സാധനങ്ങൾ വിൽക്കുന്ന കടകൾക്ക് മാത്രമേ തുറന്ന് പ്രവൃത്തിക്കാൻ അനുവാദമുണ്ടായിരുന്നുള്ളൂ. ഹോട്ടലുകളും ബാറുകളും അടഞ്ഞുകിടന്നപ്പോൾ ശരിക്കും വെട്ടിലാ യത് മദ്യപന്മാരാണ്. ബിവറേജസ് കോർപറേഷൻ മദ്യക്കടകൾ തുട ക്കത്തിൽ പ്രവൃത്തിച്ചെങ്കിലും അവിടങ്ങളിലെ അഭൂതപൂർവ്വമായ തിക്കും തിരക്കും വലിയ ഒരു ക്രമസമാധാന പ്രശ്നമായി മാറിയപ്പോൾ അവ തല്ക്കാലം പൂട്ടേണ്ടിവന്നു. മദ്യം ശീലിച്ചവർ അത് കഴിക്കാതെ എങ്ങനെ കഴിയും? മദ്യത്തിന് അടിമയായിപ്പോയവർക്ക് തികച്ചും പൊരുത്തപ്പെ ടാനാവാത്ത അവസ്ഥ. അടച്ചിരിപ്പിലും ആസക്തികൾക്ക് അവധിനൽ കുക എന്നത് എളുപ്പമുള്ള കാര്യമല്ലല്ലോ.

മൊത്തം ജനസംഖ്യയുടെ ഏകദേശം 10 % മദ്യം കഴിക്കുന്നവരുള്ള ഒരു സംസ്ഥാനത്ത് മദ്യവിൽപ്പന വഴി ലഭിക്കുന്ന വരുമാനം വേണ്ടെന്ന് വെയ്ക്കുക അത്ര പ്രായോഗികമായ കാര്യവുമല്ല. മദ്യവിൽപ്പന തുടരണമോ വേണ്ടയോ എന്നത് ഒരു സാമൂഹ്യ രാഷ്ട്രീയ വിവാദ വിഷയമായത് സ്വാഭാവികം. മദ്യം വാങ്ങാൻ ബെവ്കോ ആപ് നിലവിൽ വന്നതും പിന്നീടത് ഉപേക്ഷിച്ചതുമൊക്കെ തുടർ ചരിത്രം. വല്ലപ്പോഴും മദ്യം കഴിച്ചിരുന്നവരിൽ പലരും സാഹചര്യങ്ങളുടെ സമ്മർദ്ദത്തിൽ മദ്യമു പേക്ഷിച്ചത് ലോക്ക് ഡൗണിന്റെ മറ്റൊരു സ്വാധീനം.

മെയ് മാസത്തിൽ അവശ്യ യാത്രാ സൗകര്യങ്ങൾ പുനഃസ്ഥാപിച്ച പ്പോൾ അന്യ സംസ്ഥാനങ്ങളിൽ കുടുങ്ങിയവരും അവിടെ ജോലിചെ യ്തിരുന്നവരും ചെക് പോസ്റ്റ് വഴി കേരളത്തിലേക്ക് വരാൻ തുടങ്ങി. ന്യൂഡൽഹിയിൽ നിന്നും തിരുവനന്തപുരത്തേക്കുള്ള ആദ്യത്തെ പ്രത്യേക ട്രെയിൻ 14 ന എത്തി. മാലിയിൽ പെട്ടുപോയ ഇന്ത്യക്കാ രുമായി ഇന്ത്യൻ നാവികസേനയുടെ ഐ എൻ എസ് ജലാശ്വാ കൊച്ചിയിലെത്തി. വന്ദേ ഭാരത് മിഷന്റെ കീഴിൽ അബുദാബി, ദുബായ്

എന്നിവിടങ്ങളിൽനിന്ന് ആദ്യ ബാച്ച് പ്രവാസികളും സംസ്ഥാനത്തെത്തി. ഗൾഫ് രാജ്യങ്ങളിൽനിന്നുള്ള പ്രവാസികളുടെ വരവ് തുടർന്നുകൊണ്ടേയിരുന്നു. ചുരുക്കത്തിൽ രോഗം തീവ്രമായ സ്ഥലങ്ങളിൽനിന്നും ആളുകൾ സ്വന്തം സംസ്ഥാനത്തേക്ക് കൂട്ടമായി വന്നുതുടങ്ങി. പ്രതീക്ഷിച്ചതുപോലെ കോവിഡ് കേസുകൾ ഉയരാൻ തുടങ്ങി. കോവിഡിന്റെ രണ്ടാം തരംഗം. മെയ് അവസാനമാകുമ്പോഴേക്കും അകെ കേസുകൾ 1088 ആയി ഉയർന്നു. പിന്നീട് കോവിഡ് അനുക്രമമായി കൂടുന്ന കാഴ്ചയാണ് നാം കണ്ടത്.

കോവിഡ് കാലത്തെ വിയോഗങ്ങൾ

രോഗവ്യാപനം കൂടുന്നതിനനുസരിച്ച് നാട്ടിലും മറുനാട്ടിലും കോവിഡ് മരണങ്ങളും കൂടുകയായിരുന്നു. രോഗം ശ്വാസകോശത്തെ ബാധിച്ച് കഴിഞ്ഞാൽ തീവ്ര പരിചരണ വിഭാഗത്തിൽ വെന്റിലേറ്റർ ഉൾപ്പടെയുള്ള കൃത്രിമ ശ്വസന സംവിധാനങ്ങൾ അത്യാവശ്യമായി വരുന്ന രോഗം. യുവാക്കളും ആരോഗ്യമുള്ളവരും ചെലവേറിയ ഇത്തരം ചികിത്സാപദ്ധതികളിലൂടെ ജീവിതത്തിലേക്ക് തിരിച്ചുവന്നപ്പോൾ, പ്രായമായവരും ഇതര രോഗങ്ങളുള്ളവരും വലിയ തോതിൽ മരണത്തിന് കീഴടങ്ങേണ്ടി വന്നു.

പ്രിയപ്പെട്ടവരുടെ മരണം ആർക്കും തീരാവേദനയാണ്. മരണാനന്തര ചടങ്ങുകൾ സ്നേഹാദരങ്ങളുടെ അന്ത്യ പ്രകടനമാണ്. കോവിഡ് ബാധിച്ച് മരണമടഞ്ഞവരുടെ സംസ്കാരം കർശനമായ കോവിഡ് പ്രോട്ടോകോൾ അനുസരിച്ച് മാത്രമേ നടത്താൻ നിർവാഹമുണ്ടയിരുന്നുള്ളൂ. ബന്ധുക്കൾക്ക് പോലും മൃതശരീരത്തിനടുത്ത് പോകാൻ കഴിഞ്ഞില്ല. പിപിഇ കിറ്റുകളുൾപ്പടെയുള്ള അതി സുരക്ഷാ മുൻകരുതലുകളോടെ

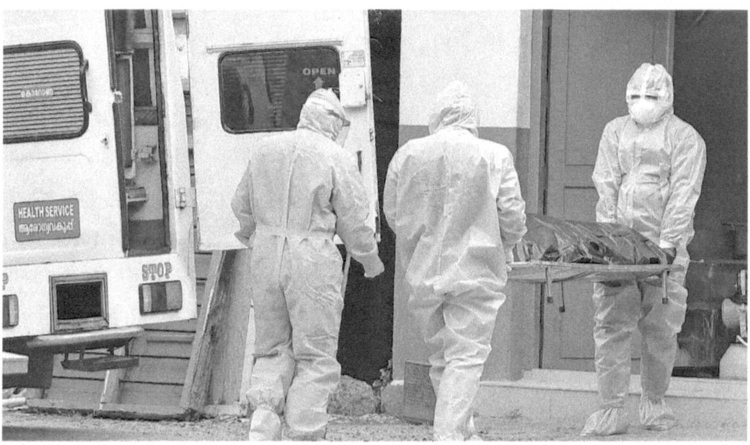

ആരോഗ്യ പ്രവർത്തകർ ഈ നിയോഗം ഏറ്റെടുക്കേണ്ടിവന്നു. അറിയാത്തവരുടെ അന്ത്യകർമ്മങ്ങൾ അവർ നിശബ്ദമായി നിർവഹിച്ചു. മരണാനന്തരമായ യാതൊരു ചടങ്ങുകളും നിറവേറ്റാനാവാതെ അടുത്ത ബന്ധുക്കൾക്ക് പോലും നിസഹായരായി ദൂരെ വീർപ്പടക്കി നിൽക്കേണ്ടിവന്നു. പ്രിയപ്പെട്ടവരുടെ വിയോഗത്തിൽ നാട്ടിലെത്താനാവാതെ അന്യ സംസ്ഥാനങ്ങളിൽ പെട്ടുപോയ ഹതഭാഗ്യരും അനേകമാണ്. കോവിഡ് ബാധിച്ച് മരണത്തിന് കീഴടങ്ങിയവരിൽ, കോവ്ഡ് കാലത്ത് ജീവിത രംഗവേദി വിട്ടുപോയവരിൽ നമ്മുടെ സാമൂഹ്യ സാംസ്കാരിക നായകരും കലാകാരന്മാരുമുണ്ടായിരുന്നു എന്നത് അപരിഹാര്യമായ നഷ്ടം.

കോവിഡ് നിയന്ത്രണങ്ങൾ നിലവിലുള്ളതിനാൽ പ്രായം കൂടിയുള്ള മരണങ്ങളും, ഇതര രോഗം ബാധിച്ചുള്ള മരണങ്ങളും ചുരുക്കം ആളുകൾ മാത്രം പങ്കെടുക്കുന്ന ചടങ്ങുകളിൽ അവസാനിച്ചു. മതപരമായ ചടങ്ങുകളൊക്കെ ലളിതമാക്കേണ്ടിവന്നു. മരണം നടന്ന വീടുകൾ ആളൊഴിഞ്ഞ് ശോകമൂകമായി. വേർപാടിന്റെ വേദന നിശ്ശബ്ദം സഹിക്കാൻ വിധിക്കപ്പെട്ട ബന്ധുക്കൾ. മരണ വീടുകളിലേക്കുള്ള സന്ദർശനങ്ങളും അസാധ്യമായി. ദുഃഖവും വേദനയും പങ്കിട്ടാൽ കുറയുമെന്ന് പറയാറുണ്ട്. കോവിഡ് അതിനുള്ള അവസരവും നമ്മിൽനിന്ന് തട്ടിയെടുത്തു.

ഗൾഫ് രാജ്യങ്ങളിൽ രോഗം തീവ്രമായി 5000 ത്തിലേറെ മലയാളി സഹോദരങ്ങൾ മരണത്തിന് കീഴടങ്ങി. ഭൗതിക ശരീരം നാട്ടിലെത്തിക്കുക പ്രയോഗികമായിരുന്നില്ല. അങ്ങനെ മരണശേഷവും ദുർവിധി അവരെ പിന്തുടർന്നു. ജന്മനാട്ടിൽനിന്നുമകലെ അനാഥരെപ്പോലെ മണലാരണ്യത്തിന്റെ അഗാധതയിലോ വൈദ്യുത ശ്മശാനത്തിന്റെ അഗ്നിനാളങ്ങളിലോ അവർ യാത്രയായി. ഇങ്ങ് ദൂരെ അവരുടെ പ്രിയപ്പെട്ടവർ മനസ്സ് കലങ്ങി തീരാത്ത വേദനയുമായി എല്ലാം സഹിച്ചുനിന്നു. നാട്ടിൽ ജീവിച്ചതിന്റെ ഇരട്ടിയിലേറെക്കാലം ജീവിതം കരുപ്പിടിപ്പിക്കാൻ അന്യനാട്ടിൽ കഴിഞ്ഞവർ അക്കൂട്ടത്തിലുണ്ടായിരുന്നു. വിധിയുടെ കഠിനമായ തീർപ്പിൽ വാഗ്ദത്തഭൂമിയുടെ അജ്ഞാത ഇടങ്ങളിൽ അവരുടെ സ്വപ്നങ്ങളും നിശ്വാസങ്ങളും വിലയം പ്രാപിച്ചു.

ജീവിതം അപ്രതിരോധ്യമായ ഒരു ഒഴുക്കാണ്. അതിൽ ഒഴുകിയും അടിഞ്ഞും തീരേണ്ടവർ നമ്മൾ. കാലപ്രവാഹത്തിൽ വിടവാങ്ങിയവരെക്കുറിച്ചുള്ള ഓർമകളും വിസ്മൃതമാകും. എങ്കിലും അതിവിശാലമായ ലോകത്തിന്റെ വിദൂര ഇടങ്ങളിൽ അവസാനിച്ചു പോകുന്നവരുടെ ദുർവിധി ബന്ധുക്കൾക്ക് അത്ര വേഗം മറക്കാൻ കഴിയുന്നതാവില്ല.

ലോക്ക്ഡൌൺ 4

ലോക്ക്ഡൌൺ നാലാം ഘട്ടം മെയ് 18 മുതൽ 31 വരെ ദീർഘിപ്പിച്ചു.

നിയന്ത്രണങ്ങൾ പരമാവധി കുറച്ച് സാധാരണ നിലയിലേക്കുള്ള മാറ്റം ഏറെക്കുറെ അനുവദിക്കുന്ന രീതി നിലവിൽ വന്നു. എല്ലാ സാമ്പത്തിക പ്രവർത്തനങ്ങൾക്കും മിക്കവാറും പൊതു പ്രവർത്തനങ്ങൾക്കും അനുമതിയായി. ഫാക്ടറികളും ഉൽപ്പാദന ശാലകളും തുറന്നു. പൊതുഗതാഗതം പുനരാരംഭിച്ചു. ആഭ്യന്തര അന്തർദേശീയ വിമാന സെർവീസുകൾ നിലവിൽ വന്നു. ജില്ലകൾക്ക് പുറത്തേക്കുള്ള യാത്രകൾക്കനുമതിയായി. പാസ്സ് വേണമെന്നില്ല. അന്തർ സംസ്ഥാന യാത്രകൾക്ക് അപ്പോഴും പാസ്സ് വേണമായിരുന്നു. റസ്റ്റോറന്റുകൾ തുറക്കാം. പക്ഷേ ഇരുന്ന് ഭക്ഷണം കഴിക്കാൻ പറ്റില്ല. പാഴ്സലുകൾ വാങ്ങാം. കടകളും ഷോപ്പിംഗ് സമുച്ചയങ്ങളും തുറന്ന് പ്രവൃത്തിക്കാനനുമതിയായി. കായിക സമുച്ചയങ്ങളും സ്റ്റേഡിയങ്ങളും തുറന്നു. പക്ഷേ കാണികൾക്ക് പ്രവേശനമില്ല. സലൂണുകൾ, സ്പാകൾ എന്നിവയൊക്കെ തുറന്നു.

മാളുകൾ, തീയേറ്ററുകൾ, നീന്തൽ കുളങ്ങൾ, ജിമ്മുകൾ, ഹോട്ടലുകൾ എന്നിവ അടഞ്ഞു കിടക്കും. സ്കൂളുകളും കോളേജുകളും പ്രവൃത്തിക്കുകയില്ല. സാമൂഹിക രാഷ്ട്രീയ മതപരമായ ചടങ്ങുകൾ, ഒത്തുചേരലുകൾ എന്നിവ പാടില്ല. ആരാധനാലയങ്ങൾ അടഞ്ഞുകിടക്കും. വിവാഹം അതിഥി സൽക്കാരങ്ങൾ എന്നിവയ്ക്ക് 50 പേർ എന്ന നിബന്ധന തുടരും.

രോഗ വ്യാപനം കൂടുന്ന അവസ്ഥ തുടരുകയായിരുന്നു. രോഗഭീതിയുള്ളവരെ മാറ്റിപ്പാർപ്പിക്കുന്ന പ്രത്യേകമായി സജ്ജീകരിച്ച ക്വാറൻടൈൻ കേന്ദ്രങ്ങൾ സമ്മർദ്ദത്തിലായി. പുതുതായി എത്തുന്ന പ്രവാസികളെ ഉൾക്കൊള്ളാനാവാത്തവിധം അവ നിറഞ്ഞപ്പോൾ പ്രവാസികളെ വീടുകളിൽ ക്വാറൻടൈൻ ചെയ്യാൻ അനുവദിച്ചു. രോഗികളുടെ എണ്ണം ആയിരങ്ങൾ കടന്ന് ഉയർന്നുകൊണ്ടേയിരുന്നു.

മെയ് 31 ന് നാല് ഘട്ടം പിന്നിട്ട ലോക്ക്ഡൌൺ അവസാനിക്കുമ്പോൾ കഠിനമായൊരു സഹനപർവ്വം അവസാനിക്കുകയായിരുന്നു. അപ്പോഴും ഇന്ത്യയിൽ 85000 കേസുകളും കേരളത്തിൽ 576 കേസ്സുകളും നിലവിലുണ്ടായിരുന്നു എന്ന് നാമോർക്കണം. ചൂട് കാലം മാറി മഴക്കാലം വരികയായി. ഈ കാലാവസ്ഥാ മാറ്റം കോവിഡ് വ്യാപനത്തിന്റെ തോത് കൂട്ടുമെന്നൊരു ഭീതി സജീവമായി നിൽക്കുകയുമായിരുന്നു. പ്രവാസികളുടെ വരവ് വർദ്ധിക്കുന്ന സാഹചര്യം. നിയന്ത്രണങ്ങളുടെ കാർക്കശ്യം കുറയുന്ന അവസ്ഥ. ജാഗ്രതക്കൂടി കുറയുകയാണെങ്കിൽ സ്വാഭാവികമായും വൈറസ്സിന്റെ വ്യാപനവും വർധിക്കുമെന്ന് എല്ലാവരും ഭയന്നു. സത്യത്തിൽ അത് തന്നെ സംഭവിച്ചു.

അൺലോക്ക് പ്രക്രിയ ആരംഭിക്കുന്നു.

ജൂൺ മുതൽ 'അൺലോക്ക്' പ്രക്രിയ ആരംഭിച്ചു. രാജ്യം എത്ര കാലം അടച്ചുപൂട്ടിയിരിക്കും? വരുമാനമില്ലാതെ, തൊഴിലില്ലാതെ, ആളുകൾ എങ്ങനെ ജീവിക്കും. ഓഫീസുകളും ഭരണ സംവിധാനങ്ങളും എത്രകാലം പൂട്ടിയിടാൻ കഴിയും. ഉൽപ്പാദന മേഖല തകർന്നിരിക്കുന്നു. ചെറുകിട വ്യവസായങ്ങൾ വൻ പ്രതിസന്ധിയിലായിരിക്കുന്നു. കാർഷിക വിളകളിൽനിന്ന് ആദായമെടുത്ത് ജീവിച്ചവർ പെരുവഴിയിലായിരിക്കുന്നു. ലക്ഷക്കണക്കിന് രൂപയുടെ ബാധ്യതയിൽ വ്യാപാരികൾ വലഞ്ഞു. കച്ചവട സ്ഥാപനങ്ങൾ പലതും പൂട്ടിപ്പോയി. കോവിഡ് ഭീഷണിയും വ്യാപനവും തുടരുന്നുവെങ്കിലും ഇനി പതിയെ പതിയെ ജീവിതം പൂർവ്വാവസ്ഥയിലേക്ക് കൊണ്ടുവരേണ്ടിയിരിക്കുന്നു. ഇല്ലെങ്കിൽ പിന്നെ രാജ്യത്തിന് നിലനിൽപ്പുണ്ടാവില്ല.

ജൂൺ മാസം മുതൽ ഡിസംബർവരെ 6 ഘട്ടങ്ങൾ നീണ്ടുനിന്ന അൺലോക്ക് പ്രക്രിയ ആരംഭിക്കുകയായി. രോഗം റിപ്പോർട്ട് ചെയ്യപ്പെട്ട നിശ്ചിത മേഖലകളിൽ മാത്രം കർശന നിയന്ത്രണങ്ങൾ നിലനിർത്തുകയും ബാക്കിയുള്ളിടത്ത് നിയന്ത്രണങ്ങൾ ഘട്ടം ഘട്ടമായി ഒഴിവാക്കികൊണ്ടുവരിക എന്നതായിരുന്നു അൺലോക്ക് പ്രക്രിയ കൊണ്ടുദ്ദേശിച്ചത്. ഹോട്ടലുകളും റെസ്റ്റോറന്റുകളും ആരാധനാലയങ്ങളും തുറന്നു. പക്ഷേ മാസ്ക് ഉൾപ്പടെയുള്ള കർശനമായ കോവിഡ് പ്രോട്ടോകോൾ തുടരണം. ആഭ്യന്തര വിമാന സെർവീസുകൾ പുനരാരംരംഭിച്ചു. വ്യക്തികളുടെ അന്തർ സംസ്ഥാന യാത്രകൾക്കുള്ള നിയന്ത്രണങ്ങൾ ഒഴിവാക്കി. കടകളിൽ കൂടുതൽ ആളുകൾക്ക് പ്രവേശിക്കാൻ അനുമതിയായി. ജിം, യോഗ കേന്ദ്രങ്ങൾ എന്നിവ തുറന്നു. രാത്രി കെർഫ്യൂ ഒഴിവാക്കി. മെട്രോ റെയിൽ സർവിസുകൾ പുനരാരംഭിച്ചു. മതപരവും, കായികപരവും സാംസ്കാരികവുമായ പരിപാടികൾ നടത്താൻ അനുമതി നൽകി.

ആളുകൾ കൂട്ടം കൂടുന്ന വിനോദസഞ്ചാര മേഖലകളും, തിയേറ്ററുകളും ആരാധനാലയങ്ങളുമൊന്നും പെട്ടെന്ന് തുറക്കുക അസാധ്യമായിരുന്നു. അതുപോലെ സ്കൂളുകളും കൊളേജുകളും തുറന്ന് പഠനപ്രക്രിയ പുനരാരംഭിക്കുക എന്നതും പ്രയോഗികമായിരുന്നില്ല.

കുട്ടികൾ ഓൺലൈൻ പഠനത്തിലെക്ക്

പഠനവും പരീക്ഷകളും മുടങ്ങിയിട്ട് മാസങ്ങളാകുന്നു. വിദ്യാഭ്യാസ സ്ഥാപനങ്ങൾ തുറന്ന് പ്രവൃത്തിക്കാൻ അനുകൂലമായ സാഹചര്യവുമല്ല. കുട്ടികൾ വീടുകളിൽ ഒതുങ്ങി എത്രകാലം തുടരും എന്നത് വലിയ ഒരു പ്രശ്നമാണല്ലോ. ഓൺലൈൻ സംവിധാനത്തിലൂടെ പരമ്പരാഗത

രീതിയെ സാങ്കേതികത്തികവുമായ കൂട്ടിയിണക്കി ഡിജിറ്റൽ പഠനം സാധ്യമാക്കാനുള്ള പ്രവർത്തനങ്ങൾ വിദ്യാഭ്യാസ വകുപ്പ് ഏറ്റെടുത്തത് ഈ പശ്ചാത്തലത്തിലാണ്. ജൂൺ ഒന്നാം തീയതി മുതൽ ഡിജിറ്റൽ പഠനപ്രക്രിയ സമാരംഭിച്ചു. വിവര സാങ്കേതിക സൗകര്യങ്ങൾ എല്ലാ കുട്ടികൾക്കും ഒരുപോലെ പ്രാപ്യമല്ലാത്ത സ്ഥിതി നിലനിൽക്കുന്നുവെങ്കിലും ഭൂമിശാസ്ത്രപരവും ഭൗതികവുമായ പരിമിതികൾ മറികടക്കാൻ സാങ്കേതിക വിദ്യക്ക് കഴിയുമെന്ന് നാം എന്നേ തിരിച്ചറിഞ്ഞതാണല്ലോ. കുട്ടികളുടെ കർമ്മശേഷി നിലനിർത്താനും പഠന തുടർച്ച സാധ്യമാക്കാനും ഓൺലൈൻ പഠനമല്ലാതെ തല്ക്കാലം മറ്റ് മാർഗ്ഗങ്ങളൊന്നും ഇല്ലായിരുന്നു. വിദ്യാഭ്യാസത്തിന് ഡിജിറ്റൽ സാദ്ധ്യതകൾ ഉപയോഗിക്കാനായുള്ള ഒരവസരമായി ഇത് പരിണമിച്ചു എന്നതും യാഥാർത്ഥ്യമാണ്. ഇന്റർനെറ്റിലൂടെ തത്സമയ ക്ലാസ്സുകളായും, നേരത്തെ തയ്യാറാക്കി അവതരിപ്പിക്കുന്ന പാഠഭാഗങ്ങളായും, വിക്ടേഴ്സ് ചാനൽ വഴിയുള്ള സംപ്രേക്ഷണങ്ങളായും ഓൺലൈൻ പഠനം മുന്നേറി.

സാങ്കേതിക വൈദഗ്ധ്യവും അവതരണ മികവും അവശ്യംവേണ്ട അദ്ധ്യാപന രീതിയാണിത്. ഗ്രഹിത തലത്തിലും സാങ്കേതികത്തികവ് അവശ്യം വേണ്ട മേഖലയാണ്. വിവരസാങ്കേതികവിദ്യ പഠനത്തെ സഹായിക്കുകയും പ്രചോദിപ്പിക്കുകയും ചെയ്യുന്ന ഒരു സങ്കേതം എന്നത് മാറി പ്രായോഗിക പ്രശ്നങ്ങളുണ്ടെങ്കിലും വിവരസാങ്കേതിക വിദ്യ വിദ്യാഭ്യാസപ്രക്രിയയുടെ അടിസ്ഥാന ഘടകമായി മാറിയ അവസ്ഥയാണ് ഓൺലൈൻ പഠനത്തിൽ സംജാതമായത്.

ഗൃഹാന്തരീക്ഷത്തിൽ നടക്കുന്ന പ്രക്രിയ ആകയാൽ രക്ഷിതാക്കൾക്ക് കൂടുതൽ ഉത്തരവാദിത്വം സ്വാഭാവികമായും ഉണ്ടാകുന്നു. വിദ്യാലയങ്ങളിലേക്ക് വിട്ടാൽ അദ്ധ്യാപകരുടെ സംരക്ഷണത്തിലാണ് കുട്ടികൾ. ഇവിടെ അങ്ങനെയല്ലല്ലോ. വീടുകളിൽ നല്ല പഠനാന്തരീക്ഷം

സൃഷ്ടിച്ചുകൊടുക്കാനുള്ള ബാധ്യത രക്ഷിതാക്കൾക്കാണ്. മക്കളുടെ പഠനരീതികൾ കാണാനും മനസ്സിലാക്കാനുമുള്ള അവസരവും രക്ഷിതാക്കൾക്ക് വന്നുചേരുന്നു.

ഗാർഹികാന്തരീക്ഷത്തിൽ ക്ലാസ്സ് മുറിയിലെ ഔപചാരികതയും ഒതുക്കവും നഷ്ടമാകുന്നതിനാൽ കുട്ടികളെ സജീവമാക്കി മെരുക്കിയെടുക്കുക പ്രയാസമായിരുന്നു. സമയ ക്ലിപ്തത പാലിക്കുക എന്നതും ഒരു വെല്ലുവിളി ആയിരുന്നു. അധ്യയനത്തിന്റെ കൃത്യമായ സംയോജനവും അതുവഴി ലഭ്യമാകുന്ന ഫലപ്രാപ്തിയും ഡിജിറ്റൽ പഠനത്തിൽ അധികം പ്രതീക്ഷിക്കുക വയ്യ. ആരംഭകാലത്തെ ആവേശം പതിയെ കുട്ടികളിൽ കുറഞ്ഞുവന്നു എന്നതും യാഥാർത്ഥ്യമാണ്. ഡിജിറ്റൽ പഠനത്തിലെ ഇത്തരം പ്രയോഗ വൈഷമ്യങ്ങൾ അധ്യാപകരുടെ ജോലി ആയാസകരമാക്കി എന്നത് സത്യമാണ്. കോളേജുകളിൽ മുതിർന്ന വിദ്യാർത്ഥികളായതിനാലും, ഏകാത്മക അവതരണം ഒരു പഠന രീതിയായതിനാലും, തുടർമൂല്യനിർണ്ണയ ഘടകങ്ങൾ ഉൾച്ചേർക്കാൻ കഴിഞ്ഞതിനാലും ഓൺലൈൻ പഠനം കൂടുതൽ സക്രിയമായി. സ്വയം പഠനത്തിന് കൂടുതൽ സാധ്യതയുള്ള ബിരുദാനന്തര തലത്തിൽ അദ്ധ്യാപകൻ ഒരു വഴികാട്ടിയായി മാറുന്നതിനാൽ പഠന തയ്യാറെടുപ്പുകൾക്ക് വേണ്ട പിന്തുണ ഓൺലൈനായി നൽകാൻ അധ്യാപകനും അത് സ്വീകരിക്കാൻ വിദ്യാർത്ഥിക്കും അനായാസം കഴിയും എന്ന സവിശേഷതയുണ്ട്. പൊതുവിൽ പറഞ്ഞാൽ മാറിയ സാഹചര്യത്തിൽ വിദ്യാർത്ഥികളെ അഭിമുഖീകരിക്കാൻ വേറെ വഴിയില്ലാതായപ്പോൾ ഓൺ ലൈൻ പഠന രീതിയെ എല്ലാവരും സ്വീകരിച്ചു. ബന്ധപ്പെട്ടവരെല്ലാം ഈ രീതിയോട് സഹകരിച്ചു.

*[1] ഇന്ത്യയിലായാലും കേരളത്തിലായാലും ഡിജിറ്റൽ സാക്ഷരത എത്രയോ പരിമിതമാണെന്നത് ഒരു വസ്തുതയാണ്. വിവരസാങ്കേതിക വിദ്യയുടെയും ആശയവിനിമയ സങ്കേതങ്ങളുടെയും സമതുലിതമല്ലാത്ത അവസ്ഥ മൂലം ഒരു പ്രദേശമോ ഒരു ജനവിഭാഗമോ നേരിടുന്ന അസമത്വം യഥാർത്ഥത്തിൽ ഡിജിറ്റൽ വിഭജനമാണ്. സാമ്പത്തികവും സാമൂഹികവും സാംസ്കാരികവും ഭൂമിശാസ്ത്രപരവുമായ ഘടകങ്ങളാണ് ഇതിന് കാരണമാവുന്നത്. സ്മാർട്ട് ഫോണും ടിവിയും ഇന്റർനെറ്റ് സൗകര്യവും വ്യാപകമായ കേരളത്തിൽപ്പോലും 2.61 ലക്ഷം കുട്ടികൾക്ക് ഇവയൊന്നും പ്രാപ്യമല്ല എന്നാണ് കണക്കാക്കപ്പെട്ടിരിക്കുന്നത്.

സാമ്പത്തിക പരാധീനതയുള്ള കുട്ടികൾക്ക് ഇന്റർനെറ്റ് സൗകര്യമൊരുക്കാനും, ലാപ് ടോപ്പുകൾ ടെലിവിഷനുകൾ എന്നിവ ലഭ്യമാക്കാനും

---

1 (അവലംബം : ഓൺലൈൻ പഠനം. കാണാതിരിക്കരുത് പ്രത്യാഘാതങ്ങൾ. സുനിൽ പി. ഇളയിടം & പി.എം.ആരതി.മാതൃഭൂമി 10 ജൂൺ 20)

സർക്കാരും വ്യവസായികളും സന്നദ്ധ സംഘടനകളുമൊക്കെ തയ്യാറാ യപ്പോൾ പ്രായോഗിക പ്രയാസങ്ങൾ കുറെയൊക്കെ പരിഹരിക്കപ്പെട്ടു. ഉൾഗ്രാമങ്ങളിലെയും ആദിവാസ മേഖലയിലെയും കുട്ടികളിൽ പലരും അപ്പോഴും പഠനപ്രക്രിയയിൽ പങ്ക് ചേരാനാവാതെ നിസ്സഹായരായി നിൽക്കേണ്ടിവന്നു എന്നതും യാഥാർഥ്യമാണ്. ഓൺലൈൻ പഠനം കഴിയാത്തതിൽ മനം നൊന്ത് മലപ്പുറം ജില്ലയിലെ 15 കാരിയായ ദേവിക ആത്മഹത്യ ചെയ്തത് കേരളം ഞെട്ടലോടെയാണ് കേട്ടത്. സാമൂഹിക സാമ്പത്തിക അസമത്വത്തിന്റെ ഇരയായിരുന്നു വാസ്തവ ത്തിൽ ആ പെൺകുട്ടി. കോവിഡ് സാഹചര്യത്തിൽ പഠനം ഡിജി റ്റലായി മാറിയപ്പോൾ, സഹപാഠികൾ ആവേശത്തോടെ അതിൽ മുഴുകിയപ്പോൾ, സ്വന്തം സാഹചര്യങ്ങൾ അതിന് അനുകൂലമല്ലാതാ യിപ്പോയ നിസ്സഹായതയിൽ " ഞാൻ പോകുന്നു" എന്ന ഒറ്റ വരി എഴുതി ജീവിതത്തിൽനിന്നും തിരിച്ചു നടന്നു ദേവിക. ആ കുട്ടി അനുഭ വിച്ച മാനസിക സംഘർഷങ്ങൾ എത്രയായിരിക്കും? ആരോടും ഒന്നും പറയാതെ ജീവിതം അവസാനിപ്പിക്കാൻ പ്രേരിപ്പിച്ച ചേതോവികാരം എത്രമേൽ വേദനാജനകമായിരിക്കും. ലോക്ക്ഡൌൺ തുടങ്ങി നൂറു ദിവസം പിന്നിടുമ്പോൾ കേരളത്തിൽ 66 സ്കൂൾ കുട്ടികൾ ആത്മഹത്യ ചെയ്തു എന്ന സംസ്ഥാന ക്രൈം റെക്കോർഡ് ബ്യൂറോയുടെ സ്ഥിതിവി വരക്കണക്ക് വിരൽ ചൂണ്ടുന്നത് പല കാരണങ്ങളാലും അരക്ഷിതമായ ബാല്യത്തിന്റെ മൂർത്ത പ്രതിസന്ധികൾ തന്നെയാണ്.

ഓൺലൈൻ ഒത്തുചേരലുകളുടെ കാലം

കോവിഡ് 19 ഉം ആഗോള ലോക്ക് ഡൗണും ലോകഗതിയെ മൊത്ത ത്തിൽ മാറ്റിമറിച്ചതിന്റെ പ്രകട ദൃഷ്ടാന്തമാണ് സാധാരണ യോഗങ്ങളും ഒത്തുചേരലുകളും വീഡിയോ കോൺഫറൻസുകളും വെർച്വൽ യോഗങ്ങ ളുമായി ചുവട് മാറിയത്. യാത്രകൾ അസാധ്യമായപ്പോൾ, സാമൂഹിക അകലം നിർബന്ധമായപ്പോൾ, അടച്ചിട്ട മുറികളിലുള്ള കൂടി ചേരലുകൾ രോഗസാധ്യത വർദ്ധിപ്പിക്കുമെന്നായപ്പോൾ പ്രഖ്യാപിത ഉദ്ദേശങ്ങൾ ക്ക് ഓൺലൈൻ കൂടിച്ചേരലുകളല്ലാതെ വേറെ പോംവഴിയില്ലായിരുന്നു.

ആഗോളതലത്തിൽ കമ്പനികൾ അവരുടെ ജീവനക്കാരുമായി ബന്ധം നിലനിർത്താനും, ഉപഭോക്താക്കളുമായി ഇടപഴകുന്നതി നും വെർച്വൽ യോഗങ്ങളെ ആശ്രയിച്ചു. ബിസിനസ്സ് വിദ്യാഭ്യാസ മേഖലകളിലും വെബിനാറുകൾ സർവ്വസാധാരണമായി. വിദൂര ദേശങ്ങളിൽനിന്ന് പോലും ആളുകൾക്ക് ഇത്തരം പരിപാടികളിൽ പങ്കെടുക്കാൻ സാധിച്ചു. പെട്ടെന്ന് സംഘടിപ്പിക്കാമെന്നതും, സമയവും പണവും ലാഭിക്കാമെന്നതും വെബിനാറുകളുടെ സവിശേഷതയാണ്.

വീട്ടുകളിൽനിന്നും ജോലിചെയ്യുന്ന ജീവനക്കാരുമായി നിരന്തരം സംവദിക്കുവാൻ വെർച്വൽ യോഗങ്ങൾ ഉത്തരവാദപ്പെട്ടവർക്ക് നല്ല ഉപാധിയായി. അങ്ങനെ ജീവനക്കാർ കൂടുതൽ ജോലിസമയത്തെ അഭിമുഖീകരിക്കാനും ഹ്രസ്വവും എന്നാൽ പതിവായുള്ള വിലയിരുത്തൽ യോഗങ്ങളിൽ ഏർപ്പെടുകയും ചെയ്യുന്ന രീതി നിലവിൽ വന്നു. ഇത് ജീവനക്കാരെ കൂടുതൽ ശ്രദ്ധാലുക്കളാക്കാനും ഉത്തരവാദിത്വമുള്ളവരാക്കാനും സഹായിച്ചു എന്നത് വാസ്തവമാണ്.

ഉന്നതവിദ്യാഭ്യാസമേഖലയിലെ ദേശീയ, അന്തർദേശീയ സെമിനാറുകളൊക്കെ കോവിഡ് കാലത്ത് വെബിനാറുകളായി മാറി. നല്ല പങ്കാളിത്തവും ഉന്നതശീർഷരുടെ സാന്നിദ്ധ്യവും അവതരണമികവുമൊക്കെ ഉറപ്പാക്കാൻ വെബിനാറുകൾക്ക് കഴിഞ്ഞെങ്കിലും, മുഖാമുഖ ആശയവിനിമയവും പരസ്പര ചർച്ചകളുടെ സജീവതയും നിലനിർത്താൻ കഴിഞ്ഞോ എന്ന് സംശയമാണ്.

ഒരേ മേഖലയിൽ പ്രവൃത്തിക്കുന്ന ആളുകളുടെ സംഗമത്തിൽ സംഭവിക്കുന്ന ആദാന പ്രദാന പ്രക്രിയയുടെ പ്രയോജനവും, അത്തരം കൂട്ടായ്മയിൽ വിരിയുന്ന സൗഹൃദത്തിന്റെ ഇഴയടുപ്പവും, ചായനേരങ്ങളിൽ നടക്കുന്ന നർമ്മ ഭാഷണങ്ങളുമൊന്നും ഓൺലൈൻ ഒത്തുചേരലുകളിൽ സംഭവിക്കുന്നില്ല എന്നത് വെബിനാറുകളുടെ ആകർഷണം കുറക്കുന്ന ഘടകങ്ങളാണെങ്കിലും അടച്ചിരുപ്പ്കാലത്തിന്റെ പരിമിതികളെ മറികടക്കാൻ കഴിഞ്ഞു എന്നത് മാറിയ കാലത്തിന്റെ ശക്തമായ അടയാളം തന്നെയാണ്.

ഔദ്യോഗിക യോഗങ്ങളൊക്കെ വെർച്വൽ യോഗങ്ങളായിട്ടാണ് നടന്നത്. സമയവും പണവും ഊർജ്ജവും ലാഭിക്കാൻ ഇത് സഹായിച്ചു എന്നത് എടുത്ത് പറയേണ്ടതാണ്. യോഗങ്ങൾ കൃത്യ സമയത്ത് തുടങ്ങാൻ കഴിയുന്നതും അനാവശ്യമായി നീണ്ടുപോകാതിരിക്കുന്നതും

ചർച്ചകൾ ലക്ഷ്യവേധിയായി മാറുന്നതും നല്ല കാര്യങ്ങളായി കാണാവുന്നതാണ്.

പൂർവ്വ വിദ്യാർത്ഥി സംഗമങ്ങളും, സൗഹൃദ കൂട്ടായ്മകളുടെ സംഗമവുമൊക്കെ ഈ വിധം ഓൺലൈൻ ഒത്തുചേരലുകളായി നടന്നു. വിദൂര സ്ഥലങ്ങളിൽ താമസിക്കുന്ന സുഹൃത്തുക്കൾക്ക് പരസ്പരം കൂടിച്ചേരാൻ സാധാരണ സാഹചര്യത്തിൽപോലും സാധിക്കാത്തത്, അസാധാരണമായ കോവിഡ് സാഹചര്യത്തിൽ സാധിച്ചു എന്നത് വിവരവിനിമയ സാങ്കേതിക ശാസ്ത്രത്തിന്റെ കുതിച്ചുചാട്ടം ഒന്നുകൊണ്ട് മാത്രമാണ്.

ഇൻടെർനെറ്റിന്റെ ഇടമുറിയാത്ത ലഭ്യതയും വേഗതയും ഓൺലൈൻ പരിപാടികളുടെ തുടർച്ചക്കും ഫലപ്രാപ്തിക്കും അത്യാവശ്യമാകയാൽ പ്രസ്തുത സൗകര്യത്തിൽ സംഭവിക്കുന്ന ഏറ്റക്കുറച്ചിലുകൾ വെർച്വൽ യോഗങ്ങളുടെ അനുഭവ പൂർണ്ണതയെ ബാധിച്ചിരുന്നു എന്നതൊഴിച്ചാൽ ഉദ്ദേശ ലക്ഷ്യങ്ങൾ സാക്ഷാത്കരിക്കാൻ ഈ ' അയഥാർത്ഥ കൂടിച്ചേരലുകൾക്ക് ' കഴിഞ്ഞിരുന്നു.

പ്രതിരോധമാണ് പ്രതിവിധി-
കേരളത്തിന്റെ മികവുറ്റ പോരാട്ടം

രാജ്യത്തെ ആദ്യത്തെ കോവിഡ് രോഗം ജനുവരിയിൽ ഇവിടെ സ്ഥിരീകരിച്ചത് മുതൽ, നിപ്പയെ വരുതിയിലാക്കിയ ആത്മവിശ്വാസത്തോടെ കേരളം ജാഗ്രതയോടെയുള്ള കോവിഡ് പ്രതിരോധ പ്രവർത്തങ്ങൾ തുടങ്ങി. അതായത് വൈറസിന്റെ മാരക സ്വഭാവത്തെപ്പറ്റി ലോകാരോഗ്യസംഘടന മുന്നറിയിപ്പ് നൽകുന്നതിന് മുമ്പ് തന്നെ കേരളം പ്രതിരോധത്തിലൂന്നിയ പ്രവർത്തനങ്ങൾ തുടങ്ങിയിരുന്നു. ചൈനയിൽ രോഗം പകരുന്നതും മരണ സംഖ്യ ഉയരുന്നതുമായ വാർത്തകൾ പുറത്ത് വരുമ്പോഴാണ് ലോകം കൊറോണായെപ്പറ്റി വേവലാതിപ്പെട്ട് തുടങ്ങുന്നത്. പക്ഷേ ദിവസസങ്ങൾക്ക് മുമ്പ് തന്നെ വൈറസ് ബാധിത പ്രാദേശത്ത്നിന്ന് വരുന്നവരെ നാല് വിമാനത്താവളങ്ങളിലും കേരളം സൂക്ഷ്മ പരിശോധനക്ക് വിധേയമാക്കാൻ തുടങ്ങിയത് അപകടം മുൻകൂട്ടി കണ്ടത്കൊണ്ടായിരുന്നു.

തലസ്ഥാനത്ത് മുഴുവൻ സമയവും പ്രവൃത്തിക്കുന്ന ഒരു അടിയന്തര കോവിഡ് കേന്ദ്രം പ്രവർത്തനമാരംഭിച്ചു (War Room). ഫെബ്രുവരിയിൽ രണ്ട് കേസുകൾ കൂടി റിപ്പോർട് ചെയ്യപ്പെട്ടപ്പോൾ സംസ്ഥാനമാകെ ജാഗ്രതാ മുന്നറിയിപ്പ് നൽകി. കോവിഡ് ഒരു സംസഥാന ദുരന്തമായി പ്രഖ്യാപിച്ചു. ലക്ഷണമുള്ളവരുടെ രോഗ നിർണയത്തിന് ആർ ടി പി സി ആർ ഉൾപ്പടെയുള്ള പരിശോധനകൾ നടത്തി. രോഗബാധിതരെ പ്രത്യേക വാർഡിൽ കർശന നിരീക്ഷണത്തിൽ ചികിൽസിച്ചു.

രോഗിയുടെ ബന്ധുക്കളെയും സമ്പർക്കത്തിൽ വന്നവരെയും പ്രത്യേകമായി വീട്ടുകളിൽ നിരീക്ഷിച്ചു. ആദ്യഘട്ടത്തിൽ റിപ്പോർട്ട് ചെയ്യപ്പെട്ട മൂന്ന് കേസുകളിൽനിന്ന് മറ്റാർക്കും രോഗം പിടിപെടാതെ നോക്കാൻ കൃത്യസമയത്തുള്ള ശരിയായ പ്രവർത്തനത്തിലൂടെ കേരളത്തിന് കഴിഞ്ഞു. ചികിത്സയിലൂടെ രോഗികളെ സുഖപ്പെടുത്താൻ കഴിഞ്ഞതും നമ്മുടെ നേട്ടം.

രോഗം ഇതര സംസ്ഥാനങ്ങളിലും സ്ഥിരീകരിക്കപ്പെട്ടപ്പോൾ ആരോഗ്യവകുപ്പ് കൂടുതൽ ജാഗ്രത്തായി. അപ്പോഴേക്കും 170 ലേറെ രാജ്യങ്ങളിൽ കോവിഡ് പടർന്നിരുന്നു. ഇറ്റലിയിൽനിന്ന് വന്ന ഒരു കുടുംബത്തിലെ 3 പേർക്കും അവരുടെ ബന്ധുക്കളായ 2 പേർക്കും കോവിഡ് സ്ഥിരീകരിച്ചപ്പോൾ ആരോഗ്യവകുപ്പ് പ്രതിരോധപ്രവർത്തനങ്ങളുടെ രീതി കൂടുതൽ ചടുലവും ശാസ്ത്രീയമാക്കി. രോഗികളുടെ യാത്രാചരിത്രമുൾക്കൊള്ളുന്ന റൂട്ട് മാപ് തയ്യാറാക്കി പ്രസിദ്ധീകരിച്ചു. രോഗി ചെന്നെത്തിയ സ്ഥലങ്ങളും ബന്ധപ്പെട്ട ആളുകളെയും തിരിച്ചറിഞ്ഞു. സമ്പർക്കത്തിൽ പെട്ടവരെ പ്രത്യേക കേന്ദ്രങ്ങളിൽ 14 ദിവസം ക്വാറൻടൈൻ ചെയ്യിപ്പിച്ചു. വിദേശത്ത് നിന്ന് വന്നെത്തിയവരെ വിമാനത്താവളങ്ങളിൽ പരിശോധിച്ച് രോഗമുള്ളവരെ ആശുപത്രികളിലേക്കും മറ്റുള്ളവരെ വീട്ടുകളിലും നിരീക്ഷണത്തിൽ പാർപ്പിച്ചു. ഇതിനായി അണുവിമുക്തമായ ആംബുലൻസുകൾ 24 മണിക്കൂറും വിമാനത്താവളങ്ങളിൽ സജ്ജമാക്കി നിർത്തിയിരുന്നു. ഇത്തരം ആളുകളെ നിരീക്ഷിക്കാനും അവർക്ക് വേണ്ട സഹായങ്ങൾ എത്തിക്കാനും ആശ, കുടുംബശ്രീ പ്രവർത്തകരെ നിയോഗിച്ചു. രാജ്യത്ത് കോവിഡ് കേസ്സുകൾ കൂടുതലായി വരികയായിരുന്നു അപ്പോൾ. മാർച്ച് 22 ന് രാജ്യമാകെ ജനത കർഫ്യൂ ആചരിച്ചു. മാർച്ച് 24 ന് ലോക്ക് ഡൗണും നിലവിൽ വന്നു. അതോടെ കേന്ദ്ര മാർഗ്ഗ നിർദേശങ്ങൾക്കനുസരിച്ച്

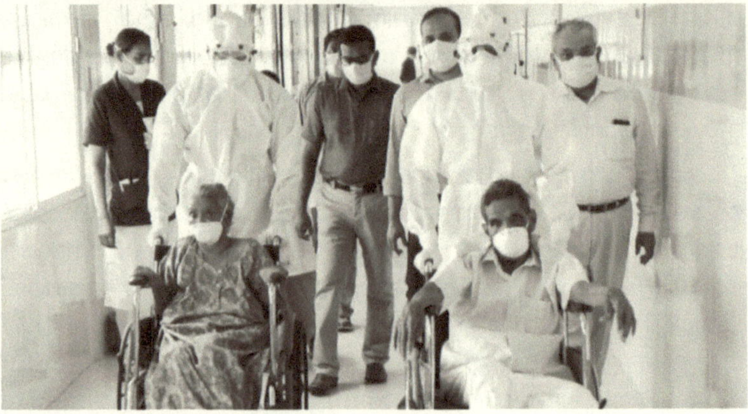

കടുത്ത നിയന്ത്രണങ്ങൾ നിലവിൽ വന്നു. ശക്തമായ നടപടികൾ വഴി ആളുകൾ പുറത്തിറങ്ങുന്നതും പൊതുസ്ഥലങ്ങളിൽ കൂട്ടം കൂടുന്നതും തടഞ്ഞു. പൊതു ചടങ്ങുകൾ നിരോധിച്ചു. കേന്ദ്ര ആരോഗ്യ വകുപ്പിന്റെ നിർദ്ദേശങ്ങളെല്ലാം അക്ഷരംപ്രതി നടപ്പാക്കി.

പ്രധാന ആശുപത്രികളിലെല്ലാം ഐസൊലേഷൻ വാർഡുകൾ സ്ഥാപിച്ചു. ഡോക്ടർമാരെയും നഴ്സുമാരെയും വിന്യസിച്ചു. ജയിലുകളിൽ പോലും ലക്ഷണമുള്ളവരെ മാറ്റിപ്പാർപ്പിക്കാൻ പ്രത്യേക വാർഡുകൾ സജ്ജമാക്കി. സമ്പർക്കം വഴി രോഗവ്യാപനം കൂടാതിരിക്കാൻ 'ബ്രേക്ക് ദ ചെയിൻ' എന്നൊരു വ്യക്തി ശുചിത്വ പ്രചരണ പദ്ധതി പ്രഖ്യാപിച്ചു. എവിടെയും സാമൂഹിക അകലം പാലിക്കുക, മാസ്ക് ധരിക്കുക എന്നിവ നിർബന്ധമാക്കി. കൈകൾ ഇടക്കിടെ സോപ്പും സാനിറ്റൈസറുമുപ യോഗിച്ച് വൃത്തിയാക്കുക എന്ന ശീലം പ്രചരിപ്പിച്ചു. മനുഷ്യനിൽനിന്ന് മനുഷ്യനിലേക്ക് മാത്രം പകരുന്ന രോഗത്തിന്റെ കണ്ണി മനുഷ്യൻ തന്നെ യാണല്ലോ. ഈ കണ്ണി പൊട്ടിക്കുക എന്നാതാണ് ബ്രേക്ക് ദ ചെയിൻ പ്രചാരണം കൊണ്ടുദ്ദേശിച്ചത്.

ചികിൽസാ പ്രോട്ടോകോൾ തയ്യാറാക്കുന്നതിനും നടത്തേണ്ട പ്രവർത്തനങ്ങളെ കുറിച്ച് തീരുമാനിക്കുന്നതിനും വേണ്ടി നേരത്തെ തന്നെ ഒരു റാപ്പിഡ് റെസ്പോൺസ് ടീമിനെ സർക്കാർ സജ്ജമാക്കിയിരുന്നു. അവരുടെ നിർദ്ദേശങ്ങൾക്കനുസരിച്ച് പ്രതിരോധ പ്രവർത്തനങ്ങൾ പുനരാവിഷ്കരിച്ചുകൊണ്ടിരുന്നു. ആളുകൾക്ക് വേണ്ട നിർദ്ദേശങ്ങളും സഹായവും നൽകാൻ എല്ലാ ജില്ലകളിലും സഹായകേന്ദ്രങ്ങൾ സ്ഥാപിച്ചു. ക്വാറൻടൈൻ കേന്ദ്രങ്ങളിലും

വീടുകളിലും നിരീക്ഷണത്തിലുള്ളവർക്ക് ആരോഗ്യ പ്രവർത്തകർ ടെലി കൗൺസിലിങ് നൽകി. നിരീക്ഷണത്തിൽ ഉള്ളവർക്ക് പുറം ലോകവുമായി ബന്ധപ്പെടാൻ ഇന്റർനെറ്റ്/ മൊബൈൽ ഡാറ്റാ സൗകര്യങ്ങൾ ഏർപ്പാടാക്കി. രോഗബാധിത പ്രദേശങ്ങളെ രോഗ തീവ്രതയനുസരിച്ച് നിയന്ത്രിത മേഖലകളാക്കി പ്രഖ്യാപിച്ച് സുരക്ഷാ സംവിധാനം നടപ്പാക്കി.

രാജ്യത്ത് രോഗപ്പകർച്ച കൂടുന്ന സാഹചര്യത്തിൽ സംസ്ഥാനത്തിന്റെ അതിർത്തികളിൽ സുരക്ഷയും പരിശോധനയും കർശനമാക്കി. കോവിഡ് ബാധിച്ച രാജ്യങ്ങളിൽനിന്നും ആളുകളുടെ ഒഴുക്ക് ശക്തമായപ്പോൾ പരിശോധനയും 28 ദിവസം ക്വാറൻടൈനും നിർബന്ധമാക്കി. പ്രവാസികളെ സ്വീകരിക്കാനുള്ള തയ്യാറെടുപ്പുകൾ പൂർത്തിയാക്കി. സ്കൂളുകളും കമ്മ്യൂണിറ്റി ഹാളുകളും ഏറ്റെടുത്ത് കൂടുതൽ ക്വാറൻടൈൻ കേന്ദ്രങ്ങൾ സ്ഥാപിച്ചു. സന്നദ്ധപ്രവർത്തകരെ ചേർത്തുകൊണ്ട് പ്രത്യേക കോവിഡ് സേനയുണ്ടാക്കി പരിശീലനം നൽകി. ആശുപത്രികളിൽ കൂടുതൽ കിടക്കകൾ ഒരുക്കി. വെന്റിലേറ്റർ ഉൾപ്പടെയുള്ള തീവ്ര പരിചരണ സംവിധാനങ്ങൾ വർധിപ്പിച്ചു. ജില്ലകളിലെല്ലാം ഒന്നാം നിര ചികിത്സ കേന്ദ്രങ്ങൾ ഒരുക്കി (FLTC).

എല്ലാ ദിവസവും മുഖ്യമന്ത്രിയും ആരോഗ്യ മന്ത്രിയും പങ്കെടുക്കുന്ന വാർത്താസമ്മേളനങ്ങൾ നടന്നു. രോഗ വിവരങ്ങളും നടപടികളും നിർദ്ദേശങ്ങളും ജനങ്ങളിലെത്തിക്കാൻ വിശദമായ വാർത്താസമ്മേളനങ്ങൾക്കായി. ആശങ്കവേണ്ടെന്നും ജാഗ്രതയോടെ മുന്നോട്ട് പോകണമെന്നുമുള്ള സന്ദേശം ജനങ്ങലിലെത്തിക്കാൻ പ്രതിദിന വാർത്താസമ്മേളനങ്ങൾ സഹായകമായി. കോവിഡ് മാനദണ്ഡങ്ങൾ പാലിക്കാനും അവ ലംഘിക്കുന്നവർ തങ്ങളോടും സമൂഹത്തോടും ഉത്തരവാദിത്വമില്ലായ്മ കാട്ടുകയാണെന്നുമുള്ള തോന്നൽ സൃഷ്ടിക്കാനും ഇതിലൂടെ സർക്കാരിന് കഴിഞ്ഞു. പത്രപ്രവർത്തകർ ഉന്നയിക്കുന്ന പരാതികൾക്കും നിർദ്ദേശങ്ങൾക്കും തുടർനടപടികളുണ്ടായി.

കോവിഡ് വ്യാപനവും ലോക്ക് ഡൌണും സാമ്പത്തിക മേഖലയിൽ സൃഷ്ട്ടിച്ച കടുത്ത തകർച്ച മറികടക്കാൻ മാർച്ചിൽ 20,000 കോടി രൂപയുടെ സാമ്പത്തിക പുനരുജ്ജീവന പദ്ധതി പ്രഖ്യാപിച്ചു. സൗജന്യ ഭക്ഷ്യ ധാന്യങ്ങളുടെയും മറ്റ് അവശ്യ സാധനങ്ങളുടെയും വിതരണം, മുൻകൂറായി സാമൂഹ്യ പെൻഷൻ വിതരണം, തൊഴിൽ മേഖലയ്ക്ക് ഉത്തേജനം, കുടുംബ ശ്രീ വഴി വായ്പാ വിതരണം, നികുതി ഇളവുകൾ, ആരോഗ്യസൗകര്യങ്ങളുടെ നവീകരണം തുടങ്ങിയ കാര്യങ്ങൾ സാമ്പത്തിക പാക്കേജിന്റെ ഭാഗമായി.

അതോടൊപ്പം ദാരിദ്ര്യ രേഖക്ക് താഴെ, മുകളിൽ എന്ന വേർതിരിവില്ലാതെ എല്ലാ കാർഡ് ഉടമകൾക്കും അരിയും പലചരക്ക് സാധനങ്ങളുടെ കിറ്റും വിതരണം ചെയ്തു. കേന്ദ്ര സർക്കാരിന്റെ പദ്ധതി പ്രകാരവും ഇത്തരം സഹായങ്ങൾ ജനങ്ങളിലെത്തി. മിക്കവാറും എല്ലാ പഞ്ചായത്തുകളിലും സമൂഹ അടുക്കളകൾ പ്രവർത്തന നിരതമായി. വരുമാനമില്ലാതെ പ്രയാസമനുഭവിച്ചുകൊണ്ടിരുന്ന ആളുകൾക്കുള്ള കൈത്താങ്ങായി മാറി ഈ സഹായങ്ങൾ. അതിഥി തൊഴിലാളികളുടെ ക്ഷേമം ഉറപ്പാക്കാൻ താമസവും ഭക്ഷണവും ഏർപ്പാട് ചെയ്തു. സംപൂർണ്ണ അടച്ചിടലിന്റെ കാലത്തും ആരുടെയും അത്യാവശ്യ കാര്യങ്ങളൊന്നും മുടങ്ങരുതെന്ന നിഷ്കർഷ പുലർത്തിയത് ജനത്തിന് വലിയ ആശ്വാസമായി.

രോഗികൾക്ക് മരുന്നുകളെത്തിക്കാനും, കോവിഡ് ഇതര രോഗികൾക്കാവശ്യമുള്ള ചികിത്സാ സൗകര്യങ്ങളൊരുക്കാനും ആരോഗ്യ പ്രവർത്തകരോടൊപ്പം പോലീസ് സേനയും അഗ്നിരക്ഷാസേനയും കർമ്മനിരതരായി. അങ്ങനെ ചിട്ടയാർന്ന ആരോഗ്യ സാമൂഹ്യ ക്ഷേമ പ്രവർത്തനങ്ങളിലൂടെ പ്രതിസന്ധിയുടെ കഠിനകാലം കടക്കാൻ കേരളം വിശ്രമമില്ലാതെ പ്രവൃത്തിച്ചു.

കേരളം കാലങ്ങളായി കൈവരിച്ച സാർവ്വത്രിക വിദ്യാഭ്യാസം, സ്ത്രീ ശാക്തീകരണം, വിപുലമായ പൊതുജനാരോഗ്യ സംവിധാനങ്ങൾ, വാർഡ് തലം വരെയുള്ള ഭരണ വികേന്ദ്രീകരണം തുടങ്ങിയ നേട്ടങ്ങൾ ഈ പ്രതിസന്ധികളിൽ ലക്ഷ്യവേധിയായി പ്രവൃത്തിക്കാൻ നമുക്ക് സഹായകമായ ഘടകങ്ങളാണ്.

ലോകാരോഗ്യ സംഘടനയുടെ മാനദണ്ഡങ്ങൾക്കനുസരിച്ചുള്ള കൃത്യമായ പ്രവർത്തനങ്ങളിലൂടെ ഏപ്രിൽ മാസത്തോടെ വ്യാപനം നിയന്ത്രിക്കാൻ കേരളത്തിന് കഴിഞ്ഞു. ജൂൺ മാസത്തിൽ പ്രവാസികളുടെ വരവും, ലോക്ക്ഡൌൺ നിയന്ത്രണങ്ങളിൽ വന്ന അയവും പ്രതിരോധ പ്രവർത്തനങ്ങളുടെ താളം തെറ്റിക്കുകയും രോഗ വ്യാപനം കൂടുന്ന അവസ്ഥയിലേക്ക് കേരളം മാറുകയും ചെയ്തു. അപ്പോഴും രോഗ വ്യാപന മൂർദ്ധന്യം വൈകിപ്പിച്ച് സമൂഹ വ്യാപനമെന്ന അപകടാവസ്ഥയിലെത്താതെ, ആശുപത്രികളിൽ കൂട്ടമായി രോഗികളെത്താതെ, മരണ നിരക്ക് ഏറ്റവും കുറഞ്ഞ നിലയിൽ നിർത്തി ഫലപ്രദമായ പ്രതിരോധം ചമയ്ക്കുവാൻ കേരളത്തിന് കഴിഞ്ഞു എന്നത് നമ്മുടെ പ്രവർത്തനങ്ങളുടെ മികവ് സാക്ഷ്യപ്പെടുത്തുന്നു. കേരളത്തിന്റെ കോവിഡ് പോരാട്ടത്തിന് അന്താരാഷ്ട്ര അംഗീകാരം ലഭിക്കുവാനുള്ള കാരണവും വേറൊന്നാവില്ല.

സിങ്കപ്പൂർ,വിയറ്റ്നാം, തായ്‌വാൻ, ന്യൂ സീലാൻഡ്, ഐസ്ലാൻഡ് തുടങ്ങിയ രാജ്യങ്ങൾ കോവിഡിനെ ഫലപ്രദമായി നേരിട്ട മാതൃകകകൾ നമ്മുടെ മുന്നിലുണ്ട്. രോഗവ്യാപനം നിയന്ത്രിക്കാനും മരണസംഖ്യ പരമാവധി കുറക്കാനും അവർക്ക് കഴിഞ്ഞത് വിഭവസമ്പന്നത കൊണ്ട് മാത്രമല്ല, ചിട്ടയായും ആസൂത്രിതമായും നടത്തിയ മികച്ച ആരോഗ്യ പരിപാലന പ്രവർത്തനങ്ങളിലൂടെയാണ്. ജനങ്ങളുടെ അച്ചടക്കപൂർണ്ണമായ സഹകരണവും അവിടങ്ങളിലുണ്ടായി. സമ്പന്നതയുടെ കൊടുമുടിയിൽ നിൽക്കുന്ന അമേരിക്കയിൽ സംഭവിച്ചതും നമുക്കറിയാം. ആരോഗ്യ രംഗം വാണിജ്യവൽക്കരിക്കപ്പെട്ടതും, തീവ്ര ഉദാരീകരണ നയങ്ങൾ സ്വയം വരിച്ചതും മാത്രമല്ല അമേരിക്കക്ക് വിനയായത്, ഭരണ നേതൃത്വത്തിന്റെ വീഴ്ചയുമാണ്. ഡീനിയലിസം അഥവാ ഭരണാധികാരികളുടെ രോഗനിഷേധ സമീപനം പ്രകടമായപ്പോൾ ജനങ്ങളും നിയന്ത്രണങ്ങൾ വകവെക്കാതായി. അനന്തര ഫലം വ്യാപകമായ രോഗബാധയും ആൾനാശവുമായിരുന്നു. ലോക്ക്ഡൌൺ പ്രഖ്യാപനത്തിന്റെ കാര്യത്തിലും അത് നടപ്പാക്കിയ രീതിയിലുമൊക്കെ വിമർശനങ്ങളുണ്ടെങ്കിലും, യാഥാർത്ഥ്യങ്ങളുൾക്കൊള്ളാനും, സാഹചര്യങ്ങളെ വിലയിരുത്തി, ആരോഗ്യ നയങ്ങളും സമീപനങ്ങളും പരിഷ്കരിക്കാനും ഇന്ത്യക്ക് കഴിഞ്ഞു എന്നത് വാസ്തവമാണ്. വർദ്ധിച്ച ജനസാന്ദ്രതയും, സാമൂഹ്യ സാമ്പത്തിക അസമത്വങ്ങളും പ്രതികൂലമായി നിൽക്കുന്ന അവസ്ഥയിൽ രോഗവ്യാപനവും മരണവും എളുപ്പത്തിൽ പിടിച്ചുനിർത്താനാവില്ല. എങ്കിലും അനിയന്ത്രിതമായ രീതിയിലേക്ക് സാഹചര്യങ്ങൾ മാറിയില്ല എന്നത് എടുത്ത് പറയേണ്ടതാണ്. രോഗവ്യാപനം വൈകിപ്പിച്ച്, ആരോഗ്യ സൗകര്യങ്ങളെ ഉത്തമീകരിച്ച് പ്രയോജനപ്പെടുത്തി, മരണങ്ങൾ പരമാവധി കുറച്ച്, ജന പങ്കാളിത്തം ഉറപ്പാക്കിയുള്ള കോവിഡ് പോരാട്ടത്തിന്റെ കേരള മാതൃകയെ ഈയൊരു പശ്ചാത്തലത്തിൽവേണം വിലയിരുത്തേണ്ടത്.

ധാരാവിയുടെ വിജയഗാഥ

ഏഷ്യയിലെ ഏറ്റവും വലിയ നഗരകേന്ദ്രിത ചേരിയായ മുംബയിലെ ധാരാവി. ധാരാവിയുടെ കോവിഡ് വിരുദ്ധ പോരാട്ടം ഇന്ന് ലോകത്തിലെതന്നെ വിജയകരമായൊരു അതിജീവന മാതൃകയാണ്. ദക്ഷിണ കൊറിയ, ജപ്പാൻ, ന്യൂസീലൻഡ്, തായ്‌വാൻ തുടങ്ങി ആരോഗ്യ പരിപാലനത്തിൽ വലിയ കുതിച്ചുചാട്ടം നടത്തിയ രാജ്യങ്ങളുടെ കോവിഡ് പോരാട്ടങ്ങൾക്കൊപ്പം ചേർത്തുവെയ്ക്കാവുന്ന ഇന്ത്യയുടെ അതിശയകരമായ വിജയഗാഥ.

520 ഏക്കറോളം വിസ്തൃതിയുള്ള ചേരി പ്രദേശം.

10 ലക്ഷത്തിലധികം ആളുകൾ തിങ്ങിപ്പാർക്കുന്ന ചേരി.

തൊട്ട് തൊട്ട് കൊച്ചുകുടിലുകൾ.

വീടുകൾക്കിടയിലൂടെ മലിനജാലം ഒഴുകുന്ന ഓടകൾ.

ഇടുങ്ങിയ വഴികൾ. വൃത്തിഹീനമായ ചുറ്റുപാടുകൾ.

പരിമിതമായ ശുദ്ധജല ലഭ്യത.

ആളുകൾ തിക്കിത്തിരക്കുന്ന പൊതു ശൗചാലയങ്ങൾ.

പ്രാഥമിക സൗകര്യങ്ങളുടെ പോരായ്മയിൽ ശ്വാസം മുട്ടുന്ന ആബാലവൃദ്ധം ജനങ്ങൾ.

പരസ്പരം തൊടാതെ രണ്ടുപേർക്ക് കടന്നുപോകാൻ കഴിയാത്ത ഇടവഴികൾ.

സാമൂഹിക അകലം സ്വപ്നം കാണാൻ പോലും കഴിയാത്ത ജനസാന്ദ്രത.

15000 ഒറ്റമുറി കുടിൽ വ്യവസായ യൂണിറ്റുകൾ രാവും പകലും പ്രവൃത്തിക്കുന്ന തിരക്കാർന്ന പ്രദേശം. ഇതാണ് ധാരാവി.

തീവ്രമായ കോവിഡ് വ്യാപനത്തിന് ഏറ്റവും സാധ്യതയുള്ള ഇടമായി എല്ലാവരും ഭയപ്പാടോടെ കണ്ട സ്ഥലം. കോവിഡ് വ്യാപനം നേരിടുക എന്നത് ദുഷ്കരമായതിനാൽ കോവിഡിനെ പിന്തുടർന്ന് പുറത്താക്കുക (Kovid Chasing) എന്നത് മാത്രമാണ് അവലംബിക്കേണ്ട തന്ത്രമെന്ന് മുനിസിപ്പൽ കോർപറേഷൻ നന്നായി തിരിച്ചറിഞ്ഞിരുന്നു.

ഏപ്രിൽ ഒന്നിന് ആദ്യമായി രോഗം സ്ഥിരീകരിച്ചതുമുതൽ ചടുലവും സമയബന്ധിതവുമായ പ്രവർത്തനങ്ങൾ തുടങ്ങി. ഏപ്രിൽ അവസാനമാകുമ്പോൾ കേസ്സുകളുടെ എണ്ണം 491 ആയി ഉയർന്നു.

ഒരു നിമിഷംപോലും പാഴാക്കാതെ ബോധവൽക്കരണ പ്രതിരോധ പ്രവർത്തനങ്ങൾ നടന്നു. ലോക്ക്ഡൌൺ പ്രഖ്യാപിച്ചു. രാത്രി കർഫ്യൂ നിലവിൽ വന്നു. ബാരിക്കേഡുകൾ സ്ഥാപിച്ച് ചേരിയിലേക്കുള്ള വഴികൾ അടച്ചു. താമസ ഇടങ്ങളെല്ലാം തീവ്ര നിരീക്ഷണത്തിലായി. ആളുകളുടെ ആഭ്യന്തര നീക്കങ്ങൾ നിയന്ത്രിച്ചു. ആരോഗ്യപ്രവർത്തകരും സന്നദ്ധ പ്രവർത്തകരും വീടുകളിൽ ഓരോരുത്തരെയും പരിശോധിച്ച് പനിപോലുള്ള അസ്വസ്ഥതകളുള്ളവരെ ക്വാറൻടൈൻ കേന്ദ്രങ്ങളിലേക്ക് മാറ്റി. എല്ലാവരെയും കോവിഡ് പരിശോധനക്ക് വിധേയമാക്കുക എന്നത് പ്രായോഗികമല്ലാത്ത സാഹചര്യത്തിൽ ആളുകളിൽ താപനിലയും ഓക്സിജൻ അളവും പരിശോധിക്കുക എന്നതായിരുന്നു അവലംബിച്ച മാർഗ്ഗം. 47500 ഓളം വീടുകളിലെത്തി 700000 ആളുകളെ ഈവിധം പരിശോധിച്ചു. കൂടുതൽ രോഗലക്ഷണമുള്ളവരെ കോവിഡ് പരിശോധനക്ക് വിധേയമാക്കി. രോഗം സ്ഥിരീകരിച്ചവരെ ആശുപത്രിയിലേക്ക് മാറ്റി.

പൊതു ശൗചാലയങ്ങൾ വൃത്തിയാക്കി. പൊതുവഴികൾ അണുവിമുക്തമാക്കി. മാലിന്യക്കൂമ്പാരങ്ങൾ മാറ്റി. പലയിടങ്ങളിലായി ആരോഗ്യ ക്ലിനിക്കുകൾ തുറന്നു. സ്കൂളുകളും ക്ലബ്ബുകളും ക്വാറൻടൈൻ കേന്ദ്രങ്ങളായി. മുംബൈയിലെ രാജീവ് ഗാന്ധി കായിക സമുച്ചയം 300 കിടക്കകളുള്ള താൽക്കാലിക ആരോഗ്യകേന്ദ്രമായി മാറി. ഒരു ലക്ഷത്തോളം വരുന്ന കുടിയേറ്റ തൊഴിലാളികൾ രോഗം റിപോർട്ട്ചെയ്യപ്പെട്ടതിനെത്തുടർന്ന് ധാരാവിയിൽനിന്നും സ്വന്തം ഗ്രാമങ്ങളിലേക്ക് പോയതും അനുകൂല ഘടകമായി.

ഡ്രോണുകൾ ഉപയോഗിച്ച് പൊതു നിരീക്ഷണം ശക്തമാക്കി. സർക്കാർ ഡോക്ടർമാരും നഴ്സുമാരും മാത്രമല്ല സ്വകാര്യ ഡോക്ടർമാരും സന്നദ്ധ ആരോഗ്യ പ്രവർത്തകരും വീടുകളിലെത്തി വിവരങ്ങൾ

ശേഖരിച്ചു. ചെറിയ യോഗങ്ങളിലൂടെ രോഗത്തെപ്പറ്റിയുള്ള ബോധവൽക്കരണം നടത്തി. രോഗവ്യാപനത്തിന്റെ കണ്ണികൾ മുറിക്കാൻ ആരോഗ്യശീലങ്ങൾ പിന്തുടരുന്നതിന്റെ പ്രാധാന്യം ബോധ്യപ്പെടുത്തി. സമൂഹ അടുക്കളകൾ സ്ഥാപിച്ചു. അവശ്യ വസ്തുക്കൾ വീടുകളിലെത്തിച്ചു. പ്രതിരോധ മരുന്നുകളും സാമഗ്രികളും യഥേഷ്ടം വിതരണം ചെയ്തു.

അങ്ങനെ മെയ് മാസത്തിൽ ഇന്ത്യയിലെ മറ്റിടങ്ങളിൽ കേസ്സുകൾ നാലിരട്ടിയായി വർധിച്ചപ്പോൾ ധാരാവിയിൽ കേസ്സുകൾ കുറഞ്ഞുവന്നു. രോഗവ്യാപനം 12 ശതമാനത്തിൽനിന്ന് 4.3 ആയും ഒടുവിൽ 1.02 ആയും കുറഞ്ഞുവന്നു. ഭരണാധികാരികളും, ജനപ്രതിനിധികളും, ഉദ്യോഗസ്ഥരും പരസ്പര ധാരണയോടെ ജനങ്ങളുമായിച്ചേർന്ന് പ്രവൃത്തിച്ചാൽ ഇവിടെ അത്ഭുതങ്ങൾ രചിക്കാമെന്നതിന്റെ പ്രത്യക്ഷ ദൃഷ്ടാന്തമത്രെ ധാരാവിയുടെ അനുഭവം. എല്ലാ കാലത്തും ഇതുപോലെ കൂട്ടായുള്ള ജനാധിപത്യ വിജയ സുമുഹൂർത്തങ്ങൾ കാണുന്നില്ലല്ലോ എന്നതാണ് സങ്കടം.

രോഗലക്ഷണമുള്ളവരെയും രോഗികളെയും കണ്ടെത്തി (Trace), രോഗസാധ്യതയുള്ളവരെ പിന്തുടർന്ന് (Track), കൃത്യമായ പരിശോധനകൾ നടത്തി (Test), ആവശ്യമായ ചികിത്സ നൽകി (Treat) കേരളം അനുവർത്തിച്ച കോവിഡ് പ്രതിരോധ പ്രവർത്തനങ്ങളുടെ സക്രിയ മാതൃകയാണ് അധികൃതർ ധാരാവിയിലും പരീക്ഷിച്ചതും പൊതുജന പങ്കാളിത്തത്തോടെ വിജയിപ്പിച്ചതും. രോഗം വ്യാപിച്ച് കൂട്ട മരണങ്ങൾ സംഭവിക്കാവുന്ന സാദ്ധ്യത മാറ്റിമറിക്കാൻ കഴിഞ്ഞത് ചിട്ടയായ ആരോഗ്യ ബോധവൽക്കരണ പങ്കാളിത്ത പ്രവർത്തനങ്ങളിലൂടെയാണ്. അങ്ങനെ ലോകത്തിനുമുന്നിൽ വെയ്ക്കാവുന്ന ഇന്ത്യയുടെ ഒരു പോരാട്ട വിജയ ചരിത്രത്തിലെ ഉജ്വലമായ ഒരു ഏടായി മാറുന്നു ധാരാവിയിലെ കോവിഡ് അതിജീവനം.

അൺലോക്ക് കാലത്തെ കോവിഡ് വ്യാപനവും ചില യാഥാർഥ്യങ്ങളും

അൺലോക്ക് ഒന്നാം ഘട്ടം തുടങ്ങുമ്പോൾ ഇന്ത്യയിൽ 97000ത്തിനു മേൽ കോവിഡ് കേസുകളായിരുന്നു റിപ്പോർട്ട് ചെയ്യപ്പെട്ടത്. ആകെ മരണം 5606 ആയിരുന്നു. നിയന്ത്രണങ്ങൾ ലഘൂകരിച്ചുതുടങ്ങിയപ്പോൾ കോവിഡ് വ്യാപനം ക്രമാനുഗതമായി കൂടുന്ന കാഴ്ചയാണ് കണ്ടത്. ജൂൺ മാസം അവസാനമാകുമ്പോൾ രാജ്യത്ത് 220500 ന് മേൽ കേസുകൾ ഉണ്ടായി. മരണം 17409 ആയി ഉയർന്നു. കേരളത്തിൽ 3169 കേസുകളും 24 മരണവും പുതുതായി സംഭവിച്ചു. ആശ്വാസകരമായ കാര്യം രോഗമുക്തരുടെ എണ്ണം നല്ല രീതിയിൽ മെച്ചപ്പെടുന്നു എന്നതായിരുന്നു.

ലോക്ക്ഡൌൺ കൊണ്ട് പ്രതീക്ഷിച്ചത്ര ഗുണമുണ്ടായോ എന്ന ചോദ്യം ഇവിടെ പ്രസക്തമാണ്. മെഡിക്കൽ സൗകര്യങ്ങൾ വേണ്ടും വണ്ണം കൂട്ടി, രോഗം വന്നവർക്ക് പ്രതിരോധശേഷി കൂട്ടി, രോഗികളുമായി സമ്പർക്കത്തിലുള്ളവരെ മാറ്റിപാർപ്പിച്ച് സമൂഹവ്യാപനം സംഭവിക്കാതെ, രോഗം തീവ്രമായവർക്ക് അടിയന്തര ജീവൻ രക്ഷാ സംവിധാനങ്ങൾ ഒരുക്കി, ഏതൊരു ആപത്ഘട്ടത്തെയും നേരിടാൻ സജ്ജരാവുക എന്ന ലക്ഷ്യം ലോക്ക്ഡൌൺ കൊണ്ട് നാം നേടിയോ എന്നതാണ് ചോദ്യം. അങ്ങനെയെങ്കിൽ ഒരു മാസം കൊണ്ട് ഇത്രയും വ്യാപനം സംഭവിക്കാൻ പാടില്ലായിരുന്നു. മരണവും. ആരോഗ്യരംഗത്തെ പ്രഗത്ഭരായ ചില വിദഗ്ധരെ ഉദ്ധരിച്ചു പറയുകയാണെങ്കിൽ ലോക്ക്ഡൌൺ നന്നായി ഉപയോഗിച്ചില്ലെങ്കിൽ അൺലോക്ക് ചെയ്യുന്നത് എല്ലായ്പ്പോഴും അപകടകരം തന്നെയായിരിക്കും. അത് തന്നെയല്ലേ തുടർ മാസങ്ങളിൽ നമ്മൾ കണ്ടത്?

ജൂലൈ മാസം അവസാനമാകുമ്പോൾ കേരളത്തിൽ കേസുകൾ 20000 ത്തിനടുത്തെത്തി. മരണം 49 ആയി. ഓഗസ്റ്റിൽ കേസുകൾ 51000 കടന്നു. മരണം 219. സെപ്റ്റംബർ അവസാനത്തിൽ കേസ്സുകൾ 120000 കടന്നു. മരണം 433. ഒക്ടോബറിൽ കേസുകൾ 228000 ത്തിനടുത്തെത്തി. മരണം 739 ആയി ഉയർന്നു. ഒക്ടോബറിൽ രോഗബാധിതരുടെ എണ്ണം ചില ദിവസങ്ങളിൽ 10000 കവിഞ്ഞു. നവംബറിൽ 171290 കേസുകൾ റിപ്പോർട്ട് ചെയ്യപ്പെട്ടപ്പോൾ മരണം 760 ആയി. ഈ മാസങ്ങളിലൊക്കെ രോഗമുക്തരാകുന്നവരുടെ സംഖ്യ വളരെ വളരെ കൂടിവന്നു എന്നത് വലിയ ആശ്വാസമായി. പല ദിവസങ്ങളിലും രോഗ ബാധിതരെക്കാൾ രോഗ മുക്തരായവരുടെ എണ്ണം കൂടുകയും ചെയ്തു. വ്യാപനത്തിന്റെ സവിശേഷതയായി മറ്റൊരു കാര്യം കൂടി സൂചിപ്പിക്കേണ്ടതുണ്ട്. ആദ്യമായി ഒരു ലക്ഷം കേസുകൾ ഉണ്ടാവാൻ 67 ദിവസമെടുത്തു. അടുത്ത ഒരു ലക്ഷം കേസുകളുണ്ടാവാൻ 10 ദിവസമേ വേണ്ടിവന്നുള്ളൂ. വീണ്ടും ഒരു ലക്ഷം കേസുകൾ ഉണ്ടാവാൻ വെറും 5 ദിവസമേ വേണ്ടിവന്നുള്ളൂ. വ്യാപനത്തിന്റെ ഗതിവേഗം എത്രമേൽ ശക്തമായിരുന്നു എന്ന് ഈ കണക്കുകൾ വ്യക്തമാക്കുന്നു. ഡിസംബറിലും ഈ പ്രവണത ഏറെക്കുറെ തുടർന്നു.

ഈ സമയങ്ങളിൽ രാജ്യത്തിന്റെ അവസ്ഥ പരിശോധിക്കുമ്പോൾ രോഗവ്യാപനവും മരണവും എണ്ണത്തിൽ വർധിച്ചു വരുന്ന കാഴ്ചയാണ് കാണുന്നതെങ്കിലും വർദ്ധനവിന്റെ തോത് കുറയുന്നു എന്നത് ശ്രദ്ധേയമാണ്. ലോകാരോഗ്യ സംഘടനയുടെ കണക്ക് പ്രകാരം നവംബറിൽ ഇന്ത്യയിലെ കോവിഡ് രോഗികളുടെ എണ്ണം 9431691 ഉം ആകെ സംഭവിച്ച മരണം 137139 ഉം ആണ്. ഡിസംബറിൽ ഇത് യഥാക്രമം

10207871 ഉം 147901 ഉം ആയി ഉയർന്നു. 2021 ജനുവരിയായപ്പോൾ ആകെ കേസുകൾ 10667736 ഉം മരണം 153470 ഉം ആയി. ഫിബ്രുവരിയിൽ കേസ്സുകൾ 10916589 ഉം മരണം 155732 ഉം ആയി.

അതായത് നവംബറിൽനിന്നും ഡിസംബറിലെത്തുമ്പോൾ 776180 രോഗികൾ കൂടി . ഡിസംബറിൽനിന്നും 2021 ജനുവരിയിലെത്തുമ്പോൾ 459865 രോഗികളാണ് കൂടിയത്. ജനുവരിയിൽനിന്നും ഫെബ്രുവരിയിലെത്തുമ്പോൾ കൂടിയ രോഗികളുടെ എണ്ണം 248853. ഈ കണക്കുകൾ കാണിക്കുന്നത് നവംബർ മുതൽ രാജ്യത്ത് രോഗികളുടെ എണ്ണത്തിലും മരണ സംഖ്യയിലും കാര്യമായ കുറവ് പ്രകടമാകുന്നു എന്നതാണ്. സെപ്റ്റംബർ മാസത്തിൽ സംഭവിച്ച വ്യാപന മൂർദ്ധന്യത്തിൽനിന്നും (ദിവസം 98000 എന്ന നില വരെ എത്തി) മെല്ലെ മെല്ലെ താഴേക്ക് വന്ന് ദിവസത്തിൽ 12000 എന്ന സ്ഥിതിയിലേക്ക് രാജ്യം വന്നു. അൽപ്പം വൈകിയാണെങ്കിലും കോവിഡ് പോരാട്ടത്തിൽ വളരെ ശുഭോദർക്കമായ കാര്യമായിവേണം ഇതിനെ കാണേണ്ടത്.

കേരളത്തിൽ ഡിസംബറിൽ പ്രാദേശിക ഭരണസമിതികളുടെ തിരഞ്ഞെടുപ്പ് പ്രഖ്യാപനം വന്നതോടെ കോവിഡ് ജാഗ്രതയും കോവിഡ് പ്രോട്ടോക്കോളും പരക്കെ ദുർബലമായിത്തുടങ്ങി. അതുവരെ നിയന്ത്രിതമായും മാനദണ്ഡങ്ങൾ പാലിച്ചും തുടർന്നുവന്ന രാഷ്ട്രീയ പ്രവർത്തനങ്ങൾ പെട്ടെന്ന് സജീവമാകുകയും ആവേശത്തള്ളിച്ചയിൽ ഭൂരിഭാഗം പ്രവർത്തകരും നല്ല ശതമാനം നേതാക്കളും കോവിഡിനെ മറക്കുകയും ചെയ്തു. പ്രചരണം ചൂട് പിടിച്ചു. പുതിയ കാലത്തെയും സാഹചര്യങ്ങളെയും

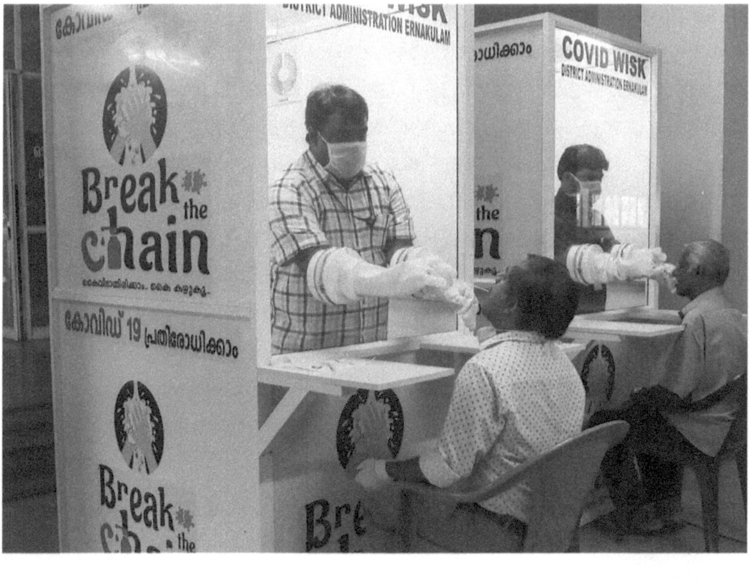

ഉൾക്കൊള്ളാൻ മടിക്കുന്ന രാഷ്ട്രീയം പഴയ ശൈലിതന്നെ ഏറെക്കുറെ പിൻതുടർന്നു. ഡിസമ്പർ 8,10,14 തീയതികളിൽ തെരഞ്ഞെടുപ്പും നടന്നു. തുടർന്നുള്ള ആഴ്ചകളിൽ പ്രവചിക്കപ്പെട്ടപോലെ കേസുകൾ കൂടി. രാജ്യത്ത് പൊതുവിൽ രോഗ വ്യാപനം കുറയുമ്പോഴും സംസ്ഥാനത്ത് ദിവസവും ശരാശരി 5000 ന് മേൽ രോഗികളുണ്ടാവുകയും 15 നും 20 നുമിടയിൽ മരണം സംഭവിക്കുകയും ചെയ്തു. രാജ്യത്തെ ആകെ രോഗ ബാധിതരിൽ 40-45 % പേർ ഇവിടെയാണെന്ന അവസ്ഥ ഇരുത്തി ചിന്തിപ്പിക്കുന്നതായിരുന്നു.

290 ദിവസത്തെ ഇടവേളക്ക്ശേഷം സംസ്ഥാനത്തെ സ്കൂളുകളും കോളേജുകളും പുതുവർഷാരംഭത്തിൽ തുറന്ന് പ്രവൃത്തിക്കാൻ തുടങ്ങി. കോവിഡ് പ്രോട്ടോകോൾ പാലിച്ചുകൊണ്ട് 10, 12 ക്ലാസ്സുകളും, കോളേജിലെ അവസാന വർഷ ബിരുദ ബിരുദാനന്തര ക്ലാസ്സുകളു മാണ് തുടങ്ങിയത്. തുടർപഠനത്തിന്റെ കവലയിലെത്തിനിൽക്കുന്ന വരെ പ്രത്യേകം പരിഗണിക്കണമല്ലോ. ആസ്വാദ്യകരമായ പഠനം ഇല്ലാതെ, അദ്ധ്യാപകരുടെ സ്നേഹശാസനകൾ അനുഭവിക്കാതെ, സഹപാഠികളുമായി ഇണക്കവും പിണക്കവും പങ്കിടാനാവാതെ, അധ്യയനമെന്ന ജൈവികപ്രക്രിയയുടെ അനുഭൂതി നുകരാനാവാതെ ഭൂരിഭാഗം വിദ്യാർത്ഥികളും ഇപ്പോഴും വീടുകളിൽത്തന്നെ തുടരുകയാണ്. ഇരുണ്ട കാർമേഘ പടലങ്ങൾ മാറി സൂര്യകിരണങ്ങളുടെ ചേതോഹര മായ പ്രഭാപ്രസരം വൈകാതെ തെളിഞ്ഞുവരുമെന്ന പ്രത്യാശയുമായി അവർ കാത്തിരിക്കുന്നു. ക്ലാസ് മുറികളും പരീക്ഷണശാലകളും നീളൻ ഇടനാഴികളും കളിസ്ഥലങ്ങളും നാളുകളായി അവരെയും കാത്തിരിക്കു ന്നു. സ്നേഹവും കരുതലുമായി അദ്ധ്യാപകരും.

കേരളം പലകാര്യങ്ങളിലും വ്യത്യസ്തത പുലർത്തുന്ന സംസ്ഥാന മാണല്ലോ. ഭൂപ്രകൃതിയിലും കാലാവസ്ഥയിലുമൊക്കെ ഈ കൊച്ചു

സംസ്ഥാനം ഏറെ വ്യത്യസ്തമാണ്. കേരളം മൊത്തത്തിൽ ഒരു മെട്രോ പോലെയാണെന്ന് പറഞ്ഞാൽ തെറ്റില്ല. ഒരു സ്ക്വയർ കിലോമീറ്ററിൽ 860 ആളുകൾ ഇവിടെ താമസിക്കുന്നു. ആളുകളുടെ ചലനാത്മകതയും സഞ്ചാരക്ഷമതയും ഏറെ മുന്നിലാണ്. മറ്റ് സംസ്ഥാനങ്ങളിൽനിന്നും നിരന്തരമായി ആളുകൾ വന്നുപോകുന്ന നാട്. പ്രവാസികൾ ഏറെയുള്ള നാട്. ഇങ്ങനെ ഉയർന്ന ജനവാസവും ആളുകൾതമ്മിലുള്ള ബന്ധവും സഹപ്രവർത്തനവും എന്നും സജീവമായിരിക്കുന്ന നാട്ടിൽ സാമൂഹിക അകലം പാലിക്കുക എന്നത് എളുപ്പമല്ല. ലോക്ക്ഡൌൺ കാലത്ത് നിയമങ്ങൾ ശക്തമായത്കൊണ്ടും പൊതുവിലുള്ള കോവിഡ് ജാഗ്രത ഭദ്രമായത്കൊണ്ടും സാമൂഹിക അകലം പാലിക്കലും മുഖംമൂടി ധരിക്കലുമൊക്കെ കൃത്യമായി നടന്നു. പക്ഷേ അൺലോക്ക് പ്രക്രിയ 6 മാസം പിന്നിട്ടപ്പോൾ ജീവിത മേഖലകൾ സജീവമായപ്പോൾ, നമ്മുടെ പ്രതിരോധ പ്രവർത്തനങ്ങൾ ദുർബലമായി. കോവിഡ് രോഗികളുമായുള്ള സമ്പർക്ക പട്ടിക തയ്യാറാക്കുന്നതിലും, ക്വാറൻടൈൻ രീതികളിലും വിട്ടുവീഴ്ച സംഭവിച്ചു. പ്രവാസികളുടെ ക്വാറൻടൈൻ വീടുകളിലേക്ക് മാറിയപ്പോൾ സമ്പർക്ക നിയന്ത്രണം പാളി. ഈ സാഹചര്യങ്ങൾക്കിടയിൽ പ്രാദേശിക ഭരണ സമിതികളുടെ തെരഞ്ഞെടുപ്പും കൂടി വന്നപ്പോൾ ജനജാഗ്രതയെന്ന കവചം നമുക്ക് നഷ്ടമായി. ജാഗ്രത ജനത്തിനും സംവിധാനങ്ങൾക്കും കുറഞ്ഞപ്പോൾ സ്വാഭാവികമായും കോവിഡ് വ്യാപനം കൂടി. വ്യാപനം അതിന്റെ പാരമ്യത്തിലെത്തുന്നത് വൈകിപ്പിക്കാൻ കേരളത്തിന് സാധിച്ചു എന്നത് നേരാണ്. നിലവിലുള്ള ആരോഗ്യ സംവിധാനങ്ങൾ നന്നായി ഉപയോഗിക്കുക വഴി മരണസംഖ്യ ദേശീയ ശരാശരിയേക്കാളും വളരെയേറെ കുറക്കുന്നതിലും നാം വിജയിച്ചു. പക്ഷേ വ്യാപനത്തിന്റെ തോത് പടി പടിയായി കുറച്ചുകൊണ്ടുവരാൻ തുടർ മാസങ്ങളിൽ നമുക്ക് കഴിഞ്ഞില്ല.

കോവിഡ് ടെസ്റ്റ് പോസിറ്റിവിറ്റി നിരക്ക് 10 -11 ശതമാനത്തിൽ നിൽക്കുകയായിരുന്നു. ജനുവരി അവസാന വാരത്തിൽ ഈ നിരക്ക് 11.07 വരെ ഉയർന്നു. ആർ.ടി.പി.സി.ആർ.(RTPCR) ഉൾപ്പടെയുള്ള കൂടുതൽ പരിശോധനകൾ നടത്താൻ സർക്കാർ തീരുമാനിച്ചത് ഈ സാഹചര്യത്തിലായിരുന്നു.

ജനുവരിയിലും ഫെബ്രുവരി തുടക്കത്തിലും ഈ അവസ്ഥ തുടരുകയായിരുന്നു. മലപ്പുറം ജില്ലയിലെ മാരഞ്ചേരി സർക്കാർ ഹയർ സെക്കണ്ടറി സ്കൂളിലെ 150 വിദ്യാർത്ഥികൾക്കും 34 അധ്യാപകർക്കും കോവിഡ് പിടിപെട്ടത് വലിയ ആശങ്ക സൃഷ്ടിച്ചു. വിദ്യാഭ്യാസ സ്ഥാപനങ്ങളിൽ കടുത്ത ജാഗ്രത വേണമെന്ന തിരിച്ചറിവായിരുന്നു ഇത്.

ഫെബ്രുവരി ഒന്നാം തീയ്യതി ഉദാരമായ ഇളവുകൾ ഉൾപ്പെടുന്ന പുതിയ കേന്ദ്ര മാർഗരേഖ പ്രഖ്യാപിക്കുന്ന ഘട്ടത്തിലും കോവിഡ് രോഗികളിൽ നാലിൽ മൂന്നും കേരളം, മഹാരാഷ്ട്ര എന്നീ സംസ്ഥാനങ്ങളിൽ ആണെന്നുള്ളത് ഒരു യാഥാർഥ്യമാണ്. നിലവിൽ രാജ്യത്തെ ശരാശരി കോവിഡ് പോസിറ്റിവിറ്റി നിരക്ക് 1.79 ശതമാനമാണെങ്കിൽ കേരളത്തിൽ അപ്പോൾ അത് 8 ശതമാനത്തിനടുത്തായിരുന്നു. പൊതു സ്ഥലങ്ങളിലും വാഹനങ്ങളിലും വിപണികളിലും നല്ല ശതമാനം ആളുകൾ സാമൂഹിക അകലം പാലിച്ചില്ല എന്ന് മാത്രമല്ല, മുഖാവരണം പോലും വേണ്ടപോലെ ധരിക്കാതിരുന്നതും ഈ സാഹചര്യത്തിന് വഴിയൊരുക്കി. സർക്കാരും മാധ്യമങ്ങളുമൊക്കെ ശക്തമായ മുന്നറിയിപ്പ് നൽകിയപ്പോൾ, നടപടികൾ കർശനമാക്കിയപ്പോൾ കാര്യങ്ങൾ ചെറുതായി മാറുകയും കോവിഡ് ടെസ്റ്റ് പോസിറ്റിവിറ്റി നിരക്ക് 6 ശതമാനത്തിൽ താഴെയെത്തുകയും ചെയ്തു തുടർ ദിവസങ്ങളിൽ.

മറ്റ് സംസ്ഥാനങ്ങളിൽ കോവിഡ് വ്യാപനം ശക്തമായി തുടരുമ്പോഴും കോവിഡിനെ 2020 ആദ്യ പകുതിവരെ വിജയകരമായി പ്രതിരോധിച്ച കേരളത്തിന് എന്താണ് സംഭവിച്ചത്? ലോകമാകെ പ്രകീർത്തിച്ച നമ്മുടെ ചിട്ടയായും ശാസ്ത്രീയവുമായ കോവിഡ് പോരാട്ടത്തിന്റെ മേന്മ എങ്ങനെയാണ് കൈമോശം വന്നത്? ഓണവും ക്രിസ്തുമസ്സും പുതുവർഷാഘോഷങ്ങളും തെരഞ്ഞെടുപ്പുമൊക്കെ വന്നപ്പോൾ മലയാളിയുടെ ജാഗ്രത സ്വാഭാവികമായും ദുർബലമായി. ദൂരവ്യാപകമായി ദൂഷ്യഫലങ്ങൾക്ക് കാരണമായാലും താത്കാലികമായി ജനങ്ങളെ സന്തോഷിപ്പിക്കുന്ന ചില തീരുമാനങ്ങൾ എടുക്കുകയോ, ശരിയായ തീരുമാനങ്ങളിൽ ഉറച്ചുനിൽക്കാതിരിക്കുകയോ ചെയ്യുന്ന രീതി കോവിഡ് കാര്യത്തിലും നാം തുടർന്നില്ലേ? ജനപ്രിയതക്ക് വേണ്ടി ജാഗ്രതയും കരുതലും വിട്ടുവീഴ്ചക്ക് വിധേയമായപ്പോൾ സംഭവിച്ചതെന്താണെന്ന് വ്യക്തം.

ഉത്സവങ്ങളും തെരഞ്ഞെടുപ്പുമൊക്കെ മറ്റ് സംസ്ഥാനങ്ങളിലും നടന്നെങ്കിലും കോവിഡ് വ്യാപനം മൂർദ്ധന്യത്തിലെത്തിയെങ്കിലും പിന്നീട് രോഗം നിയന്ത്രിതമായി എന്നത് വസ്തുതയാണ്. ഇവിടെ അത് സംഭവിച്ചില്ല. "കേരളം സ്വന്തം വിജയത്തിന്റെ ഇരയായി മാറിയോ " എന്ന സംശയം ഇവിടെ ബലപ്പെടുന്നു. തുടക്കത്തിൽ രോഗം പടരുന്നത് പിടിച്ചു നിർത്തുക വഴി രോഗപ്രതിരോധശേഷി ചുരുക്കം ആളുകളിൽ ഒതുങ്ങി എന്നത് വാസ്തവം. വ്യാപനം നിയന്ത്രണാതീതമായിപ്പോയ സംസ്ഥാനങ്ങളിൽ കൂടുതൽ പേർക്ക് രോഗം വരികയും പ്രതിരോധശേഷി വ്യാപകമാവുകയും ചെയ്തു. സ്വാഭാവികമായി അവിടങ്ങളിൽ മരണം കൂടുതലാവുകയും ചെയ്തു. അപ്പോഴും ഇവിടുത്തെ മരണ നിരക്ക് 0.4% എന്ന രാജ്യത്തെ ഏറ്റവും കുറഞ്ഞതാണെന്ന് കാണണം.

രോഗവിമുക്തരായവരുടെ സംഖ്യയിലും നാം ഏറെ മുൻപന്തിയിലാണ്. വൈറസിന്റെ വ്യാപനം ക്രമബദ്ധമായി കുറക്കാൻ കഴിഞ്ഞില്ലെങ്കിലും രോഗബാധിതരെ ഫലപ്രദമായി ചികിൽസിക്കുവാനും അവരുടെ വില പ്പെട്ട ജീവൻ പിടിച്ചുനിർത്താനും കഴിഞ്ഞു എന്നതാണ് കേരളത്തിന്റെ കോവിഡ് പോരാട്ടത്തിന്റെ ഉജ്വലമായ ഫലശ്രുതി.

കോവിഡ് സൃഷ്ടിച്ച സാമ്പത്തിക തകർച്ച.

കോവിഡ് മഹാമാരി രാജ്യത്തെ എല്ലാ മേഖലകളിലും ഭീമമായ പ്രതിസന്ധിയാണ് സൃഷ്ടിച്ചത്. രാജ്യത്തുണ്ടായ സാമ്പത്തിക തകർച്ച അടുത്ത കാലത്തൊന്നും പരിഹരിക്കപ്പെടാനിടയില്ല. അത്യപൂർവ്വമായ ഗതാഗത സ്തംഭനമാണ് ലോക്ക് ഡൗണിലും അതിന് ശേഷവും സംഭ വിച്ചത്. ചരക്ക് ഗതാഗതമൊഴികെ മറ്റെല്ലാ ഗതാഗതങ്ങളും നിലച്ചു. പൊതു ഗതാഗതം ലോക്ക് ഡൗണിന് ശേഷവും ഭാഗികമായി മാത്ര മായിരുന്നല്ലോ. മോട്ടോർ വാഹനമേഖല അകെ തകർന്നുപോയി. ലോക്ക്ഡൌൺ കാലം സ്വകാര്യ ബസ്സുകൾ ഓടിയില്ല. ബസ്സ് ഉടമകളും ഈ മേഖലയിലെ പതിനായിരക്കണക്കിന് തൊഴിലാളികളും ഒരുപോലെ പ്രതിസന്ധിയിലായി.

റോഡ് ഗതാഗതവും ട്രെയിൻ വിമാന സെർവീസുകളും നിശ്ചലമാ യപ്പോൾ സ്വദേശ വിദേശ യാത്രകളെല്ലാം നിന്നു. 10 ലക്ഷത്തോളം ആളുകൾക്ക് നേരിട്ട് തൊഴിൽ നൽകുന്ന ടൂറിസം മേഖല പൂർണമായി സ്തംഭിച്ചു. അനുബന്ധമായി ഹോട്ടൽ, റെസ്റ്റോറന്റ്, ഹോം സ്റ്റേ, ടൂറിസ്റ്റ് ബസ്സ്, ടാക്സി സർവിസ് എന്നിവയുമായി ബന്ധപ്പെട്ടവർക്കും തൊഴിൽ നഷ്ടമായി. ടൂറിസ്റ്റ് കേന്ദ്രങ്ങളിലെ കച്ചവടക്കാരുടെയും വരുമാനം മുട്ടി.

യാത്രാ സ്തംഭനവും, ലോക്ക് ഡൗണും നിർമാണമേഖലയെ നിശ്ചലമാക്കി. സംസ്ഥാനത്തെ ഏറ്റവും വലിയ തൊഴിൽ മേഖല തകരുമ്പോൾ പൊതുവായുള്ള സാമ്പത്തിക മാന്ദ്യം തന്നെയാണ് സംഭവിക്കുക. നിർമാണ കമ്പനികളും എഞ്ചിനീയർമാരും തൊഴിലാളി കളും ഒരുപോലെ വരുമാന രഹിതരായി. താമസവും ഭക്ഷണവും സൗജ ന്യമായി നൽകിക്കൊണ്ടാണ് പണിയില്ലാതെ വലഞ്ഞ അതിഥി തൊഴിലാളികളെ കേരളം സംരക്ഷിച്ചത്. നിർമ്മാണപ്രവർത്തനങ്ങൾ നിലച്ചതോടെ നിർമാണ വസ്തുക്കളുടെ വിൽപനയിലൂടെ സംസ്ഥാന ത്തിന് ലഭിക്കുമായിരുന്ന വൻ റെവന്യൂ വരുമാനവും നഷ്ടമായി.

വിദ്യാഭ്യാസ സ്ഥാപനങ്ങളൊക്കെ അടഞ്ഞുകിടന്നപ്പോൾ വിദ്യാഭ്യാ സവുമായി പ്രത്യക്ഷവും പരോക്ഷവുമായി ബന്ധമുള്ള നിരവധി തൊഴിൽ മേഖലകളാണ് ബുദ്ധിമുട്ടിലായത്. സർക്കാർ എയ്ഡഡ് മേഖലയിലെ അധ്യാപകർക്കും ജീവനക്കാർക്കും വരുമാന നഷ്ടമുണ്ടായില്ലെങ്കിലും,

സ്വകാര്യ മേഖലയിലെ സ്ഥാപനങ്ങളും ജീവനക്കാരും വരുമാനമില്ലാത്ത അവസ്ഥയിലായി. സമാന്തര വിദ്യാഭ്യാസ സ്ഥാപനങ്ങളും ട്യൂഷൻ കേന്ദ്രങ്ങളുമൊക്കെ അടഞ്ഞുകിടന്നപ്പോൾ അവയെ ആശ്രയിച്ചുള്ളവരുടെ ജീവിതം അനിശ്ചിതത്വത്തിലായി.

ടെക്നോ പാർക്ക്, സൈബർ പാർക്ക് ഉൾപ്പെടെയുള്ള ഐ ടി സ്ഥാപനങ്ങളും വലിയ പ്രതിസന്ധിയെയാണ് അഭിമുഖീകരിച്ചത്. വാണിജ്യപരമായ തകർച്ചയും തൊഴിലാളികളുടെ വരുമാന നഷ്ടവും ഐ ടി വ്യവസായത്തെ സാരമായി ബാധിച്ചു.

വിവാഹങ്ങളും ആഘോഷങ്ങളും ഉത്സവങ്ങളുമൊക്കെ ഒഴിവാക്കേണ്ടിവന്നപ്പോൾ ഇത്തരം ചടങ്ങുകളുമായി ബന്ധപ്പെട്ട് ജോലിയെടുക്കുന്ന ആയിരക്കണക്കിന് ആളുകളുടെയും, കലാകാരന്മാരുടെയും വരുമാനമാണ് നിലച്ചുപോയത്.

നാട്ടിലെ ചെറുകച്ചവടക്കാരും ദിവസക്കൂലിക്കാരും ജീവിതച്ചെലവുകൾ നിർവ്വഹിക്കാൻ വഴിയില്ലാതെ പ്രതിസന്ധിയിലായ മറ്റൊരു വിഭാഗമത്രെ. ചുരുക്കത്തിൽ വേതനമോ പെൻഷനോ ലഭിക്കുന്ന സ്ഥിര വരുമാനക്കാരൊഴികെ ബാക്കി എല്ലാവരെയും കടുത്ത സാമ്പത്തിക പ്രയാസങ്ങളിൽ പെടുത്തി വശം കെടുത്തി കോവിഡ് മഹാമാരി.

കോവിഡ് പോരാളികൾ

ദീർഘമായ കോവിഡ് പോരാട്ടത്തിലെ മുന്നണി പോരാളികൾ ഡോക്ടർമാരും നഴ്സമാരും മറ്റ് ആരോഗ്യപ്രവർത്തകരുമാണല്ലോ. പ്രതികൂലവും അപകടകരവുമായ പരിതസ്ഥിതിയിൽ രോഗികളെ പരിചരിക്കാനും, രോഗികളുടെ ജീവൻ രക്ഷിക്കാനും അവർക്ക് പ്രവൃത്തിക്കേണ്ടിവന്നു. വിശ്രമമില്ലാതെ ഇടവേളകളില്ലാതെ മാസങ്ങളോളം അവർക്ക് ജോലി ചെയ്യേണ്ടിവന്നു. അവർ അനുഭവിച്ച മാനസിക സമ്മർദ്ദങ്ങളും കഷ്ടപ്പാടുകളും വിവാരണാതീതമാണ്. മുൻകാലങ്ങളിൽ സാർസ്, എബോള, നിപ്പ രോഗങ്ങൾ പടർന്നുപിടിച്ചപ്പോഴും ഇതുപോലെ കടുത്ത ശാരീരിക മാനസിക പ്രശ്നങ്ങളിൽ അകപ്പെട്ടുപോയവരാണല്ലോ അവർ.

മണിക്കൂറുകളോളം പിപിഇ കിറ്റുകൾ ധരിക്കണം. പ്രാഥമിക കർമ്മങ്ങൾ പോലും ചിലപ്പോൾ നീട്ടിവെക്കണം. രോഗികളെ പരിശോധിക്കണം. രോഗികളെ പരിചരിക്കണം. രോഗം സംശയിക്കുന്നവരുടെ സ്രവങ്ങൾ പരിശോധിക്കണം. രോഗികളുടെ വേദനയും സങ്കടങ്ങളും പരിഹരിക്കണം. സ്വന്തം കുഞ്ഞുങ്ങളേയും കുടുംബത്തെയും പിരിഞ്ഞ് എളുപ്പം രോഗം വരാനുള്ള സാഹചര്യങ്ങളിൽ ദിവസങ്ങളോളം കഴിയണം. രോഗികളെ വീടുകളിൽനിന്നും ആശുപത്രികളിലേക്ക് മാറ്റണം. വാർഡുകളും പരിസരവും അണുവിമുക്തമാക്കണം. മരണത്തിന്

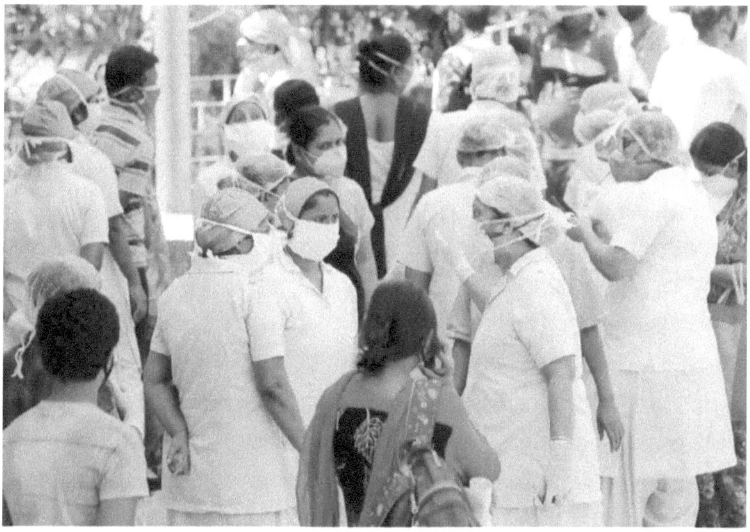

കീഴടങ്ങിയവരെ ബന്ധുക്കളുടെ അസാന്നിദ്ധ്യത്തിൽ മാനദണ്ഡങ്ങൾ പാലിച്ച് സംസ്കരിക്കണം. ആലോചിച്ചുനോക്കൂ, അവരുടെ സമ്മർദ്ദങ്ങൾ, ധർമ്മസങ്കടങ്ങൾ. ജോലിക്കിടയിൽ രോഗബാധിതരാവുകയും രോഗം മാറി പൂർവ്വാധികം താൽപ്പര്യത്തോടെ വീണ്ടും കോവിഡ് വാർഡുകളിൽ തിരിച്ചെത്തുന്നവരെ എങ്ങനെയാണ് വിശേഷിപ്പിക്കേണ്ടത്.

രാജ്യം രക്ഷിക്കുന്നത് ധീരരായ സൈനികരെങ്കിൽ, ആരോഗ്യം രക്ഷിക്കുന്ന കാവൽ മാലാഖമാർ തന്നെയല്ലേ ഇവർ.

“പോരാളികളായ നമ്മുടെ ആരോഗ്യ പ്രവർത്തകർ ആരുടെ മുന്നിലും തോൽവി സമ്മതിക്കുകയില്ല. അവരുടെ ധീരമായ പോരാട്ടം ഒന്നുകൊണ്ട് മാത്രമാണ് കോവിഡിനെ നേരിടാൻ നമുക്ക് സാധിക്കുന്നത്. സൈനികവേഷം ധരിക്കാത്ത സൈനികരാണ് നമ്മുടെ ആരോഗ്യപ്രവർത്തകർ.”

കർണ്ണാടകയിലെ രാജീവ് ഗാന്ധി ആരോഗ്യ സർവ്വകലാശാലയുടെ രജത ജൂബിലി ആഘോഷങ്ങൾ വീഡിയോ കോൺഫെറൻസിൽ ഉദ്ഘാടനം ചെയ്തുകൊണ്ട് നമ്മുടെ പ്രധാനമന്ത്രി പറഞ്ഞ ഈ വാക്കുകൾ ശ്രദ്ധേയമാണ്.

ഫലപ്രദമായൊരു മരുന്ന് കണ്ടെത്തിയിട്ടില്ലാത്ത രോഗം. പ്രതിരോധ മരുന്ന് പോലും ലഭ്യമാകാൻ ഒരു വർഷമെടുത്ത സാഹചര്യം. ഇതിനിടയിൽ രാജ്യത്ത് ഒരു കോടിയിൽപ്പരം ആളുകൾ രോഗബാധിതരാവുന്നു. ഇവരിൽ 97 ശതമാനത്തിലേറെ പേരെ രോഗ മുക്തരാക്കി മഹാമാരിയെ വരുതിയിലാക്കാൻ കഴിഞ്ഞെങ്കിൽ ആ നേട്ടത്തിന്റെ

പ്രധാന അവകാശികൾ മുന്നണിപ്പോരാളികളായ ആരോഗ്യ പ്രവർത്തകർ തന്നെയാണ്. ഭരണ നേതൃത്വവും മറ്റ് സംവിധാനങ്ങളുമെല്ലാം പിന്നണിയിലാണല്ലോ.

നിപ്പയും കോവിഡും വലിയ ഇടവേളകളില്ലാതെയാണ് പടർന്ന് പിടിച്ചതും നാടിനെ നടുക്കിയതും. ഈ പ്രതിസന്ധികളിൽ ജനങ്ങളുടെ ജീവനും ആരോഗ്യവും സംരക്ഷിക്കാൻ അസാധാരണമായ ത്യാഗവും സേവനവും കാഴ്ചവെച്ച ഡോക്ടർമാരും നഴ്സുമാരും മറ്റ് ആരോഗ്യപ്രവർത്തകരും എക്കാലവും ഓർമ്മിക്കപ്പെടും. ഈ പോരാട്ടങ്ങളിൽ രക്തസാക്ഷികളായവർ നാടിന്റെ നഷ്ടവും നമ്മുടെ തീരാ വേദനയുമാണ്.

ഇന്ത്യൻ മെഡിക്കൽ അസോസിയേഷൻ പ്രസിദ്ധീകരിച്ച കണക്ക് പ്രകാരം 2238 ഡോക്ടർമാർക്ക് രോഗം വരികയും അതിൽ 382 പേർക്ക് ജീവൻ നഷ്ടപ്പെടുകയും ചെയ്തു. അതുപോലെ നൂറുകണക്കിന് നഴ്സുമാരും ആരോഗ്യപ്രവർത്തകരും സേവനധന്യമായ അവരുടെ ജോലിക്കിടയിൽ രോഗബാധിതരായി. ഏറെപ്പേർ മരണത്തെ പുൽകി. അവരുടെ കുഞ്ഞുങ്ങളും കുടുംബവും നമ്മുടെ സ്നേഹവും കരുതലും സംരക്ഷണവും അർഹിക്കുന്നു. യുക്തമായ സന്ദർഭങ്ങളിൽ ആവശ്യമായ സഹായങ്ങളും പ്രോത്സാഹനങ്ങളും നൽകി അവരെ ചേർത്തുപിടിക്കുവാൻ നാടിന് കഴിയുമ്പോഴാണ് രക്തസാക്ഷികളോടുള്ള ബാധ്യത നിറവേറുന്നത്.

കോവിഡ് മഹാമാരിയുടെ കാലത്ത് സ്വന്തം സുരക്ഷയെക്കരുതിയും സമൂഹത്തിന്റെ സുരക്ഷയെ കരുതിയും ഭൂരിഭാഗം ജനങ്ങളും വീടുകളിൽ ഒതുങ്ങിക്കൂടിയ കാലത്ത് ആരോഗ്യപ്രവർത്തകരെപ്പോലെതന്നെ വിശ്രമമില്ലാതെ പ്രവൃത്തിച്ചവരത്രെ മാധ്യമപ്രവർത്തകർ. രോഗത്തിന്റെയും രോഗവ്യാപനത്തിന്റെയും യഥാർത്ഥ ചിത്രം ജനങ്ങളിലേക്ക് എത്തിക്കുക എന്ന ദൗത്യം പത്രമാധ്യമങ്ങളും, ചാനലുകളും, സമൂഹ മാധ്യമങ്ങളും ഫലപ്രദമായി നിറവേറ്റി. രോഗം റിപ്പോർട്ട് ചെയ്യണം, അതിനായി ആശുപതികളിലും ആരോഗ്യ കേന്ദ്രങ്ങളിലും എത്തണം, രോഗവ്യാപനത്തിന്റെ വിശദാംശങ്ങൾ ജനങ്ങളിലെത്തിക്കണം, പത്രസമ്മേളനങ്ങളിൽ പങ്കെടുക്കണം, ഔദ്യോഗിക കാര്യ നിർവ്വഹണങ്ങളിലെ വീഴ്ചകളും പോരായ്മകളും ചൂണ്ടികാണിക്കണം. രോഗസംക്രമണ സാധ്യത നിലനിൽക്കുന്ന ഇടങ്ങളിൽത്തന്നെയാണ് അവർക്ക് ജോലിചെയ്യേണ്ടിവന്നത്. പ്രകൃതി ദുരന്ത മുഖങ്ങളിൽ ജോലിചെയ്യുന്നത് പോലെ രോഗബാധിതമേഖലകളിലും നേരിട്ട് ചെന്നെത്തി വാർത്തകൾ നൽകുക എന്നത് ഒരു വെല്ലുവിളിതന്നെയായിരുന്നു. എത്രയോ മാധ്യമപ്രവർത്തകർക്ക് രോഗം ബാധിച്ചത് അവരുടെ ജോലിയുടെ ഭാഗമായാണ്.

സമൂഹ ശരീരത്തിലെ പുഴക്കുത്തുകളെ തുറന്ന്കാണിക്കാൻ പ്രകടിപ്പിക്കുന്ന ധൈര്യവും ആർജ്ജവവും മനുഷ്യരാശിയുടെ നിലനിൽപ്പിനെപ്പോലും അപകടത്തിലാക്കി മുന്നേറിയ അണുജീവിക്കെതിരെയുള്ള ജാഗ്രത നിലനിർത്താനും രോഗവ്യാപനത്തിന്റെ ബഹുമുഖമായ പ്രശ്നങ്ങൾ ജനങ്ങളിലെത്തിക്കാനും മാധ്യമങ്ങളുടെ പ്രവർത്തനങ്ങൾക്കായി എന്നത് ആശ്വാസകരമായ കാര്യം.

അസാധാരണമായ ലോക്ക്ഡൌൺ സാഹചര്യങ്ങളിൽ സുരക്ഷ ഉറപ്പാക്കുന്നതിനപ്പുറം, ആളുകൾ പുറത്തിറങ്ങുന്നത് നിയന്ത്രിക്കാനും, അത്യാവശ്യ സന്ദർഭങ്ങളിലെ യാത്രകൾക്ക് പാസ്സ് നൽകി ക്രമവൽക്കരിക്കാനും, വീടുകളിൽ മരുന്നുകളും അവശ്യസാധനങ്ങളും എത്തിച്ചുകൊടുക്കാനും, പുറത്തിറങ്ങാൻ പറ്റാത്ത പ്രായമായവരുടെ ആവശ്യങ്ങൾ നിറവേറ്റാനും, അതിഥി തൊഴിലാളികൾക്കുവേണ്ട സൗകര്യങ്ങൾ ഒരുക്കാനും കേരളാ പോലീസ് സേന നടത്തിയ പ്രവർത്തനങ്ങൾ മാതൃകാപരമാണ്. അടച്ചിരുപ്പ് കാലത്ത് അഗ്നി രക്ഷാ സേന നടത്തിയ വൈവിധ്യമാർന്ന സേവന പ്രവർത്തനങ്ങളും ശ്ലാഘനീയമാണ്.

കോവിഡ് കാലത്തെ മാലിന്യ നിർമാർജ്ജനം.

മാലിന്യനിർമ്മാർജ്ജനം ഏതൊരു നാടിന്റെയും പ്രധാനവിഷയമാണ്. വികസനസൂചികയുമാണ്. ജനപ്പെരുപ്പവും, അതി ഭൗതിക വികസനവും, വർദ്ധിച്ച ഉപഭോഗവും മാലിന്യങ്ങൾ വർദ്ധിപ്പിക്കുന്നു. ചിട്ടയായ മാലിന്യ നിർമാർജ്ജന പ്രവർത്തനങ്ങളും, മാലിന്യ സംസ്കരണ പദ്ധതികളും, ആവശ്യമായ പണവും, ഉയർന്ന പൗരബോധവുമൊക്കെ ചേരുമ്പോഴാണ് നാട് മാലിന്യ മുക്തമാവുന്നത്. ഇവയൊന്നും വേണ്ടും വണ്ണമില്ലാത്തതിനാലും അവശ്യം വേണ്ട സംയോജനമില്ലാത്തതിനാലും നമ്മുടെ പൊതുഇടങ്ങളും നഗരങ്ങളുമൊക്കെ പലപ്പോഴും മാലിന്യംകൊണ്ട് വീർപ്പ് മുട്ടുന്ന അവസ്ഥയിലാണ്.

പ്ലാസ്റ്റിക്ക് മാലിന്യങ്ങളുടെ നിർമ്മാർജ്ജനം നീറുന്നൊരു പ്രശ്നമായി നിൽക്കുമ്പോഴാണ് കോവിഡ് പ്രതിരോധവും ചികിത്സയുമായി ബന്ധപ്പെട്ടുള്ള മാലിന്യങ്ങളുടെ കൈകാര്യം ചെയ്യൽ കൂടുതൽ ശ്രദ്ധ ആവശ്യമായ മേഖലയായി മാറുന്നത്. ആശുപത്രികളിലും ക്വാറൻടൈൻ കേന്ദ്രങ്ങളിലും ഓഫീസുകളിലും വീടുകളിലും മാർക്കറ്റുകളിലും ഒക്കെയായി ടൺ കണക്കിന് മാലിന്യങ്ങളാണ് ദിവസവും ഉണ്ടായിക്കൊണ്ടിരിക്കുന്നത്. മാസ്കുകൾ, കൈയ്യുറകൾ, മുഖ കവചങ്ങൾ, പിപിഇ കിറ്റുകൾ, അണുനാശക ദ്രാവകങ്ങളുടെ ഒഴിഞ്ഞ ഉറകൾ ഇവയൊക്കെ ശേഖരിച്ച് ശാസ്ത്രീയമായി നിർമാർജ്ജനം ചെയ്യാൻ ആസൂത്രിതമായ പദ്ധതികൾ ആവശ്യമാണ്.

കോവിഡ് കാലത്തെ മാലിന്യങ്ങൾ ഫലപ്രദമായി നിർമാർജ്ജനം ചെയ്തില്ലെങ്കിൽ അത് വലിയൊരു ആരോഗ്യപ്രശ്നമായി മാറുമെന്ന കാര്യത്തിൽ യാതൊരു സംശയവുമില്ല. സംസ്ഥാന കേന്ദ്ര മലിനീകരണ നിയന്ത്രണ ബോർഡുകൾ വിശദമായ നിർദ്ദേശങ്ങൾ ഇക്കാര്യത്തിൽ പുറപ്പെടുവിച്ചിട്ടുണ്ട്. അവ കൃത്യമായി പാലിക്കുകയും അതനുസരിച്ചുള്ള ചിട്ടയായ പ്രവർത്തനങ്ങൾ ഏറ്റെടുക്കുകയുമാണ് കോവിഡാനന്തര കാലത്തെ വലിയൊരു വെല്ലുവിളി. സമയബന്ധിതവും ലക്ഷ്യവേധിയുമായ മാലിന്യനിർമ്മാർജ്ജനം വ്യക്തികളുടെയും സ്ഥാപനങ്ങളുടെയും പ്രാദേശിക ഭരണകൂടങ്ങളുടെയും ഉത്തരവാദിത്വമായി മാറണം.

കോവിഡ് മഹാമാരി പഠിപ്പിച്ച പാഠങ്ങൾ

ലോകജനസംഖ്യയിൽ 12.5 കോടിയോളം ആളുകളെ പിടികൂടുകയും 27.5 ലക്ഷത്തിലധികം പേരുടെ ജീവൻ കവരുകയും ചെയ്ത കോവിഡ് മഹാമാരി മനുഷ്യനെ വലിയ പ്രതിസന്ധിയിലാണ് അകപ്പെടുത്തിയിരിക്കുന്നത്. ലോകത്താകെ വലിയ സാമ്പത്തിക തകർച്ചയാണ് സംഭവിച്ചിരിക്കുന്നത്. പ്രായോഗിക ജീവിത പ്രതിസന്ധികൾക്കപ്പുറം ഈ മാറ്റങ്ങൾ മനുഷ്യ അസ്തിത്വത്തിന്റെ അനിശ്ചിതത്വവും മനുഷ്യ ജീവിതത്തിന്റെ ദുർബലതയും വെളിപ്പെടുത്തുന്നു. ഭൂമിയിലുള്ളതെല്ലാം തന്റെ നിയന്ത്രണത്തിലാണെന്ന് തെറ്റിദ്ധരിച്ച മനുഷ്യന് അസുഖകരമായ ചില തിരിച്ചറിവുകൾ ഈ മഹാമാരി നല്കിയില്ലേ? ശാസ്ത്ര സാങ്കേതിക വികാസത്തിന്റെ ബലം ഒന്നുകൊണ്ട് മാത്രം ജീവിതം സുരക്ഷിതമല്ലെന്നും, സ്വസ്ഥമായ ജീവിതത്തിന് നമ്മുടെ മനസ്ഥിതിയും നമുക്ക് ചുറ്റുമുള്ള ജൈവ അജൈവ പരിസ്ഥിതിയും ഒരുപോലെ പ്രധാനമാണെന്നും നാം പഠിച്ചു. ജീവിതത്തോടുള്ള വ്യക്തികളുടെ കാഴ്ചപ്പാട് പോലും മാറ്റിമറിക്കാൻ കോവിഡിന് കഴിഞ്ഞില്ലേ? സ്വന്തം കുടുംബവും ബന്ധുക്കളും

സുഹൃത്തുക്കളും മാത്രമല്ല, സഹജീവികളും അപരിചിതരായ ആളുകളും നാനാജാതി സസ്യ ജന്തുജാലങ്ങളുമെല്ലാം പ്രത്യക്ഷമായോ പരോക്ഷമായോ നമ്മുടെ നിലനിൽപ്പിന് അനുപേക്ഷണീയമാണെന്ന് ഈ പ്രതിസന്ധികൾ നമ്മെ പഠിപ്പിച്ചു. കൂട്ടായ്മയുടെ ശക്തി അപാരമാണെന്നും നാം തിരിച്ചറിഞ്ഞു.

രാജ്യം അടച്ചുപൂട്ടി മാസങ്ങളോളം വീട്ടുതടങ്കലിൽ കഴിഞ്ഞപ്പോൾ നാം വേറെയും ചില കാര്യങ്ങൾ പഠിച്ചു. കുടുംബാംഗങ്ങൾ തമ്മിലുള്ള ഹൃദയം തുറന്ന ഇടപെടൽ ഗൃഹാന്തരീക്ഷം പൊലിപ്പിക്കുമെന്ന്, അവശ്യകാര്യങ്ങൾ പലതും അത്ര അവശ്യമല്ലെന്ന്, ആർഭാടങ്ങൾ ഇല്ലാതെയും ആഘോഷങ്ങൾ നടത്താമെന്ന്, വീട്ടുവളപ്പിലെ ചെടികളും പൂക്കളും നമ്മോട് സംവദിക്കുമെന്ന്, തൊടിയിലെ പക്ഷികളും ചിത്രശലഭങ്ങളും മനസ്സിൽ സ്വാസ്ഥ്യം നിറയ്ക്കുമെന്ന്, അടുക്കളപ്പുറത്തെ ചെറിയ പച്ചക്കറിത്തോട്ടം ആവശ്യവും ആരോഗ്യവും പരിപാലിക്കുമെന്ന്, ചെറിയ രോഗങ്ങളും ആരോഗ്യപ്രശ്നങ്ങളും ശരീരം സ്വാഭാവികമായി പരിഹരിക്കുമെന്ന്, ആശുപത്രികളിലെ തിക്കും തിരക്കും ഒഴിവാക്കാൻ കഴിയുന്നതാണെന്ന്, എല്ലാറ്റിനുമുപരി സമയം ബുദ്ധിപരമായി വിനിയോഗിച്ചാൽ ധാരാളം കാര്യങ്ങൾ ചെയ്ത് തീർക്കാമെന്ന്. തീർന്നില്ല. മതവും ജാതിയും ദൈവങ്ങളുമൊന്നും ഒരു പ്രതിസന്ധിയിൽ നമ്മുടെ രക്ഷകരായി വരില്ലെന്നും, ക്ഷേത്രങ്ങളും ഉത്സവങ്ങളും പൂജകളുമില്ലാതെ നമുക്ക് ജീവിക്കാമെന്നും, പ്രപഞ്ചശക്തിയിലുള്ള അദമ്യമായ വിശ്വാസം മാത്രം മതി മനസ്സിനെ ആരോഗ്യകരമായി നിലനിർത്താനും വിമലീകരിക്കാനുമെന്നും ഈ മഹാമാരിക്കാലം നമ്മെ പഠിപ്പിച്ചു.

അതെ, പ്രതിസന്ധികൾ അവസരങ്ങളാണ്. വലിയ സാധ്യതകളാണ്. അവ അനുകൂലമായി വിനിയോഗിക്കാൻ കഴിയുമ്പോഴാണ് നാം കൂടുതൽ കരുത്താർജ്ജിക്കുന്നത്. അതിഭൗതികതയുടെ ആത്യന്തികമായ വിപത്ത് വരുമ്പോൾ അനുകൂലനവും അതിജീവനവും സാധ്യമാകണമെങ്കിൽ പ്രതിസന്ധികളിൽനിന്നും പലതും പഠിച്ചേ മതിയാകൂ.

പ്രതിസന്ധി പൂർണ്ണമായി അവസാനിച്ചില്ലെങ്കിലും ഒരു വർഷം നീണ്ടുനിന്ന പരീക്ഷണകാലം അവസാനിക്കുകയായി. പ്രതിസന്ധികളുടെ കഠോരകാലങ്ങളിലും രാഷ്ട്രീയ അഭിപ്രായ വ്യത്യാസങ്ങളും വിവാദങ്ങളും ഒഴിഞ്ഞിരുന്നില്ല. അവരവരുടെ രാഷ്ട്രീയ ശരികളിൽ ഉറച്ചു നിന്നുകൊണ്ട് ആരോപണ പ്രത്യാരോപണങ്ങൾ രാഷ്ട്രീയ കക്ഷികൾ തുടരുന്നുണ്ടായിരുന്നു. എങ്കിലും രോഗത്തിനെതിരായുള്ള പോരാട്ടത്തെ ഇവയൊന്നും കാര്യമായി തടസ്സപ്പെടുത്തിയില്ല.

വികസ്വരമായ ഒരു ജനാധിപത്യക്രമത്തിൽ പ്രതിസന്ധികളെ അതിജീവിക്കാൻ മൂന്ന് അനുകൂല ഘടകങ്ങൾ അനുപേക്ഷണീയമാണ്.

1) സഹകരണം- ഉത്തരവാദപ്പെട്ട സർക്കാരും സംവിധാനങ്ങളും പറയുന്ന കാര്യങ്ങൾ അനുസരിക്കാനുള്ള ജനങ്ങളുടെ മനസികാവസ്ഥ.

2) ഉത്തരവാദിത്വം- പ്രയാസങ്ങൾ സഹിച്ചും വ്യക്തി എന്ന നിലയിലും സമൂഹം എന്ന നിലയിലും ഉത്തരവാദിത്വങ്ങൾ ഏറ്റെടുക്കാനുള്ള സന്നദ്ധത.

3) സംവിധാനത്തിലുള്ള വിശ്വാസം-പ്രതിസന്ധിയെ മറികടക്കാൻ കഴിയുമെന്നും, സർക്കാരും സംവിധാനങ്ങളും അതിന് പ്രാപ്തമാണെന്നുമുള്ള വിശ്വാസം.

ജനപക്ഷം ഈ ബാധ്യതാത്രയങ്ങളോട് നീതി പുലർത്തി എന്നതാണ് യാഥാർത്ഥ്യം. ജനാധിപത്യത്തിന്റെ ആത്യന്തിക തലമായ അധികാരകേന്ദ്രങ്ങൾ ഈ അനുകൂലാവസ്ഥയോട് അനുപൂരകമായി പെരുമാറിയോ എന്ന് ചോദിക്കാൻ ഓരോ വ്യക്തിക്കും അവകാശമുണ്ട്. വസ്തുതകളും യാഥാർത്ഥ്യങ്ങളും നമ്മുടെ മുന്നിലുണ്ട്. അവയുടെ അടിസ്ഥാനത്തിൽവേണം നിഗമനങ്ങളിൽ എത്തിച്ചേരാൻ എന്ന് മാത്രം.

കോവിഡിനെതിരെ വാക്സിൻ

കോവിഡ് വൈറസ്സ് ലോകം നിശ്ചലമാക്കിയ നാൾ മുതൽ അന്താരാഷ്ട്ര ശാസ്ത്രസമൂഹവും ലോകജനതയും ആകാംഷയോടെ കാത്തിരിക്കുകയായിരുന്നു വൈറസിനെ ഫലപ്രദമായി പ്രതിരോധിക്കാൻ ശേഷിയുള്ള വാക്സിന് വേണ്ടി. വിവിധ രാജ്യങ്ങളിൽ വാക്സിൻ രൂപപ്പെടുത്താനുള്ള ഗവേഷണങ്ങളും നിരീക്ഷണങ്ങളും യുദ്ധകാലാടിസ്ഥാനത്തിൽ നടക്കുകയായിരുന്നു. ഏഴോളം വാക്സിനുകൾ ചികിത്സ സംബന്ധിയായ പരീക്ഷണ നിരീക്ഷണങ്ങൾ കഴിഞ്ഞ് നിർമാണഘട്ടത്തിലാണെന്നുള്ള ശുഭ വാർത്തകൾ പുതുവർഷാരംഭത്തിൽത്തന്നെ നാം കേൾക്കുന്നുണ്ടായിരുന്നു. ഒടുവിൽ ജനുവരി 16 ന് എല്ലാവരെയും സന്തോഷിപ്പിച്ച പ്രഖ്യാപനം വന്നു. ഇന്ത്യയിൽ കോവിഷീൽഡ്, കോവാക്സിൻ എന്നീ രണ്ട് വാക്സിനുകൾ പ്രയോഗവൽക്കരിക്കാൻ പോകുന്നു. കാര്യമായ പാർശ്വ ഫലങ്ങൾ ഇല്ലാത്തതും 70 -90 ശതമാനം ഫലാപ്രാപ്തിയുള്ളവയുമാണ് ഈ വാക് സിനുകൾ എന്നാണ് ആരോഗ്യവിദഗ്ദ്ധർ അഭിപ്രായപ്പെടുന്നത്. വേറെയും നിരവധി വാക്സിനുകൾ ഗവേഷണശാലകളിൽ ഒരുങ്ങുകയാണെന്നും കേൾക്കുന്നു. എന്തായാലും യുദ്ധകാലാടിസ്ഥാനത്തിൽ അപകടകാരിയായ ഒരു മഹാമാരിക്കെതിരെയുള്ള വാക്സിനുകൾ രൂപപ്പെടുത്തിയെടുക്കാൻ ശാസ്ത്ര ഗവേഷകർക്കും വാക്സിൻ നിർമ്മാതാക്കൾക്കും കഴിഞ്ഞു എന്നത് അഭിമാനകരമായ നേട്ടമാണ്. തുടർ ഗവേഷണങ്ങൾ കൂടുതൽ

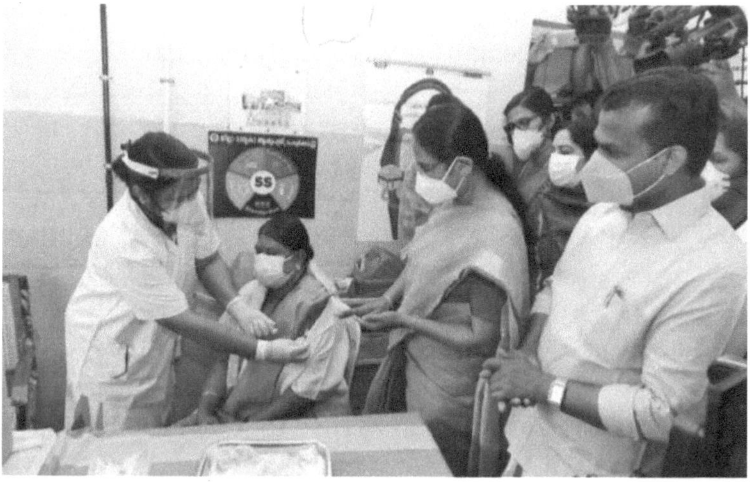

ഫലപ്രാപ്തിയുള്ള വാക്സിനുകൾ നിർമ്മിച്ചെടുക്കാൻ സഹായകമാകും എന്നാണ് ശാസ്ത്രകാരന്മാരുടെ പ്രത്യാശ.

ഓക്സ്ഫോർഡ് സർവ്വകലാശാല, അസ്ട്രാ സെനിക്കാ കമ്പനിയുമായി ചേർന്ന് തയ്യാറാക്കി, പൂനെയിലെ സിറം ഇൻസ്റ്റിട്യൂട്ട് നിർമ്മിക്കുന്നതാണ് കോവിഷീൽഡ് വാക്സിൻ. കോവാക്സിൻ ഭാരത് ബയോ ടെക് & മെഡിക്കൽ റിസേർച്ചും ഇന്ത്യൻ കൌൺസിൽ ഓഫ് മെഡിക്കൽ റിസേർച്ചും തദ്ദേശീയമായി വികസിപ്പിച്ചെടുത്ത വാക്സിനാണ്. ഇന്ത്യ വാക്സിൻ നിർമ്മാണത്തിൽ ഒരു ലോക ശക്തിയാണ്. ലോക വിപണിയിൽ മൊത്തം വാക്സിനുകളുടെ 60% നിർമ്മിക്കുന്നത് നമ്മുടെ രാജ്യത്താണ്. വികസിതവും അവികസിതവുമായ പല രാജ്യങ്ങളും വാക്സിനുകൾക്ക് വേണ്ടി ഇന്നും നമ്മെ ആശ്രയിക്കുന്നു.

മഹാമാരികളിൽനിന്നും മനുഷ്യ ജീവൻ രക്ഷിച്ച വാക്സിനുകൾ മനുഷ്യ ചരിത്രം തിരുത്തി എഴുതിയ പ്രതിരോധ മരുന്നുകളത്രെ. നിരവധി മാരകമായ പകർച്ചവ്യാധികളിൽനിന്നും മനുഷ്യരാശിയെ രക്ഷിച്ച വാക്സിനുകൾ വാസ്തവത്തിൽ ഏറ്റവും ഫലപ്രദവും ചെലവ് കുറഞ്ഞതുമായ സാങ്കേതികവിദ്യയും രോഗനിവാരണ മാർഗ്ഗവുമാണ്. പോളിയോ, ടെറ്റനസ്, അഞ്ചാം പനി, മംപ്സ്, ചിക്കൻ പോക്സ്, ന്യുമോണിയ, ഇൻഫ്ലുൻസ, ഹെപ്പറ്റൈറ്റിസ് എ, ബി തുടങ്ങി എത്ര എത്ര രോഗങ്ങളെ നിയന്ത്രിക്കാൻ, ഉൻമൂലനം ചെയ്യാൻ വാക്സിനുകൾക്ക് കഴിഞ്ഞു !

വാക്സിൻ കുത്തിവെപ്പ് വഴി കോവിഡിനെ കീഴടക്കാൻ ശാസ്ത്ര ലോകത്തിന് കഴിയും എന്നാണ് ശുഭപ്രതീക്ഷ. പക്ഷേ ഇന്ത്യ പോലുള്ള ജനബാഹുല്യമുള്ള ഒരു രാജ്യത്ത് ഇതിന് സമയമെടുക്കും. ജൂലൈ

വരെയുള്ള സമയത്തിനുള്ളിൽ 250 ദശലക്ഷം ആളുകളിൽ പ്രതിരോധ കുത്തിവെപ്പ് നടത്തിവേണം ഈ മഹാ യജ്ഞം പൂർത്തീകരിക്കാൻ. ആദ്യ ഘട്ടത്തിൽ ആരോഗ്യമേഖലയിൽ പ്രവൃത്തിക്കുന്നവർക്കും കോവിഡ് മുന്നണി പോരാളികൾക്കും മുൻഗണനാടിസ്ഥാനത്തിൽ വാക്സിൻ നൽകുകയും രണ്ടാം ഘട്ടത്തിൽ 60 വയസ്സിനുമേൽ പ്രായമുള്ളവർക്കും, 45നും 59 നും ഇടയിലുള്ള രോഗമുള്ളവർക്കും വാക്സിൻ നൽകാനുമാണ് നിലവിലെ പദ്ധതി. അത് കഴിഞ്ഞാവും മറ്റുള്ളവർക്ക് വാക്സിൻ നൽകുന്നത്. വാക്സിൻ എടുത്തതിനുശേഷവും കുറച്ച് കാലം കോവിഡ് പ്രതിരോധ മാനദണ്ഡങ്ങൾ പാലിക്കുന്നതിൽ വിട്ടുവീഴ്ച പാടില്ല എന്ന് പറയുന്നത് പുതിയ വൈറസ്സിന്റെ രോഗാവിഷ്ക്കാരശേഷി പൂർണ്ണമായും വിശകലനം ചെയ്യപ്പെട്ടിട്ടില്ല എന്നത് കൊണ്ടാണ്. വാക്സിൻ എത്രകാലത്തേക്ക് പ്രതിരോധശേഷി നിലനിർത്തും എന്നതിലും വ്യക്തത വരേണ്ടിയിരിക്കുന്നു.

ജനിതക മാറ്റം വന്ന വൈറസ്സിന്റെ വകഭേദം വാക്സിനുകൾ ഉണ്ടാക്കുന്ന ആന്റിബോഡികളെ കബളിപ്പിച്ച് വാക്സിന്റെ ഫലപ്രാപ്തി കുറച്ചുകളയുമോ എന്ന ഒരു അഭിപ്രായം ഉയർന്നുവന്നിട്ടുണ്ടെങ്കിലും അത് ആശങ്കാജനകമായ ഒരു കാര്യമല്ല എന്നാണ് വാക്സിൻ നിർമ്മാണ രംഗത്തെ ഗവേഷകർ പറയുന്നത്. വൈറസ്സിൽ സംഭവിക്കുന്ന ഇത്തരം ഉൾപ്പരിവർത്തനങ്ങളെക്കുറിച്ച് (Mutation) ഗവേഷകർ സദാ ജാഗരൂകരാണെന്ന് നമ്മൾ ധരിക്കണം. മനുഷ്യർ കുത്തിവെപ്പ് വഴി കൂടുതൽ കൂടുതൽ പ്രതിരോധശേഷി ആർജ്ജിക്കുമ്പോൾ കോവിഡ് വൈറസിന്റെ വിഭജന വ്യാപന ശേഷിയും ആനുപാതികമായി കുറയും. അപ്പോൾ അവയിൽ നടക്കുന്ന ജനിതക ഉൾപരിവർത്തനങ്ങളുടെ തോതും കുറയും. ആയതിനാൽ ജനിതകഭേദം വാക്സിൻ പ്രവർത്തനത്തെ വലിയ തോതിൽ സ്വാധീനിക്കില്ലായിരിക്കും എന്ന് വേണം ന്യായമായും സങ്കൽപ്പിക്കാൻ.

വാക്സിനുകൾ നിർമ്മിക്കാനും വിതരണം ചെയ്യാനുമുള്ള നമ്മുടെ രാജ്യത്തിന്റെ ശേഷി കോവിഡ് പോരാട്ടത്തിലും പ്രകടമാവുകയാണ്. ഈ വിഷമ സന്ധിയിൽ വിദേശ രാജ്യങ്ങൾക്ക് വാക്സിൻ നൽകാനുള്ള സന്നദ്ധത ഇന്ത്യ നേരത്തെ പ്രഖ്യാപിച്ചതാണ്. മിക്ക ദക്ഷിണേഷ്യൻ രാജ്യങ്ങളിലും വാക്സിൻ നമ്മൾ എത്തിച്ചു കഴിഞ്ഞു. 2021 മാർച്ച് മധ്യത്തിലെ കേന്ദ്ര സർക്കാർ അറിയിപ്പ് പ്രകാരം 5. 94 കോടി ഡോസ് വാക്സിനുകൾ 72 രാജ്യങ്ങൾക്കായി ഇന്ത്യ നൽകികഴിഞ്ഞു. 'വാക്സിൻ നയതന്ത്രമെന്ന്' ഇതിനെ വിശേഷിപ്പിക്കാമെങ്കിലും, ലോകത്തിൽ ഏറ്റവുമധികം വാക്സിൻ ഉൽപ്പാദിപ്പിക്കുന്ന രാജ്യം മനുഷ്യരാശിയുടെ ക്ഷേമത്തിനും നിലനിൽപ്പിനും നൽകുന്ന വിലയേറിയ

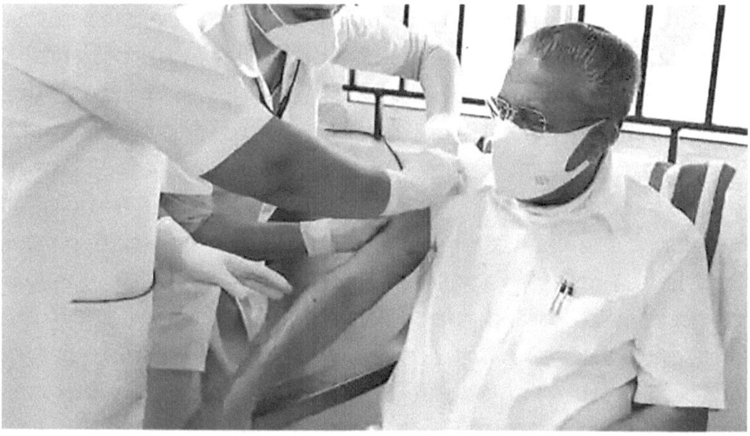

സംഭാവനയായി വേണം ഇതിനെ കാണുവാൻ. വിദേശ ബഹു രാഷ്ട്ര മരുന്ന് നിർമ്മാണ കമ്പനികൾ വാക്സിൻ വിതരണത്തിൽ സ്വീകരിക്കുന്ന വാണിജ്യ താൽപ്പര്യങ്ങളും നീതിരഹിതമായ സമീപനങ്ങളുടെയും ഉദാഹരണങ്ങൾ ഏറെയുണ്ടല്ലോ.

*[2]കോവിഡ് ചികിത്സയ്ക്കും പ്രതിരോധത്തിനും ഉപയോഗിക്കുന്ന മരുന്നുകളും വാക്സിനുകളും ഉപകരണങ്ങളും നിർമ്മിക്കാൻ വൻകിട കമ്പനികൾ ശ്രമിച്ചു വരികയാണ്. ഇങ്ങനെ വികസിപ്പിച്ചെടുക്കുന്ന ഉത്പന്നങ്ങൾ പേറ്റന്റ് ചെയ്ത് അതി ഭീമമായ വിലക്കായിരിക്കും അവർ വിൽക്കുക. പേറ്റന്റ് വ്യവസ്ഥയെയും ബൗദ്ധിക സ്വത്തവകാശനിയമങ്ങളെയും മറികടക്കുക ദുഷ്കരമാണ്. ഇതിന് ബദലായി പരസ്പര സഹകരണത്തിന്റെയും പങ്കിടലിന്റെയും അടിസ്ഥാനത്തിൽ കോവിഡ് ആവശ്യങ്ങൾക്കായുള്ള ഉത്പന്നങ്ങൾ മിതമായ വിലക്ക് ലഭ്യമാക്കാൻ ശ്രമിക്കുന്ന ഓപ്പൺ സോഴ്സ് കോവിഡ് പ്രസ്ഥാനം നിരവധി രാജ്യങ്ങളിൽ ജനകീയ പ്രസ്ഥാനങ്ങളുടെ സഹായത്തോടെ ശക്തിപ്പെട്ടുവരുന്നുണ്ട്. രോഗചികിത്സക്കും പ്രതിരോധത്തിനും അത്യാവശ്യമായ വിലകൂടിയ മരുന്നുകളും വാക്സിനുകളും മിതമായ നിരക്കിൽ ലഭ്യമാകണമെങ്കിൽ ഇന്ത്യൻ പേറ്റന്റ് നിയമത്തിലെ 92 വകുപ്പ് പ്രകാരമുള്ള നിർബന്ധിത ലൈസൻസിങ് സാദ്ധ്യത ഉപയോഗിച്ച് പേറ്റന്റ് എടുക്കാത്ത കമ്പനികൾക്ക് മരുന്ന് ഉദ്പ്പാദിപ്പിക്കാനുള്ള അവകാശം നൽകേണ്ടിവരും എന്ന അവസ്ഥയാണുള്ളത്. ഏതായാലും മഹാമാരികളോട് പോരാടുവാൻ അനുകൂലമായ ആഗോള സമീപനങ്ങൾ രൂപപ്പെട്ടുവരും എന്ന് പ്രത്യാശിക്കാം.

---

2 (അവലംബം : 'ഓപ്പൺ സോഴ്സ് കോവിഡ് പ്രസ്ഥാനമെന്ന ജനകീയ ബദൽ' - ഡോ. ബി. ഇക്ബാൽ. മാതൃഭൂമി ആഴ്ചപ്പതിപ്പ് മാർച്ച് 21 -27)

കോവിഡ് രോഗ നിയന്ത്രണത്തിൽ വാക്സിൻ ആത്യന്തികമായ പരിഹാരമല്ലെങ്കിലും നിർണ്ണായകമായ വഴിത്തിരിവാണ്. ഇൻഡ്യയിൽ വ്യാപനത്തിന്റെ തോത് കുറഞ്ഞു വരുന്ന സമയത്താണ് വാക്സിൻ ജനങ്ങളിലേക്കെത്തുന്നത്. ഇതിനിടയിൽ രോഗം വന്നത്കൊണ്ടുതന്നെ വ്യാപകമായ തോതിൽ പ്രതിരോധശേഷി പകുതിയിലേറെപ്പേരെങ്കിലും സമാർജ്ജിച്ചുകാണും. ഇനി വാക്സിൻ കൂടി ലഭ്യമാകുന്നതോടെ കോവിഡ് ഒരു വലിയ ഭീഷണി അല്ലാതായി മാറും എന്ന് വേണം കരുതാൻ. എങ്കിലും കോവിഡ് വൈറസ്സ് വീണ്ടും പ്രത്യക്ഷപ്പെട്ടുകയില്ലെന്ന് തീർത്ത് പറയാൻ വയ്യ. ഏതെങ്കിലും ഇടങ്ങളിൽ വൈറസ്സ് നിലനിൽക്കുന്നുവെങ്കിൽ വീണ്ടും പടർന്നുകൂടായ്കയുമില്ല. രോഗബാധയാൽ സമാർജിതമായ വ്യാപകമായ പ്രതിരോധശേഷിയും, വാക്സിനുകളുടെ ആഗമനത്തോടെ സംഭവിക്കുന്ന പൊതു രോഗപ്രതിരോധ ശേഷിയും ഭാവിയിൽ കോവിഡ് ഒരു വലിയ വിപത്തായിമാറുകയില്ലെന്ന് നിശ്ചയമായും വിശ്വസിക്കാം.

കേരളത്തിലും കോവിഡ് വൈകാതെ നിയന്ത്രണവിധേയമാകും. മാർച്ച് മധ്യത്തിൽ രോഗ നിരക്ക് 4 % ത്തിൽ കുറഞ്ഞിരിക്കുന്നു എന്നത് ശുഭ സൂചനയാണ്. വാക്സിൻ വിതരണം ദ്രുതഗതിയിൽ പുരോഗമിക്കുകയുമാണ്. വൈകാതെ ജനജീവിതം സാധാരണമാകും. നാടും നഗരവും സജീവമാകും. ഉത്സവങ്ങളും ആഘോഷങ്ങളും തിരിച്ചുവരും. ജീവിതത്തിന്റെ ചടുല സുന്ദര താളം നാം തിരിച്ചുപിടിക്കും. സ്വാഭാവികവും, മനുഷ്യനിർമ്മിതവുമായ തിരിച്ചടികൾക്കിടയിലും, സ്വപ്നസദൃശമായ മാറ്റങ്ങളിലൂടെ പുതിയ വികസനക്കുതിപ്പിലേക്ക് നാം നമ്മുടെ പ്രയാണം തുടരും. വിവാദങ്ങളും ആശയങ്ങളും പ്രത്യയശാസ്ത്രങ്ങളും വൈരുധ്യങ്ങൾ വെടിഞ്ഞ് ഈ യാത്രയിൽ കൂടെ വരും. ഇന്നത്തെ ഇളം തലമുറയും ഇനി പിറക്കാനിരിക്കുന്ന തലമുറകളും ഒരു നൂറ്റാണ്ടിന്ശേഷം ഈ പോരാട്ടചരിതം തിരയുമ്പോൾ അവരുടെ പൂർവ്വികരെ എന്ത് വിളിക്കും? കൂട്ട പ്രതിസന്ധികളെ അതിജീവിച്ച മഹാമനുഷ്യർ എന്നായിരിക്കില്ലേ. അവരുടെ സ്നേഹാദരങ്ങൾ ഏറ്റുവാങ്ങാൻ തീർത്തും അർഹരല്ലേ നമ്മൾ. കാറ്റും കോളും പ്രളയവും മഹാമാരികളും തീർത്ത സംസാര സാഗരം നീന്തിക്കയറിയ നായകരല്ലേ നമ്മൾ.

2021 മാർച്ച് 24

കോവിഡ് രോഗവ്യാപനത്തെത്തുടർന്ന് രാജ്യം അടച്ചുപൂട്ടിയ പ്രഖ്യാപനം വന്നിട്ട് ഒരു വർഷമാകുന്നു. ലോകത്തെ വിറപ്പിച്ചുവെങ്കിലും, ഏറെപ്പേരുടെ വിലപ്പെട്ട ജീവൻ കവർന്നുവെങ്കിലും, ജനിതകഭേദങ്ങളിലൂടെ നേരിയ ഭീഷണി തുടരുന്നുവെങ്കിലും കോവിഡ് വൈറസിന്റെ പ്രഹരശേഷി കുറഞ്ഞിരിക്കുന്നു. രോഗപ്രതിരോധ വാക്സിൻ

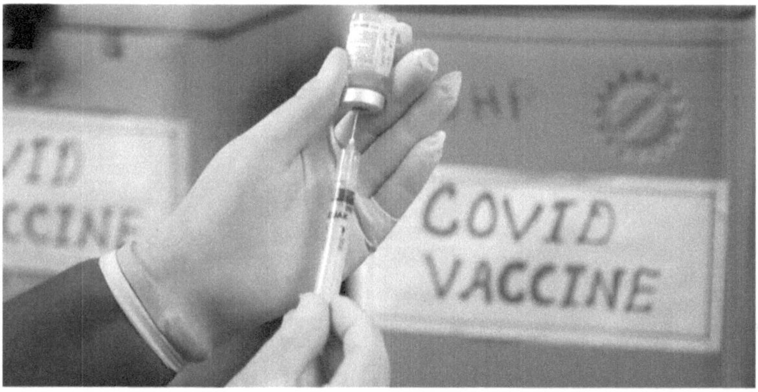

എത്തിയിരിക്കുന്നു. പക്ഷേ നാം കരുതിയിരിക്കണം. ഇന്ത്യയിൽ കോവിഡ് രോഗികളുടെ സംഖ്യ ദിവസവും അര ലക്ഷം കവിയുന്നു എന്ന യാഥാർത്ഥ്യം ഗൗരവമുള്ളതാണ്. കോവിഡിന് മുമ്പും കോവിഡിന് ശേഷവും എന്നൊരു കാലനിർണയം അസാധ്യമായ ദിശാസന്ധിയിലാണ് നാമിപ്പോൾ നിൽക്കുന്നത്.

ഈ ദിവസം ലഭ്യമാകുന്ന കണക്ക് പ്രകാരം ലോകത്ത് 12,47,90,505 പേർ രോഗബാധിതരായി. 27,46,242 പേർ മരണത്തിന് കീഴടങ്ങി.

ഇന്ത്യയിൽ ഇതേവരെ 1,17,33,594 പേർ രോഗബാധിതരായി. 1,12,03,016 പേര് രോഗ മുക്തരായി. 1,60,477 പേർ മരണത്തിന് കീഴടങ്ങി.

കേരളത്തിൽ 10,94,294 പേർ രോഗ ബാധിതരായി. 10,63,477 പേർ രോഗമുക്തരായി. 4517 പേർ മരണത്തിന് കീഴടങ്ങി.

രോഗബാധ ഇപ്പോഴും തുടരുന്നു. അതെത്രമേൽ തീവ്രമാകുമെന്ന് പ്രവചിക്കാനാവില്ല. നിയമസഭാ തെരഞ്ഞെടുപ്പ് സമാഗതമായതോടെ രാഷ്ട്രീയ പ്രവർത്തനങ്ങളും തെരഞ്ഞെടുപ്പ് പ്രവർത്തനങ്ങളും ഉർജ്ജിതമായിരിക്കുന്നു. അശ്രദ്ധയും കരുതലില്ലായ്മയും അപകടമാണെന്നും, രോഗഭീഷണി കൂടിയാൽ വീണ്ടുമൊരു അടച്ചുപൂട്ടൽ രാജ്യത്തിന് താങ്ങാവുന്നതല്ലെന്നും എല്ലാവരും തിരിച്ചറിയേണ്ടിയിരിക്കുന്നു. ജാഗ്രതയുടെ കവചങ്ങൾ അഴിച്ചുവെയ്ക്കാൻ സമയമായില്ല. ആശ്വാസത്തിന്റെ പ്രകാശ കിരണങ്ങൾ തെളിയാൻ കരുതലോടെ കാത്തിരിക്കുകതന്നെ വേണം.

കോവിഡ് രണ്ടാം തരംഗം

കോവിഡ് വൈറസ്സ് മനുഷ്യരാശിയെ പിടികൂടിയിട്ട് ഇപ്പോൾ 16 മാസങ്ങളാകുന്നു. രാജ്യം അടച്ചുപൂട്ടിയതിന്റെ വാർഷികദിനം പിന്നിടുമ്പോൾ കോവിഡ് മഹാമാരി നിയന്ത്രണവിധേയമാകുന്നു എന്ന ചിന്തയിലായിരുന്നു നമ്മൾ.

രോഗം ഒരു പരിധിവരെ വരുതിയിലായിരിക്കുന്നു.
രോഗവ്യാപനവേഗം കുറഞ്ഞിരിക്കുന്നു.
മരണനിരക്ക് കുറഞ്ഞിരിക്കുന്നു.
രോഗമുക്തിനിരക്കും ഏറെ ഉയർന്നിരിക്കുന്നു.
പ്രതിരോധ വാക്സിൻ എത്തിയിരിക്കുന്നു.
സഹനപർവ്വം ഏറെക്കുറെ അവസാനിച്ചിരിക്കുന്നു.
ഇരുൾനിറഞ്ഞ തുരങ്കത്തിനപ്പുറം പ്രഭാകിരണങ്ങൾ തെളിഞ്ഞുവരുന്നു.
രാജ്യം സക്രിയ ജീവിതത്തിലേക്ക് തിരിച്ചു വരുന്നു.
ഇങ്ങനെയൊക്കെയാണ് നമ്മൾ ആശ്വസിച്ചിരുന്നത്.

പക്ഷേ ആശ്വാസം അധികനാൾ നീണ്ടുനിന്നില്ല. പ്രതീക്ഷകൾ തകിടം മറിഞ്ഞു.

കഷ്ടിച്ച് മൂന്ന് മാസം പതുങ്ങിയിരുന്ന വൈറസ്സ് പതിയെ വീണ്ടും സജീവമായിരിക്കുന്നു. ലക്ഷണ വൈജാത്യങ്ങളോടെ കൂടുതൽ ആളുകളിലേക്ക് രോഗം പടർന്നു പിടിക്കുന്നു. രാജ്യത്ത് അണുബാധ 24 മണിക്കൂറിനുള്ളിൽ ഒന്നര ലക്ഷം കടന്നിരിക്കുന്നു. രോഗപ്പകർച്ച അതിതീവ്രമായിരുന്ന കഴിഞ്ഞ സെപ്റ്റംബറിലെ കണക്കുകൾ വൈറസ്സ് സ്വയം(!) ഭേദിച്ചിരിക്കുന്നു.

സംസ്ഥാനത്ത് പ്രതിദിന രോഗബാധിതരുടെ സംഖ്യ 5000 കവിയുന്നു. രോഗനിരക്ക് 10 % കടന്നിരിക്കുന്നു.

ആരാണുത്തരവാദികൾ?

നാം തന്നെയാണ് പ്രതികൾ. ഭരണാധികാരികൾ, നിയമം നടപ്പിലാക്കേണ്ടവർ, രാഷ്ട്രീയ കക്ഷികൾ, നേതാക്കൾ, ആവേശം ഉന്മത്തരാക്കിയ അണികൾ, അതിജീവനസന്ധിയിൽ ജാഗ്രത കൈവിട്ട നമ്മൾ തന്നെയാണ് എല്ലാറ്റിനും ഉത്തരവാദികൾ. അടച്ചിടൽ തുടർന്നാൽ ജീവിതം വഴിമുട്ടുമെന്നായപ്പോൾ നിയന്ത്രണങ്ങളിൽ അയവ് വരുത്തുകയല്ലാതെ മറ്റ് പോംവഴികളില്ലായിരുന്നു. അപ്പോൾ കോവിഡ് കീഴ്പ്പെട്ടു എന്ന രീതിയിൽ അവധാനതക്കുറവ് കാണിക്കുന്നതിൽ നമ്മൾ മത്സരിക്കുകയായിരുന്നില്ലേ.

പഴയത് പോലെ കൂടിച്ചേരലുകൾ കൂടി. ചടങ്ങുകളിൽ ആൾ നിയന്ത്രണമില്ലാതായി. രോഗപ്രതിരോധമാർഗനിർദ്ദേശങ്ങൾ അവഗണിച്ചു. മുഖാവരണങ്ങൾ ശരിയാം വണ്ണംധരിക്കാതായി. സാമൂഹിക അകലം കൈവിട്ടു. നിയമസഭാ തിരഞ്ഞെടുപ്പ് പ്രഖ്യാപിച്ചത് മുതൽ രാഷ്ട്രീയ കക്ഷികൾ പഴയ പ്രവർത്തന ശൈലിയിലേക്ക് മാറി. നേതാക്കൾ 'റോഡ്ഷോ'കൾ നടത്തി. അണികൾ പെരുമാറ്റച്ചട്ടങ്ങളൊക്കെ മറന്ന് ആവേശക്കടലായി മാറി. തിരഞ്ഞെടുപ്പ് കമ്മീഷൻ നിഷ്കർഷിച്ച കോവിഡ് പ്രോട്ടോകോൾ കടലാസ്സിൽ ഒതുങ്ങി. പോട്ടോകോൾ ലംഘനങ്ങൾക്കെതിരെ നടപടികളൊന്നുമുണ്ടായില്ല. സമ്മേളനങ്ങൾ പൊതുയോഗങ്ങൾ എല്ലാം പഴയ രീതിയിൽ ജനസാഗരമായി. നിയമപാലകർ നിഷ്ക്രിയരായി. നിസ്സഹായരായി. ശബ്ദകോലാഹലങ്ങളോടെ തിരഞ്ഞെടുപ്പ് പ്രചരണോത്സവം സമാപിച്ചു. ഇനിയും ഉത്സവങ്ങളും പൂരങ്ങളും വരാനിരിക്കുന്നു.

ഒരു മാസം എല്ലാ നിയന്ത്രണങ്ങളും കൈവിട്ട് നിരുത്തരവാദപരമായി പ്രവൃത്തിച്ചതിനുശേഷം ഇനി കട്ടത്ത നിയന്ത്രണം വേണമെന്ന് നിഷ്കർഷിക്കാൻ എങ്ങിനെകഴിയും? ഈ കാലയളവിലെ ജാഗ്രതക്കുറവിന്റെ ഫലം തീർത്തും പ്രവചനാതീതമാണ്. ഒരു വർഷം എല്ലാം സഹിച്ച് ക്ഷമയോടെ കാത്തിരുന്നത് ഇതിന് വേണ്ടിയായിരുന്നുവോ? അതിജീവന സാഹചര്യം അട്ടിമറിച്ചത് അബദ്ധത്തിൽ സംഭവിച്ചതല്ലല്ലോ? പരിണതി എത്ര തീവ്രമായാലും കൂട്ടായി നേരിടുക തന്നെ വേണം.

അടച്ചിരിപ്പിന്റെ രണ്ടാം കാലം

കോവിഡ് മഹാമാരി മനുഷ്യരെയാകെ അദൃശ്യ പാശങ്ങളാൽ ബന്ധനസ്ഥരാക്കിയിട്ട് രണ്ടാം വർഷത്തിലേക്ക് കടന്നിരിക്കുന്നു. മനുഷ്യന്റെ കർമ്മശേഷി തകർത്തുവെന്ന് വൈറസ്സിന് ഊറ്റം കൊള്ളാമെങ്കിലുംമനുഷ്യരുടെ സഹനശേഷി കൂടിയതായി വൈറസ്സിന് ബോധ്യമായിക്കാണും. എങ്കിലും അണുഭീകരൻ പിൻവാങ്ങുന്ന ലക്ഷണമില്ല. ആദ്യ ഘട്ടം പ്രതിരോധമാർഗങ്ങളിലൂടെയും പ്രത്യേക ആരോഗ്യശീലങ്ങൾ പിന്തുടർന്നും നാം ഏറെക്കുറെ അതിജീവിച്ചു എന്ന് തോന്നിത്തുടങ്ങിയിരുന്നു. ജീവനാശവും പ്രതിസന്ധികളും നമ്മെ ഉലച്ചുകൊണ്ടിരിക്കുമ്പോഴും പ്രയാസരഹിതമായൊരു കാലം തീവ്രമായി നാം മോഹിക്കുകയായിരുന്നല്ലോ.

ഒന്നാം അടച്ചിരിപ്പിന്റെ വാർഷികത്തിൽ (24 -03 -2021) കോവിഡ് രോഗം നിയന്ത്രണവിധേയമാകുന്നുവെന്ന് സൂചിപ്പിക്കുന്നവിധത്തിൽ രോഗസ്ഥിരീകരണനിരക്ക് രാജ്യത്ത് 2 ശതമാനവും സംസ്ഥാനത്ത് 8 ശതമാനത്തിൽ താഴെയുമായി രേഖപ്പെടുത്തി. ഒരു വർഷത്തെ സഹനവും പ്രയാസങ്ങളും അവസാനിക്കുകയാണെന്ന് നമ്മൾ ആശ്വാസംകൊണ്ടു. പൊതുഗതാഗതവും അന്തർസംസ്ഥാനയാത്രകളുമൊക്കെ പുനരാരംഭിച്ചു. പുതിയ രോഗികളെ വീടുകളിൽത്തന്നെ സമ്പർക്കരഹിതരായി പാർപ്പിക്കാമെന്ന രീതിയിൽ കോവിഡ് പ്രോട്ടോകോൾ മയപ്പെടുത്തി. കോവിഡ് പിൻവാങ്ങുന്നു എന്നൊരു ധാരണ പൊതുവിൽ രൂപപ്പെട്ടുതുടങ്ങി. വാക്സിൻ ലഭ്യമാകുന്നുവെന്ന ശുഭപ്രതീക്ഷകൂടി ആയപ്പോൾ കോവിഡിനെ ഇനി പേടിക്കാനില്ല എന്ന ലാഘവചിന്തയുമായി. ജാഗ്രതയും കരുതലും എല്ലാ തലങ്ങളിലും കുറയാൻ ഇതൊക്കെ കാരണമായി. നിയമസഭാ തിരഞ്ഞെടുപ്പുമായി ബന്ധപ്പെട്ടുള്ള രാഷ്ട്രീയപാർട്ടികളുടെ പ്രവർത്തനങ്ങളിൽ കോവിഡ് മാനദണ്ഡങ്ങളൊക്കെ പരക്കെ ലംഘിക്കപ്പെടുകയായിരുന്നു. ഇവയുടെയൊക്കെ അനന്തര ഫലം നമ്മൾ കാണാനിരിക്കുകയായിരുന്നു. ഏപ്രിൽ പകുതിയോടെ വൈറസിന്റെ മട്ടും ഭാവവും മാറി എന്ന്

ബോധ്യപ്പെടുത്തുന്നതരത്തിലായി രോഗവ്യാപനത്തിന്റെ രീതി.

മാർച്ച് ഒന്നാം തീയ്യതി മുതൽ മുതിർന്നവർക്കും 45 നും 59 നുമിടയിലു ള്ള ഇതര രോഗമുള്ളവർക്കും വാക്സിൻ കുത്തിവെപ്പുകൾ തുടങ്ങിയിരുന്നു. ഇന്ത്യയെപ്പോലെ ജനബാഹുല്യമുള്ള ഒരു രാജ്യത്ത് വാക്സിൻ എല്ലാവ രിലേക്കുമെത്തിക്കുക എന്നത് ശ്രമകരവും സമയദീർഘവുമായ പ്രക്രി യയാണെന്നതിൽ സംശയമില്ല. വാക്സിൻ ആജീവനാന്ത പ്രതിരോധം സൃഷ്ടിക്കാൻ പര്യാപ്തമല്ല എന്നതിനാൽ ഏറെക്കാലം കോവിഡ് മാനദ ണ്ഡങ്ങൾ അനുസരിച്ച് ജീവിക്കാൻ നമ്മൾ വിധിക്കപ്പെട്ടിരിക്കുന്നു എന്ന യാഥാർഥ്യം ജനങ്ങളിലേക്കെത്തിക്കാൻ നല്ലവണ്ണം പരിശ്രമിക്കേണ്ടി യിരിക്കുന്നു. കോവിഡിന് മുമ്പും കോവിഡിന് ശേഷവും ജീവിതരീതിയിൽ പ്രകടമായ മാറ്റങ്ങൾ വേണമെന്ന് സാരം. ഏപ്രിൽ ഒന്ന് മുതൽ 45 വയസ്സിനുമേൽ പ്രായമുള്ളവർക്കും വാക്സിൻ നൽകിത്തുടങ്ങി.

സംസ്ഥാനത്ത് 2021 ഏപ്രിൽ ഒന്നാം തീയ്യതി 2653 പേർക്ക് രോഗം റിപ്പോർട്ട് ചെയ്യപ്പെട്ടിരുന്നു. രോഗബാധിതരുടെ എണ്ണം ക്രമത്തിൽ വർധിക്കുന്നതാണ് തുടർന്ന് നാം കണ്ടത്. 10 ദിവസത്തിനുള്ളിൽ രോഗബാധിതരുടെ സംഖ്യ ഇരട്ടിയായി. രോഗസ്ഥിരീകരണനിരക്ക് 8% കടന്നു. രാജ്യത്തും രോഗവ്യാപനം വർദ്ധിക്കുന്ന സൂചനകൾ കണ്ടു തുടങ്ങി. ഏപ്രിൽ ആദ്യനാളുകളിൽ 53480 ആയിരുന്ന പ്രതിദിന രോഗബാധിതരുടെ സംഖ്യ എങ്കിൽ ഒരാഴ്ചകൊണ്ട് അത് ഇരട്ടിയില ധികമായി. അതായത് 115736. രോഗസ്ഥിരീകരണ നിരക്ക് 8% കടന്നു. മരണസംഖ്യയും ആനുപാതികമായി വർദ്ധിച്ചു. തമിഴ്നാട്ടിലും, കർണാ ടകയിലും, മഹാരാഷ്ട്രയിലും, പശ്ചിമ ബംഗാളിലും, ഗുജറാത്തിലും, ഡെൽഹിയിലുമൊക്കെ രോഗം അസാധാരണ വേഗത്തിൽ പടരുന്ന വിവരങ്ങൾ പുറത്ത് വന്നുതുടങ്ങി.

ഇന്ത്യയിൽ രണ്ടാം തരംഗ വ്യാപനം ആരംഭിക്കുകയായി.

രണ്ടാം തരംഗം പ്രവചിക്കപ്പെട്ടിരുന്നുവെങ്കിലും ഇത്ര പെട്ടെന്ന് സംഭവിക്കുമെന്ന് ആരും പ്രതീക്ഷിച്ചിരുന്നില്ല. സംസ്ഥാനകേന്ദ്രസർക്കാറുകൾ പോലും വിദഗ്ധ അഭിപ്രായങ്ങൾ അർഹിക്കുന്ന ഗൗരവത്തിൽ എടുത്തില്ല എന്നാണ് തുടർന്നുള്ള ദുരിതങ്ങളും രോഗവ്യാപനവും മരണങ്ങളും സൂചിപ്പിക്കുന്നത്.

രാഷ്ട്രീയ പാർട്ടികളുടെ മുൻഗണന പലപ്പോഴും രാഷ്ട്രീയ മേധാവിത്വം നിലനിർത്തലും, തെരഞ്ഞെടുപ്പും അധികാരസംസ്ഥാപനവുമൊക്കെ ആയിരിക്കും. പക്ഷേ സർക്കാരും സംവിധാനങ്ങളും അങ്ങനെയല്ലല്ലോ. നല്ലതിന് വേണ്ടി ആഗ്രഹിക്കുകയും മോശമായ സാഹചര്യം വന്നാൽ അതിനെ സത്വരമായി നേരിടാൻ ആളും അർത്ഥവും അധികാരവുമുള്ള സർക്കാരിനാവണമല്ലോ. ലഭ്യമാകുന്ന വിവരങ്ങളെ അടിസ്ഥാനപ്പെടുത്തി ആവശ്യമായ സർവ്വ മുൻകരുതലുകളും യുദ്ധകാലാടിസ്ഥാനത്തിൽ സ്വീകരിക്കാൻ സർക്കാറിന് ബാധ്യതയുമുണ്ട്. അതുണ്ടായോ എന്ന ചോദ്യം പ്രസക്തമാണ്. ഒന്നാം തരംഗത്തിനും രണ്ടാം തരംഗത്തിനുമിടയിൽ കേവലം മൂന്ന് മാസത്തെ ഇടവേളയേ ഇവിടെ ഉണ്ടായുള്ളൂ എന്നത് മറ്റൊരു ദൗർഭാഗ്യം.

കേരളത്തിലും, വ്യാപനം ശക്തമായ മറ്റ് സംസ്ഥാനങ്ങളിലും നിയന്ത്രണങ്ങൾ കർശനമായി നടപ്പാക്കാൻ തുടങ്ങി. രോഗവ്യാപനവും മരണവും പെട്ടെന്ന് കൂടുന്ന അവസ്ഥയിലേക്ക് കാര്യങ്ങൾ മാറാൻ തുടങ്ങിയെന്നത് എല്ലാവരിലും ആശങ്ക ഉളവാക്കി. രണ്ടാം തരംഗം ആദ്യത്തേതിനേക്കാൾ ശക്തവും അപകടകരവുമാകുമെന്ന മുന്നറിയിപ്പ് ശരിവെക്കുന്നതായിരുന്നു 10 ദിവസങ്ങൾക്കുള്ളിൽ സംഭവിച്ച വ്യാപന വേഗം. പ്രതിദിനരോഗികളുടെഎണ്ണം ഒരു ലക്ഷം കവിഞ്ഞു. ലോക്ക്ഡൗണിന് സമാനമായ നിയന്ത്രണങ്ങൾ നിലവിൽ വന്നു. ആശുപത്രികളിൽ വെൻടിലേറ്റർ ഉൾപ്പടെയുള്ള അടിയന്തര ആരോഗ്യ സംവിധാനങ്ങൾ വർധിപ്പിക്കാനുള്ള നിർദേശങ്ങൾ ഉണ്ടായി. ഏപ്രിൽ പകുതി കഴിയുമ്പോഴേക്കും സ്ഥിതി മോശമാവുമെന്ന് വ്യക്തമായ സൂചനകൾ എല്ലാ ഭാഗത്തുനിന്നുമുണ്ടായി. കേന്ദ്ര ആരോഗ്യമന്ത്രാലയം പുറത്ത് വിട്ട കണക്കുകളനുസരിച്ച് ഏപ്രിൽ മധ്യത്തിൽ രാജ്യത്ത് 9,00,000ന് മേൽ കോവിഡ് ബാധിതർ ഓക്സിജന്റെ സഹായത്തോടും 1,70,000 പേർ വെന്റിലേറ്റർ സഹായത്തോടും കഴിയുന്നു എന്നത് രോഗാവസ്ഥയുടെ ഗതിഗൗരവം ബോധ്യപ്പെടുത്തുന്നു.

ഇരട്ട ജനിതക വ്യതിയാനം വന്ന ഇന്ത്യൻ വകഭേദമായ 'ബി 1.617 2' അതിതീവ്ര രോഗവ്യാപനത്തിനും, പ്രതിരോധശേഷിയെ

അതിജീവിക്കാനും കെൽപ്പുള്ള അപകടകാരിയായ വൈറസ്സാണെന്ന് പഠനങ്ങൾ തിരിച്ചറിഞ്ഞു. ജനിതകവ്യതിയാനത്തിലൂടെ പുറംചട്ടയിലെ സ്പൈക്ക് പ്രോട്ടീനുകളുടെ ഘടനയിൽ മാറ്റം വരുത്തി വേഗത്തിൽ കോശങ്ങളിലേക്ക് കടന്നുകയറാനുള്ള ശേഷിയും, ശരീരം ഉൽപ്പാദിപ്പിക്കുന്ന പ്രതിവസ്തുക്കളെ നിർവീര്യമാക്കാനുള്ള ശേഷിയും കൈവരിച്ച പുതിയ വകഭേദം രണ്ടാം തരംഗത്തെ അതിതീവ്രമാക്കുമെന്ന് ഗവേഷകർ അനുമാനിച്ചിരുന്നു. ഒരാളിൽനിന്നും നിരവധിപേരിലേക്ക് പെട്ടെന്ന് രോഗം പകരുന്ന അവസ്ഥയാണ് തുടർ ദിവസങ്ങളിൽ നാം കണ്ടത്. ചെറുപ്പക്കാരാണ് കൂടുതലായി രോഗബാധിതരായത്. സംസ്ഥാനത്തിനകത്തും രാജ്യത്താകമാനവും രോഗവ്യാപനം ശക്തമായി. കേരളത്തിൽ ആദ്യതരംഗത്തിൽ 15%ത്തിൽ താഴെ ആളുകൾക്ക് മാത്രമേ രോഗബാധ ഉണ്ടായുള്ളൂ എന്നതിനാൽ സാമൂഹിക പ്രതിരോധ ശേഷി പ്രായേണ കുറവായിരുന്നു. രോഗസ്ഥിരീകരണ നിരക്ക് 14-15 %ത്തിലെത്താൻ കുറഞ്ഞ ദിവസങ്ങളേ വേണ്ടിവന്നുള്ളൂ. ഏപ്രിൽ 16 ന് രേഖപ്പെടുത്തിയ പ്രതിദിന രോഗികളുടെ സംഖ്യ 10038ഉം, ടി പി ആർ14.38 ശതമാനവും ആയിരുന്നു. അപ്പോൾ ഇന്ത്യയിൽ പ്രതിദിന രോഗികൾ 2 ലക്ഷം കടന്നിരുന്നു. ടി പി ആർ 17% ആവുകയും ചെയ്തു. നിയന്ത്രണങ്ങൾ കടുപ്പിക്കുകയല്ലാതെ മറ്റ് മാർഗ്ഗമൊന്നുമുണ്ടായിരുന്നില്ല. രാഷ്ട്രീയ പാർട്ടികളുടെ ഒത്തുകൂടലും പ്രകടനങ്ങളും നിരോധിച്ചു. ജനബഹുലമായ ഉത്സവങ്ങൾ ഒഴിവാക്കാൻ തീരുമാനമായി. പല സംസ്ഥാനങ്ങളിലും രാത്രികാല കർഫ്യൂ നിലവിൽ വന്നു.

മതപരമായ ചടങ്ങുകളും, ആഘോഷങ്ങളുമെല്ലാം മാറ്റിവെക്കേണ്ട അവസ്ഥ വന്നു. ഇത്തവണ കുംഭമേള ഹരിദ്വാറിലായിരുന്നു. കോവിഡ് വ്യാപനത്തിന്റെ പശ്ചാത്തലത്തിൽ ചടങ്ങുകൾ ഏപ്രിൽ മുതൽ ഒരു മാസമായി ചുരുക്കിയിരുന്നു. മാർഗനിർദേശങ്ങളും കർശനമാക്കിയിരുന്നു. പക്ഷേ അതൊന്നും തീർത്ഥാടകരുടെ ഒഴുക്കിനെ കാര്യമായി ബാധിച്ചില്ല. സ്നാനഘട്ടങ്ങളിൽ കോവിഡ് മാനദണ്ഡങ്ങൾ കണിശമായി പാലിക്കപ്പെട്ടുമില്ല. പിന്നീട് പ്രധാനമന്ത്രിയുടെ ഇടപെടലുകൾ കാരണം ചടങ്ങുകൾ പ്രതീകാത്മകമായി വെട്ടിച്ചുരുക്കുകയായിരുന്നു.

വിവിധ രാജ്യങ്ങൾ ഇന്ത്യക്കാർക്ക് യാത്രാവിലക്ക് ഏർപ്പെടുത്തി തുടങ്ങി. അറബ് രാജ്യങ്ങളിലേക്കും മറ്റ് വിദേശരാജ്യങ്ങളിലേക്കുമുള്ള വിമാന സർവീസുകൾ നിലച്ചു. ലോകത്തിന്റെ ഏതെങ്കിലും ഭാഗത്ത് അധ്വാനിച്ച് ജീവിക്കാമെന്ന പ്രതീക്ഷ തല്ലികെടുത്തുന്ന സ്ഥിതിവിശേഷം. നാട്ടിലെത്തിയ പ്രവാസികൾ തിരിച്ചുപോകാനാവാതെ വലഞ്ഞു. കോവിഡ് ഭീതിയൊഴിഞ്ഞ് ജീവിതം വീണ്ടും കരുപ്പിടിപ്പിക്കാമെന്ന് വ്യാമോഹിച്ച സാധാരണക്കാർ നിസ്സഹായരായി. പഠനം വൈകാതെ പുനരാരംഭിക്കുമെന്ന് പ്രതീക്ഷിച്ച കുട്ടികൾ നിരാശരായി. ഒരുവർഷത്തോളമായി മഹാമാരിയോട് പൊരുതിത്തളർന്ന ആരോഗ്യ പ്രവർത്തകർക്ക് ആശ്വാസത്തിന്റെ ഇടവേള ഇല്ലെന്നായി. ഇത്രമേൽ കഠിനമാകും രണ്ടാം തരംഗമെന്ന് ആരും ചിന്തിച്ചതേയില്ല.

വാക്സിൻ:
നയവും നയവ്യതിയാനവും.

രാജ്യത്താകമാനം കോവിഡ് വാക്സിനേഷൻ പ്രക്രിയ മാർച്ചിൽ ആരംഭിച്ചിരുന്നു. തുടക്കത്തിൽ അൽപ്പം മന്ദഗതിയിലായിരുന്നുവെങ്കിലും ആഴ്ചകളോടെ ജനങ്ങൾ വൈമനസ്യം വെടിഞ്ഞ് ആവേശത്തോടെ വാക്സിൻ സ്വീകരിക്കാൻ തുടങ്ങി. കോവിൻ ആപ്പിൽ ചില പ്രായോഗിക വൈഷമ്യങ്ങൾ നേരിട്ടെങ്കിലും വാക്സിൻ സ്വീകരിക്കാനുള്ള ആളുകളുടെ താൽപ്പര്യം കൂടി വന്നു. ഏപ്രിൽ പകുതിയായപ്പോൾ കേരളത്തിൽ വാക്സിൻ ലഭ്യതയിൽ കുറവ് വന്നു. പലയിടങ്ങളിലും വാക്സിൻ ഡോസുകൾ ആവശ്യത്തിന് ഇല്ലാതെ വന്നു. വാക്സിൻ ക്ഷാമം വളരെ അപ്രതീക്ഷിതമായിരുന്നു. ലോകത്തിന്റെ ഫാർമസി എന്നാണ് നമ്മുടെ രാജ്യം അറിയപ്പെട്ടിരുന്നത്. വിവിധ രോഗങ്ങൾക്കെതിരെയുള്ള വാക്സിനുകളിൽ 60% ത്തിലധികം നാം നിർമ്മിക്കുന്നു. കോവിഡിനെതിരെ രണ്ട് വാക്സിനുകൾ ഇവിടെ നിർമ്മിച്ചിരുന്നു. നിരവധി രാജ്യങ്ങൾക്ക് നമ്മൾ വാക്സിൻ സംഭാവനയായി നൽകുകയും ചെയ്തു. പക്ഷേ അത്യാവശ്യ ഘട്ടത്തിൽ നമ്മുടെ രാജ്യത്തിന് വേണ്ട ഡോസുകൾ ലഭ്യമായില്ല

എന്നത് വളരെ അസ്വാഭാവികമായ സ്ഥിതിവിശേഷമായി. വാക്സിൻ നിർമ്മാണവും അവയുടെ വിതരണവും കേന്ദ്ര സർക്കാരിന്റെ അധീനതയിലുള്ള കാര്യമായതിനാൽ സംസ്ഥാനങ്ങൾ നിസ്സഹായരായിരുന്നു. രാജ്യത്ത് അംഗീകാരം ലഭിച്ച രണ്ട് വാക്സിനുകളുടെ ഉൽപാദനവും വിതരണവും വർദ്ധിപ്പിക്കുന്ന കാര്യത്തിൽ വീഴ്ച ഉണ്ടായോ എന്നത് ഒരു ചോദ്യമാണ്. വിദേശ വാക്സിനുകൾക്ക് അനുമതി നൽകുന്ന കാര്യത്തിൽ നേരത്തെ തീരുമാനമെടുക്കേണ്ടതായിരുന്നില്ലേ എന്നതും സംഗതമായ ചോദ്യമാണ്. പുതിയൊരു വൈറസ്സ് ലോകമാകെ ദുരന്തം വിതക്കുമ്പോൾ 'വാക്സിൻ ദേശീയത' പോലുള്ള അനവസരത്തിലെ നയങ്ങൾ കാര്യങ്ങളെ കൂടുതൽ സങ്കീർണമാക്കിയെന്ന് പറയുന്നവരെ കുറ്റപ്പെടുത്താനാകുമോ. രാജ്യത്ത് വാക്സിൻ നിർമ്മാണം സമയബന്ധിതമായി ക്രമീകരിക്കേണ്ടതും ദൗർലഭ്യം നേരിട്ടാൽ വിദേശ വാക്സിനുകൾ സത്വരമായി ലഭ്യമാക്കാൻ മുൻകൂട്ടി പദ്ധതികൾ തയ്യാറാക്കേണ്ടതുമായിരുന്നു.

ജനിതക വകഭേദങ്ങൾ രൂപപ്പെട്ടുവന്നാലും വാക്സിൻ തന്നെയാണ് രക്ഷാമാർഗം എന്നതിൽ തർക്കമില്ല. കോവിഡ് വന്നുപോയവരുടെ ശരീരത്തിലെ ആന്റിബോഡി അളവുകളേക്കാൾ കൂടുതൽ ആന്റിബോഡികൾ വാക്സിൻ വഴി രൂപപ്പെടുമെന്നാണ് ശാസ്ത്രീയമായി കണ്ടിട്ടുള്ളത്. നിലവിലുള്ളതും പുതുതായി വരുന്നതുമായ വകഭേദങ്ങൾ ആന്റിജനിൽ ചെറിയ മാറ്റങ്ങളേ വരുത്തുകയുമുള്ളൂ. അതിനാൽ കുത്തിവെപ്പുകളിലൂടെ ശരീരത്തിലെ രക്ത കോശങ്ങൾ ഉൽപ്പാദിപ്പിക്കുന്ന ഉയർന്ന തോതിലുള്ളപ്രതി വസ്തുക്കൾ അൽപ്പം ശേഷി കുറഞ്ഞതായാൽപോലും വകഭേദങ്ങൾക്കെതിരെ ചെറുത്തുനിൽപ്പ് ശക്തമാക്കും.

പ്രധാനമന്ത്രി നേരത്തെ പ്രഖ്യാപിച്ച ജൻ ആന്തോളൻ കോവിഡ് 19 വാക്സിനേഷൻ പദ്ധതിയുടെ കാതൽ തുല്യനീതി ഉറപ്പ് വരുത്തികൊണ്ടുള്ള വിതരണനയമാണ്. എല്ലാവർക്കും സൗജന്യമായി വാക്സിൻ എന്നാണ് നമ്മുടെ നാടിന്റെ ഇതഃപര്യന്തമുള്ള പ്രഖ്യാപിത നയം. പക്ഷേ പിന്നീട് സാർവ്വത്രികമായ വാക്സിൻ എന്ന ആശയം ഭേദഗതി ചെയ്യപ്പെട്ടു. 45 വയസ്സിന് മേൽ പ്രായമുള്ളവർക്കെല്ലാം കേന്ദ്ര സർക്കാർ സൗജന്യമായി വാക്സിൻ നൽകുന്നത് തുടരും. ബാക്കിയുള്ളവർക്ക് വാക്സിൻ സംസ്ഥാന സർക്കാരുകൾ വാങ്ങി നൽകണം. അതായത് ഉൽപ്പാദിപ്പിക്കുന്ന വാക്സിന്റെ 50% കേന്ദ്രത്തിനായിരിക്കും. ബാക്കിയുള്ള 50% പൊതുവിപണിയിൽ വിൽപ്പനക്കാണ്. സംസ്ഥാനങ്ങളും സ്വകാര്യ ആശുപത്രികളും അത് വില കൊടുത്ത് വാങ്ങണം. അങ്ങനെ വരുമ്പോൾ വിലയുടെ കാര്യത്തിൽ തുല്യനീതി പ്രതീക്ഷിക്കുക വയ്യ. കേന്ദ്രസർക്കാരിന് ഒരു വില, സംസ്ഥാനങ്ങൾക്ക് കൂടിയ വില, സ്വകാര്യ ആശുപത്രികൾക്ക് അതിലും കൂടിയവില എന്ന് സാരം. മാത്രമല്ല, നേരിട്ട് വാങ്ങുമ്പോൾ മുൻകൂർ പണം അടക്കേണ്ടിയും വരും. നിലവിലെ വില എപ്പോൾ വേണമെങ്കിലും കൂടാം. 18 വയസ്സിന് മുകളിലുള്ളവർക്ക് വാക്സിൻ നൽകുന്ന പരിപാടി കേന്ദ്രസർക്കാർ പ്രഖ്യാപിച്ചിരുന്നുവെങ്കിലും ഈ നയമാറ്റത്തെ തുടർന്ന് അത് അനിശ്ചിതത്വത്തിലായി. ഏപ്രിൽ പകുതി മുതൽ വാക്സിന് ക്ഷാമം നേരിട്ടതോടെ സംസ്ഥാനങ്ങൾ സ്വന്തം നിലക്ക് വാക്സിൻ വാങ്ങാനുള്ള ശ്രമങ്ങൾ ആരംഭിച്ചെങ്കിലും ഫലപ്രദമായില്ല. ഒന്നാമതായി ആവശ്യത്തിന് വാക്സിൻ ഡോസുകൾ ഉണ്ടായിരുന്നില്ല. വിദേശ വാക്സിനുകൾ വാങ്ങാൻ തടസ്സങ്ങളുമുണ്ടായി. നിലവിലുള്ള വാക്സിനുകളുടെ ഉൽപ്പാദനം ഭീമമായി കൂട്ടുകയും, വിദേശവാക്സിനുകൾ വാങ്ങാനുള്ള സാദ്ധ്യതകൾ തെളിയുകയും ചെയ്താൽ മാത്രമേ വാക്സിൻ പ്രയോഗവൽകരണം ലക്ഷ്യവേധിയായി പൂർത്തിയാക്കാനാവുകയുള്ളൂ. കേന്ദ്ര ബൗദ്ധിക സ്വത്തവകാശ നിയമങ്ങൾ മറികടന്ന് കൂടുതൽ നിർമാതാക്കൾക്ക് വാക്സിൻ നിർമ്മിക്കാനുള്ള അനുമതി നൽകുന്നതുൾപ്പടെയുള്ള കാര്യങ്ങളുടെ പ്രസക്തി ഇവിടെയാണ്.

കേരളത്തിൽ എല്ലാവർക്കും വാക്സിൻ സൗജന്യമായി നൽകും എന്ന് മുഖ്യമന്ത്രി നേരത്തെ പ്രഖ്യാപിച്ചതാണ്. പുതിയവാക്സിൻ നയത്തിന്റെ പശ്ചാത്തലത്തിൽ വാക്സിൻ വാങ്ങാനുള്ള പണം സ്വരൂപിക്കാൻ സംസ്ഥാന സർക്കാർ വാക്സിൻചാലഞ്ച് പ്രഖ്യാപിച്ചു. വളരെ ആവേശകരമായ പ്രതികരണമാണ് വാക്സിൻ ചാലഞ്ചിന് ലഭിച്ചത്. സാധാരണക്കാർ മുതൽ കോടീശ്വരന്മാർവരെ വാക്സിൻ സമാഹരിക്കാനുള്ള നിധിയിലേക്ക് ഉദാരമായി സംഭാവനകൾ നൽകി. കൂടുതൽ തുക ഇനി സർക്കാർ വകയിരുത്തിയാലും വാക്സിൻ ആവശ്യത്തിന് ലഭ്യമാകുന്ന

മുറക്കേ ചെറുപ്പക്കാരുടെ കോവിഡ് കുത്തിവെപ്പ് പ്രായോഗികമാവുക യുള്ളൂ.

രോഗഹേതുവായ വൈറസ്സ് കൂടുതൽ അപകടകാരിയായി മാറുമ്പോൾ കൂടിയ കരുതലും ജാഗ്രതയും മാത്രം മതിയാവില്ല, രോഗ പ്രതിരോധ വ്യൂഹം ചമയ്ക്കാനുള്ള ശക്തമായ കവചം വാക്സിനാണ്. സാമൂഹിക പ്രതിരോധം (Herd immunity) ആർജ്ജിക്കണമെങ്കിൽ മൊത്തം ആളുകളുടെ 70% എങ്കിലും വാക്സിനേഷന് വിധേയമാകേണ്ടതുണ്ട്. ഈസാഹചര്യത്തിൽ വാക്സിൻ ക്ഷാമം ദൗർഭാഗ്യകരമായ അവസ്ഥയാണെന്നതിൽ തർക്കമില്ല. യുക്തമായ നടപടികളിലൂടെ തദ്ദേശീയവും വിദേശീയവുമായ വാക്സിനുകൾ ആവശ്യത്തിന് ലഭ്യമാകുന്ന കാലം അകലെയല്ലന്ന് വിശ്വസിക്കാം.

എല്ലാ രാജ്യങ്ങളിലും കോവിഡ് പ്രതിരോധവുമായി ബന്ധപ്പെട്ട് തർക്കങ്ങളും വിവാദങ്ങളുമുണ്ട്. ജനങ്ങളുടെ മൗലിക സ്വാതന്ത്ര്യംവരെ തടഞ്ഞുള്ള നിയന്ത്രണങ്ങൾ ഏർപ്പെടുത്തുമ്പോൾ വിമർശനങ്ങൾ ഉയർന്നുവരാം. സാമ്പത്തിക സുസ്ഥിതി തകരുമ്പോൾ നിരാശയും ക്ഷോഭവും ഉണ്ടാകാം. അനിശ്ചിതമായി ലോക്ക് ഡൗണുകൾ തുടരുമ്പോൾ വരുമാനം മുടങ്ങിപ്പോകുന്ന സാധാരണക്കാർക്ക് നിത്യജീവിതത്തിന് വഴി കണ്ടെത്തിയാൽ മാത്രം മതിയാവില്ല. അവരുടെ ജീവിതത്തെ ബാധിക്കുന്ന നിരവധി സാമ്പത്തിക സമ്മർദ്ദങ്ങൾ വേറയും കാണും. അവ ഭാഗികമായെങ്കിലും അഭിസംബോധന ചെയ്യപ്പെടേണ്ടതുണ്ട്. ചികിത്സയുമായി ബന്ധപ്പെട്ട് സൗകര്യങ്ങൾ പോരാതെ വരുമ്പോൾ പ്രതിഷേധങ്ങളും ഉണ്ടാവാം. ആളുകൾ മരിച്ചുവീഴുമ്പോൾ ജനരോഷം കുതിച്ചുയരുന്നതും സ്വാഭാവികം. മഹാമാരിയെ നേരിട്ട രീതിയും വൈഭവവും അധികാര നഷ്ടങ്ങളിലേക്കും പുനരധികാര പ്രവേശങ്ങളിലേക്കുംവരെ എത്തി രാജ്യത്തിന്റെ ഭാഗധേയം നിർണയിക്കപ്പെട്ട സമകാലിക ഉദാഹരണങ്ങൾ നമ്മുടെ മുമ്പിലുണ്ട്. കോവിഡ് മഹാമാരിയിൽ ഉലഞ്ഞുപോകുന്നത് ജീവനും ജീവിതവുമാണല്ലോ. പ്രതികരണം പ്രതിഷേധമായി മാത്രമല്ല, ഭരണാധികാരികളുടെ നിരാകരണമായും വരണമായും മാറുന്നത് സ്വാഭാവികം.

ജനങ്ങളുമായി ബന്ധപ്പെട്ടുള്ള വിഷയങ്ങളിൽഎക്സിക്യൂട്ടീവ് ചിലപ്പോൾ വേണ്ട തീരുമാനങ്ങൾ എടുക്കാതിരിക്കുകയും, ചിലപ്പോൾ എടുത്ത തീരുമാനങ്ങൾ ജനപക്ഷത്ത്നിന്ന് നോക്കുമ്പോൾ ഉചിതമല്ലെന്ന് തോന്നുകയും ചെയ്യുമ്പോൾ നീതിന്യായകോടതികൾ ക്രിയാത്മകമായി ഇടപെട്ട ചരിത്രം എമ്പാടുമുണ്ട് നമ്മുടെ രാജ്യത്തിൽ. കോവിഡ് ചികിത്സയുമായി ബന്ധപ്പെട്ടും ഇത് സംഭവിച്ചു. രണ്ടാം തരംഗം പ്രവചിക്കപ്പെട്ടപ്പോൾ നടത്തിയ മുന്നൊരുക്കങ്ങളെപ്പറ്റി, ഓക്സിജൻ

ദൗർലഭ്യം രോഗികളെയും ബന്ധുക്കളെയും വലച്ചപ്പോൾ, ഓക്സിജൻ കിട്ടാതെ രോഗികൾ പിടഞ്ഞുമരിക്കുന്ന സാഹചര്യം വന്നപ്പോൾ, വാക്സിൻ നയത്തിൽ മാറ്റം വന്നപ്പോൾ അങ്ങനെ വിവിധ ഘട്ടങ്ങളിൽ ബഹുമാനപ്പെട്ടസുപ്രീം കോടതിയുടെ ഇടപെടൽ ഉണ്ടായി. പ്രാണവായു ലഭ്യമാക്കാതെ തടസ്സപ്പെടുത്തുന്നവരെ തൂക്കിക്കൊല്ലുമെന്നുവരെ ഒരു ഘട്ടത്തിൽ പരമോന്നത നീതിപീഠം പറയുകയുണ്ടായി. എക്സിക്യൂട്ടീവ് വേണ്ടവിധം പ്രവൃത്തിക്കാത്തപ്പോൾ ജുഡീഷ്യറി വൈകാരികമായി ഇടപെടുന്നത് ഭരണകൂടത്തിന്റെ മറ്റ് സ്തംഭങ്ങളെ കുലുക്കി ഉണർത്തും എന്നാണ് കോടതി സ്വയം നിരീക്ഷിച്ചത്. ഭരണകൂടങ്ങൾ പൗരന്മാരുടെ അവകാശത്തിലും സ്വാതന്ത്ര്യത്തിലും കടന്നുകയറുമ്പോൾ ലോകമെമ്പാടുമുള്ള കോടതികൾ ഇത് തന്നെയാണ് ചെയ്തിട്ടുള്ളതെന്നും കോടതി ഓർമ്മിപ്പിച്ചു.

വാക്സിനുമായി ബന്ധപ്പെട്ടുള്ള സമീപനവും നയം മാറ്റവും സുപ്രീം കോടതിയുടെ കടുത്ത വിമർശനങ്ങൾക്ക് വിധേയമായി. കോവിഡ് വിഷയത്തിൽ സ്വമേധയാ റജിസ്റ്റർ ചെയ്ത കേസ് പരിഗണിക്കവെകേന്ദ്ര സർക്കാർ നേരത്തെ ബജറ്റിൽവകയിരുത്തിയ തുക സൗജന്യമായി വാക്സിൻ നൽകാൻ വിനിയോഗിച്ചുകൂടെ എന്നും, സംസ്ഥാനങ്ങൾക്ക് തുല്യമായും നീതിപൂർവ്വകമായും വാക്സിൻ എന്ത്കൊണ്ട് നൽകുന്നില്ലെന്നും, വിലയിൽ തുല്യനീതി എന്തുകൊണ്ട് പാലിക്കുന്നില്ലെന്നും ചോദിച്ച നീതിപീഠം ബജറ്റ് വിഹിതം ചെലവഴിച്ചതിന്റെ വിശദശാംശങ്ങളും ആവശ്യപ്പെട്ടു.

നീതിപീഠത്തിന്റെ ഇടപെടൽ കൊണ്ടും, സംസ്ഥാന സർക്കാരുകളുടെ സമ്മർദ്ദംകൊണ്ടും വാക്സിൻ നയം വീണ്ടും തിരുത്താൻ കേന്ദ്ര സർക്കാർ തയ്യാറായി. 18 വയസ്സിന്മേൽ പ്രായമുള്ള എല്ലാവർക്കും വേണ്ട വാക്സിൻ കേന്ദ്രം വാങ്ങി നൽകുമെന്നും ഇതിനായി ഉൽപ്പാദകരിൽനിന്നും

75% വാക്സിൻ കേന്ദ്രം സംഭരിക്കുമെന്നും ബാക്കി 25% സ്വകാര്യ ആശുപത്രികൾക്ക് വാങ്ങാമെന്നും തീരുമാനമായി. സ്വകാര്യ മേഖലക്ക് ചെറിയതോതിൽ സേവനനിരക്ക് ഈടാക്കാം. വാക്സിൻ ലഭ്യത കുറവായപ്പോൾ പകുതി ഉത്തവാദിത്വം സംസ്ഥാനങ്ങൾക്കുമേൽ കെട്ടിവക്കുകയും, വാക്സിൻ ലഭ്യത കൂടുമെന്നായപ്പോൾ ഉത്തരവാദത്വം സ്വയം ഏറ്റെടുക്കാൻ തയ്യാറായെന്നുമുള്ള വിമർശനം ഇക്കാര്യത്തിലുണ്ട്. എന്തായാലും നയം മാറ്റം അനാവശ്യമായ സമയനഷ്ടത്തിനും വിവാദങ്ങൾക്കും കോടതി ഇടപെടലിനുമൊക്കെ കാരണമായി. വൈകിയാലും നയം തിരുത്തിയത് സ്വാഗതാർഹംതന്നെ.

കോവിഡ് വിഷയവുമായി ബന്ധപ്പെട്ട് ഉന്നത നീതിപീഠത്തിന്റെ മറ്റൊരു വിധിയും നിർണായകമാണ്. ദുരന്ത നിവാരണ നിയമം 2005 ലെ 12 (iii) വകുപ്പ് പ്രകാരം ദുരന്തത്തിൽ മരണമടഞ്ഞവർക്ക് 4 ലക്ഷം രൂപ എങ്കിലും നഷ്ടപരിഹാരത്തിന് അർഹതയുണ്ടെന്ന വാദത്തെ അടിസ്ഥാനമാക്കി കോവിഡ് ബാധിച്ച് മരണമടഞ്ഞവർക്ക് ന്യായമായ ആശ്വാസ സഹായധനം സർക്കാർ നൽകണമെന്ന് കോടതി വിധിക്കുകയായിരുന്നു. ഇതിനാവശ്യമായ മാർഗ്ഗനിർദ്ദേശങ്ങൾ തയ്യാറാക്കാനും നീതിപൂർവ്വകമായി തുക നിശ്ചയിക്കാനും ദേശീയ ദുരന്തനിവാരണ സമിതിയോട് കോടതി ആവശ്യപ്പെട്ടു. കോവിഡ് ബാധിച്ച വ്യക്തി മറ്റ് അസുഖങ്ങൾ കാരണം മൂന്ന് മാസങ്ങൾക്കുള്ളിൽ മരണമടഞ്ഞാലും അത് കോവിഡ് മരണമായി പരിഗണിക്കണമെന്നുള്ള നിർദ്ദേശം ജീവൻ പൊലിഞ്ഞുപോയവരുടെ ബന്ധുക്കൾക്ക് വലിയ ആശ്വാസം നൽകുന്ന കാര്യമാണ്. കോവിഡ് കാരണം ജീവനും ജീവിതവും നഷ്ടപ്പെട്ടവരോട് ഉദാരവും അനുതാപപൂർണ്ണവുമായ സമീപനം സ്വീകരിക്കണമെന്ന് ബന്ധപ്പെട്ടവരെയെല്ലാം ഓർമ്മിപ്പിക്കുന്നതായിരുന്നു പരമോന്നത നീതി പീഠത്തിന്റെ ഇടപെടൽ.

രോഗം ഒരു അപരാധമല്ലെന്നും രോഗി അനുകമ്പ അർഹിക്കുന്നു എന്നതും ചികിത്സാശാസ്ത്രത്തിലെ അടിസ്ഥാന പ്രമാണമാണ്. എല്ലാ രോഗത്തിന്റെ കാര്യത്തിലും ഇത് ബാധകവുമാണ്. ദേശീയ ദുരന്തമായി പ്രഖ്യാപിക്കപ്പെട്ട കോവിഡ് മഹാമാരിയുടെ കാര്യത്തിൽ ജീവനാശം സംഭവിച്ചവരെ പരമമായ ദുരന്തബാധിതരായിട്ട് തന്നെയാണല്ലോ പരിഗണിക്കേണ്ടത്. അപ്പോൾ ഉചിതവും നീതിപൂർവ്വകവുമായ നഷ്ട പരിഹാരം നൽകുക എന്നത് കേവലമായ നീതിയല്ലേ. ഈ നീതിബോധം ഉയർത്തിപ്പിടിക്കാൻ അധികാരികൾ ബാധ്യസ്ഥരാണ്, കോടതിയുടെ ഇടപെടൽ ഉണ്ടായില്ലെങ്കിലും.

പ്രതിരോധ ഗവേഷണ വികസന സംഘടന (DRDO) ഹൈദരാബാദിലെ റെഡ്ഡിസ് ലബോറട്ടറിയുമായി ചേർന്ന് വികസിപ്പിച്ച് 2ഡീ

ഓക്സിഡി ഗ്ളൂക്കോസ് (2 DG) എന്ന കോവിഡ് ചികിത്സാമരുന്ന് രോഗനിയന്ത്രണത്തിന് ഫലപ്രദമാണെന്ന് നിർമ്മാതാക്കൾ അവകാശപ്പെടുന്നു. വൈറസിന് കോശങ്ങളിൽവെച്ച് വിഭജിക്കാനാവശ്യമായ ഊർജ്ജോൽപ്പാദനം തടയാൻ ഈ മരുന്ന് ഫലപ്രദമാണെന്ന് പറയുന്നു. പ്രസ്തുത മരുന്നിന്റെ ക്ലിനിക്കൽ പരീക്ഷണങ്ങളുടെ അതാര്യതയും പോരായ്മയും ഇപ്പോഴും പ്രശ്നമായി നിലനിൽക്കുന്നു. കോശങ്ങളിലെ വൈറസ്സിന്റെ പെരുക്കത്തെ തടയാൻ ഈ മരുന്നിന് കഴിയുമെന്നത് പരീക്ഷണശാലയിലെ കോശഭൂമികയിൽ ശരിയാണെന്ന് വന്നാലും മനുഷ്യകോശത്തിലെത്തുമ്പോൾ എത്രത്തോളം ഫലപ്രദമാണെന്നതിന് കൂടുതൽ സാക്ഷ്യങ്ങൾ വേണ്ടിവരുന്നു. നിലവിലുള്ള പല ആൻറ്റിവൈറൽ മരുന്നുകളുടെയും പരിമിതി എന്തെന്ന് വെച്ചാൽ വൈറസ്സിന്റെ പ്രധാനഭാഗം ഡി എൻ എ അല്ലെങ്കിൽ ആർ എൻ എ ആണല്ലോ. അതിനെ നശിപ്പിക്കാൻ ശ്രമിക്കുമ്പോൾ മനുഷ്യകോശത്തിലെ സമാനമായ ന്യൂക്ലിക് അമ്ലങ്ങൾക്കും നാശം സംഭവിക്കുന്നു. അത് അഭികാമ്യമല്ലല്ലോ. ഏതായാലും 2DGയുടെ ഫലസാദ്ധ്യത കൂടുതൽ പരീക്ഷണങ്ങളിലൂടെ തെളിയിക്കപ്പെടേണ്ടതാണ്.

അവഗണിക്കപ്പെട്ടുപോയോ പ്രവചനങ്ങൾ

ഏപ്രിൽ പകുതി പിന്നിടുമ്പോൾ കോവിഡ് കണക്കിൽ ഇന്ത്യയുടെ സ്ഥാനം അമേരിക്കയുടെ തൊട്ട് താഴെയും ബ്രസീലിന് മുകളിലുമാണ്. ജനസംഖ്യ, ജീവിതനിലവാരം, സാമൂഹിക സാഹചര്യങ്ങൾ ഇവയൊക്കെ പരിഗണിച്ചാൽ നാം ഒന്നാം സ്ഥാനത്തേക്ക് എത്തിക്കൂടായ്കയില്ല എന്ന ഭീഷണി നിലനിൽക്കുന്നു. രോഗം ഉയർത്തുന്നവെല്ലുവിളികൾ വളരെ വലുതാണ്. അവ നേരിടണമെങ്കിൽ സർക്കാർ തലങ്ങളിലെ സമഗ്രമായ പ്രവർത്തനങ്ങൾ മാത്രം മതിയാവില്ല, ജനം കാര്യഗൗരവമുൾക്കൊണ്ട് അവസരത്തിനൊത്ത് എത്രമാത്രം ഉയരും എന്നതിനെ ആസ്പദമാക്കിയാണ് ഫലമുണ്ടാകാൻ പോകുന്നത്. അങ്ങനെയൊരു പാരസ്പര്യത്തിൽ മാത്രമേ ശക്തമായ രണ്ടാം തരംഗം വലിയതോതിൽ ആൾനാശമില്ലാതെ അതിജീവിക്കാൻ നമുക്ക് കഴിയൂ.

രണ്ടാം തരംഗം ഉണ്ടാകുമെന്നും ഏപ്രിൽ മെയ് മാസങ്ങളിൽ അത് മൂർദ്ധന്യത്തിലെത്തുമെന്നും കാൺപൂർ ഐ ഐ ടി യുടെ പഠനം ഉണ്ടായിരുന്നു. ഒന്നാം തരംഗത്തിന്റെ തുടക്കത്തിൽ ചേർന്ന ദേശീയ ഉന്നതാധികാര സമിതി ഓക്സിജൻ ക്ഷാമം ഉണ്ടാകാമെന്നും അത് പരിഹരിക്കാൻ നടപടികൾ സമയബന്ധിതമായി പൂർത്തിയാക്കണമെന്നും നിർദേശിച്ചിരുന്നു. കോൺഫെഡറേഷൻ ഓഫ് ഇന്ത്യൻ ഇൻഡസ്ട്രിയുടെയും ഇന്ത്യൻ ഗ്യാസ് അസോസിയേഷന്റെയും സഹായത്താൽ

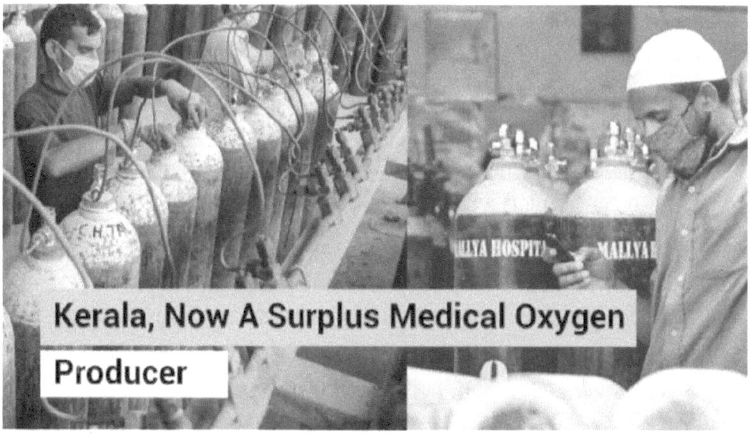

നടപടികൾ സ്വീകരിക്കണമെന്നും ധാരണ ഉണ്ടായിരുന്നു. ഇതുണ്ടായില്ല. ഓക്സിജൻ ഉൽപ്പാദനവുമായി ബന്ധപ്പെട്ട് കേന്ദ്ര സർക്കാർ സ്വന്തം നിലയിലും സംസ്ഥാന സർക്കാരുകൾ അവരുടെ പരിധിയിലും നിന്ന് കൊണ്ട് ചെയ്യേണ്ട കാര്യങ്ങൾ പലതുമുണ്ടായിരുന്നു. സമയബന്ധിതമായി അവയൊന്നും പൂർത്തിയായില്ല.

താരതമ്യേന ലഘുവായിരുന്ന ഒന്നാം തരംഗം നേരിട്ടതിനെ തുടർന്നുണ്ടായ അമിതമായ ആത്മവിശ്വാസം രണ്ടാം തരംഗവ്യാപനത്തെക്കുറിച്ചുള്ള മുന്നറിയിപ്പുകളെ അവ അർഹിക്കുന്ന ഗൗരവത്തിൽ കാണുന്നതിൽനിന്നും നമ്മെ തടഞ്ഞോ എന്ന സംശയം പൊതുവായുണ്ട്. ഒന്നും രണ്ടും വ്യാപനങ്ങൾക്കിടയിൽ മൂന്ന് മാസത്തെ ഇടവേളയേ ഉണ്ടായിരുന്നുള്ളൂ എന്നത് സത്യമാണ്. എങ്കിലും ഈ സമയത്ത് പുതിയ ആശുപത്രികൾ നിർമിക്കാനോ ഓക്സിജൻ പ്ലാന്റുകൾ കൂടുതലായി സ്ഥാപിക്കാനോ വേണ്ട ആസൂത്രിത നീക്കങ്ങൾ രാജ്യവ്യാപകമായി നടന്നില്ല. രോഗത്തെ നേരിടാനാവശ്യമായ അടിസ്ഥാന അടിയന്തര സൗകര്യങ്ങളെക്കുറിച്ചുള്ള കണക്കെടുപ്പുകൾ നടക്കുന്നത് പോലും രണ്ടാം വ്യാപനകാലത്താണ് എന്നത് വല്ലാത്തൊരു വൈരുദ്ധ്യമായി നിൽക്കുന്നു. അടിയന്തര ഘട്ടങ്ങളിൽ ആതുര സേവനം പാവപ്പെട്ടവർക്ക് പ്രാപ്യമാകണമെങ്കിൽ ദേശീയതലത്തിൽ സർക്കാർ ചെലവിലുള്ള പൊതുജനാരോഗ്യകേന്ദ്രങ്ങൾ കൂടുതലായി ഉണ്ടാവുകയും അവ മികവാർന്ന രീതിയിൽ പ്രവൃത്തിക്കണമെന്നതിലേക്കും വിരൽ ചൂണ്ടുന്നു ഈ സമയങ്ങളിൽ നാം അനുഭവിച്ച സഹന സാഹസങ്ങൾ.

കേരളത്തിലെ സാഹചര്യം അൽപ്പം വ്യത്യസ്തമായതെങ്കിലും പരിണതി ഏറെക്കുറെ സമാനം തന്നെയായിരുന്നു. കോവിഡ് നിയന്ത്രണ വിധേയമായി എന്ന ധാരണയിൽ തിരഞ്ഞെടുപ്പുകൾക്കായി

ഭരണസംവിധാനവും രാഷ്ട്രീയ പാർട്ടികളും അവരുടെ ശ്രദ്ധയും അധ്വാനവും നീക്കിവെച്ചു. ഒരു പരിധിവരെ വിഭവങ്ങളുടെ ഒഴുക്കിനും ദിശാമാറ്റം സംഭവിച്ചു. തദ്ദേശ തിരഞ്ഞെടുപ്പ് കഴിഞ്ഞ് ജനപ്രതിനിധികൾ ചുമതല ഏൽക്കുമ്പോഴേക്കും ഉദ്യോഗസ്ഥർ നിയമസഭാ തെരഞ്ഞെടുപ്പുകളുടെ പ്രവർത്തനത്തിൽ മുഴുകി. അതുകൊണ്ടുതന്നെ പ്രാദേശികതലത്തിൽ സ്ഥിതിഗതികൾ പഠിച്ച് പ്രവർത്തനങ്ങൾ ചിട്ടപ്പെടുത്താനും ഏകോപിപ്പിക്കാനും കഴിയാതെവന്നു. എല്ലാറ്റിനുമുപരി പ്രളയമുൾപ്പടെയുള്ള മുൻകാല പ്രതിസന്ധികളിൽ കണ്ട ഐക്യം തെരഞ്ഞെടുപ്പ് സമാഗതമായപ്പോൾ കേവലമായ രാഷ്ട്രീയ മത്സരങ്ങളിലേക്കും കക്ഷി വിദ്വേഷങ്ങൾക്കും വഴിമാറി. മാദ്ധ്യമങ്ങളിൽ വിവാദങ്ങളും വിമർശനങ്ങളും കൊഴുത്തു. പ്രതിരോധ പ്രവർത്തനങ്ങളിൽ പൊതുജന പങ്കാളിത്തം ഉറപ്പാക്കാൻ അങ്ങനെ കഴിയാതെപോയി. സജീവ പാർട്ടി അണികളും നേതാക്കളും കോവിഡ് മാനദണ്ഡങ്ങൾ പാലിക്കുന്നതിൽ അക്ഷന്തവ്യമായ വീഴ്ചകൾ വരുത്തുക കൂടി ചെയ്തപ്പോൾ വൈറസ്സിന് കാര്യങ്ങൾ കൂടുതൽ എളുപ്പമായി.

നമുക്കറിയാം. ലോക്ക് ഡൗൺ പോലുള്ള നടപടികൾ രോഗത്തെ പൂർണ്ണമായി തടയാൻ ഒരിക്കലും പര്യാപ്തമല്ല. രോഗവ്യാപനത്തിന്റെ തീവ്രവേഗം കുറക്കാനും, ആരോഗ്യ സംവിധാനങ്ങൾ വേണ്ടത്ര വർധിപ്പിക്കാനുള്ള സമയമായും മാത്രമേ ലോക്ക് ഡൗണിനെ പരിഗണിക്കാനാവുകയുള്ളൂ. മാത്രമല്ല നിവൃത്തിയില്ലാത്ത ഘട്ടത്തിൽ പ്രയോഗിക്കാവുന്ന ഒരു നടപടിയുമാണത്. വീണ്ടും വീണ്ടും പ്രയോഗിക്കാൻ ആവുന്ന ഒരു മാർഗവുമല്ല.

ചെറിയൊരു കാലം അതിശക്തമായ ലോക്ക്ഡൌൺ നടപ്പിലാക്കുകയും ശേഷം രോഗപ്പകർച്ചതടയാനുള്ള നിയന്ത്രണങ്ങളും ആരോഗ്യശീലങ്ങളും പിന്തുടരാൻ എല്ലാവരെയും പ്രേരിപ്പിക്കുകയും ചെയ്യുക എന്നതാണ് ശരിയായ മാർഗം. നാട് അടച്ചുപൂട്ടി ആളുകളെ അനിശ്ചിതമായി വീട്ടിലിരുത്തുമ്പോൾ സാമാന്യജനങ്ങളുടെ വരുമാനസ്രോതസ്സ് അടഞ്ഞുപോവുകയും സാമ്പത്തിക ബാധ്യതകൾ ഏറുകയുമാണ് സംഭവിക്കുക. ഒരുദിവസം നിയന്ത്രണ ഇളവുകൾ നൽകുകയും അടുത്ത ദിവസങ്ങളിൽ അടച്ചുപൂട്ടൽ ശക്തമാക്കുകയും ചെയ്തതുകൊണ്ട് എന്ത് കാര്യം? അടച്ചിരിപ്പ് ഒരുതരം ഒളിച്ചിരിപ്പായി മാറിയതുകൊണ്ട് രോഗം പിന്മാറില്ല. നാട് വീണ്ടും തുറക്കപ്പെടുമ്പോൾ വർദ്ധിതവേഗത്തോടെ ആളുകൾ ഇടപെടാൻ തുടങ്ങും. ആരോഗ്യസംവിധാനങ്ങളുടെ ആവശ്യവും ലഭ്യതയുമായി ബന്ധപ്പെടുത്തി പ്രാദേശികമായി നിയന്ത്രണങ്ങൾ തീർച്ചയായും വേണ്ടിവരും. കൃത്യമായി അത്തരം സമ്മർദ്ദങ്ങളും പരിമിതികളും ജനങ്ങളെ ബോധ്യപ്പെടുത്തി നിശ്ചിത കാലയളവിൽ

പ്രാദേശിക അടച്ചുപൂട്ടൽ വന്നാലും ജനങ്ങൾ അത് ഉൾക്കൊള്ളും.

മഹാവ്യാധികളെ ഫലപ്രദമായി നേരിടാൻ വ്യക്തിശുചിത്വവും പരിസരശുചിത്വവും ജീവിതത്തിന്റെ ഭാഗമാകണം. മലിനീകരണ നിയന്ത്രണ സംവിധാനങ്ങൾ മെച്ചപ്പെടുത്തണം. അതോടൊപ്പം നമ്മുടെ ആരോഗ്യനയങ്ങളിൽ സമൂലമായ പൊളിച്ചെഴുത്തും ആവശ്യമാണ്. സുസജ്ജമായ പ്രാഥമിക ആരോഗ്യകേന്ദ്രങ്ങളും കുടുംബ ഡോക്ടർ എന്ന രീതിയും ഫലപ്രദവുമായി നടപ്പാക്കണം. രോഗിയുടെ പശ്ചാത്തലവും അവസ്ഥയും അറിഞ്ഞുകൊണ്ട് ചികിൽസിക്കാൻ കഴിയുന്ന ഡോക്ടമാർ എല്ലാ പ്രാദേശിക കേന്ദ്രങ്ങളിലുമുണ്ടാവണം. സന്തുലിതമായ ഭക്ഷണക്രമത്തിലൂടെ, മെച്ചപ്പെട്ട ആരോഗ്യപരിപാലനത്തിലൂടെ രോഗപ്രതിരോധശേഷി കൂട്ടുവാൻ ആവശ്യമായ സഹായവും ശിക്ഷണവും ആളുകൾക്ക് ലഭിക്കണം. രോഗത്തെയല്ല രോഗസാധ്യതകളെയും സാമൂഹിക സാഹചര്യങ്ങളെയും തിരുത്തിയാൽ മാത്രമേ ഭാവിയിൽ മഹാമാരികളെ അകറ്റിനിർത്താൻ നമുക്ക് സാധിക്കുകയുള്ളൂ.

ദുരിത സഹനങ്ങൾ

രണ്ടാം തരംഗത്തിൽ വ്യാപനവേഗം കൈവരിച്ച വൈറസ്സിനെയാണ് നാം അഭിമുഖീകരിച്ചത്. പ്രതലങ്ങളിൽ പറ്റിപ്പിടിച്ച കണികകളിലൂടെയുള്ള വ്യാപനം കൂടാതെ ശ്വാസോച്ഛ്വാസം ചെയ്യുമ്പോൾ പുറത്ത് വരുന്ന സൂക്ഷ്മകണികകളിലൂടെ വായുവിലൂടെയും രോഗാണുവിന് പടരാനാകുമെന്ന നിഗമനം ശരിവെക്കുന്ന രീതിയിൽ രോഗബാധിതരുടെ എണ്ണം കുതിച്ചുയർന്നു. രോഗവ്യാപനം കൂടുന്നു എന്നത് മാത്രമായിരുന്നില്ല രാജ്യം നേരിട്ട വലിയ ഭീഷണി. രോഗം പെട്ടെന്ന് സങ്കീർണ്ണമാകുന്നു എന്നതായിരുന്നു അവസ്ഥ. തീവ്രപരിചരണം ആവശ്യപ്പെടുന്ന തരത്തിൽ രോഗമൂർച്ഛ ഉണ്ടായി. രോഗികൾ പരിശോധനയിൽ കോവിഡ് നെഗറ്റീവ് ആയശേഷം ദിവസങ്ങൾക്കുള്ളിൽ മറ്റ് ശാരീരിക അവശതകൾക്ക് കീഴടങ്ങുന്ന കാഴ്ചയും നാം കണ്ടു. പ്രായമായവർ മാത്രമല്ല, ചെറുപ്പക്കാരും രോഗത്തിന് കീഴ്പെടുന്നതും അനന്തരം ഹൃദയാഘാതം പോലെയുള്ള അപകടസ്ഥിതിയിലേക്ക് മാറുന്നതും വലിയ ആശങ്കക്ക് ഇടയാക്കി. ഒരു വീട്ടിൽ ഒരാൾക്ക് രോഗം വന്നാൽ ദിവസങ്ങൾക്കുള്ളിൽ ബന്ധുക്കളെല്ലാം രോഗബാധിതരാവുന്നതും സാധാരണമായി.

കോവിഡ് സങ്കീർണമായാൽ പിന്നെ തീവ്രപരിചരണമല്ലാതെ മറ്റ് പോംവഴിയില്ലല്ലോ. ഈ സന്നിശ്ധാവസ്ഥയായിരുന്നു പിന്നീട് നാം നേരിട്ടത്. അതിതീവ്രവ്യാപനത്തെ തുടർന്ന് ആശുപത്രികൾ പെട്ടെന്ന് രോഗികളെകൊണ്ട് നിറയുന്നു. ഓക്സിജൻ ആവശ്യമായ രീതിയിൽ രോഗികളുടെ അവസ്ഥ അതിവേഗം സങ്കീർണമായി

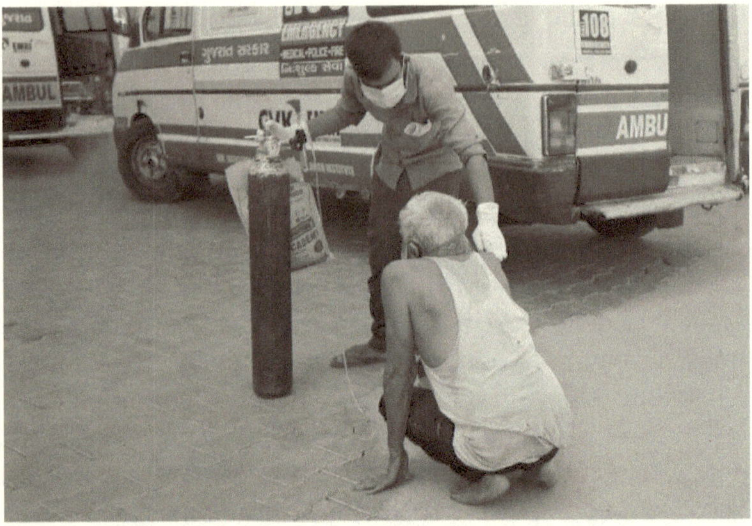

വരുന്നു. വെൻറ്റിലേറ്റർ ഉൾപ്പടെയുള്ള തീവ്രപരിചരണ സഹായം വേണ്ട രോഗികളുടെ എണ്ണവും ക്രമാതീതമായി കൂടുന്നു. ഓക്സിജൻ ഉപഭോഗം 8 മടങ്ങായാണ് വർധിച്ചത്. രാജ്യ തലസ്ഥാന നഗരിയിൽ ദിവസങ്ങൾക്കുള്ളിൽ ഓക്സിജൻ ക്ഷാമം രൂക്ഷമായി. ആശുപത്രിക ളിൽ ഓക്സിജൻ നീക്കിയിരിപ്പ് കുറയുകയും പുതുതായി ഓക്സിജൻ സിലിണ്ടറുകൾ ലഭിക്കാൻ ബുദ്ധിമുട്ട് അനുഭവപ്പെട്ടുകയും ചെയ്തു. രോഗികളുടെ ബന്ധുക്കൾ ഓക്സിജന് വേണ്ടി നെട്ടോട്ടം ഓടാൻ തുടങ്ങി. ഓക്സിജൻ നിറക്കൽ കേന്ദ്രങ്ങൾക്ക് മുൻപിൽ റോഡുകളിൽ ഒഴിഞ്ഞ ഓക്സിജൻ സിലിണ്ടറുകളുമായി വരി വരിയായിനിൽക്കുന്ന ആളുകൾ ഒരു സ്ഥിരം കാഴ്ചയായി. 300 രൂപ വിലയുള്ള ഓക്സിജൻ സിലിണ്ടറിന് ഡൽഹിയിൽ കരിഞ്ചന്തയിൽ 3700 രൂപവരെയായി. കോവിഡ് ചികിത്സാ മരുന്നുകളുടെ വിലയും വിശ്വസിക്കാനാവാത്ത വിധംഉയർന്നു.

വ്യവസായ ആവശ്യങ്ങൾക്ക് വേണ്ടി ശേഖരിക്കപ്പെട്ട ഓക്സിജൻ നീക്കിയിരിപ്പുകൾ അധിക ശുദ്ധീകരണത്തിലൂടെ മെഡിക്കൽ ഓക്സിജൻ ആക്കി മാറ്റാനുള്ള തയ്യാറെടുപ്പുകൾ നടന്നു. അപ്പോഴും ഓക്സിജൻ വിതരണം ശ്രമകരമായ ഒരു കാര്യമായിരുന്നു. ദ്രവീകൃത ഓക്സിജൻ പെട്ടെന്ന് തീ പിടിക്കാൻ സാധ്യതയുള്ളതിനാൽ റോഡ് വഴിയുള്ള വിതരണം ശ്രദ്ധാപൂർവ്വം നടത്തേണ്ടിയിരുന്നു. നമ്മുടെ ദുർഘടസന്ധിയിൽ കൈത്താങ്ങായി ഗൾഫ്, സൗദി, ബ്രിട്ടൻ, യു എസ് തുടങ്ങിയ വിദേശ രാജ്യങ്ങളിൽനിന്ന് ഓക്സിജൻ സിലിണ്ടറുകളും, ഓക്സിജൻ കോൺസെൻട്രേറ്ററുകളും എത്തി തുടങ്ങി.

ആലോചിച്ചുനോക്കൂ. കൊട്ടുംചൂടിൽ ആശുപത്രികളിലേക്ക് പ്രവേശനംകിട്ടാൻ കാത്ത് കിടക്കുന്ന രോഗികളും ബന്ധുക്കളും. ആശുപത്രികളിൽ കിടക്കകൾ നിറയുന്നു. രോഗികൾ നിവൃത്തിയില്ലാതെ വരാന്തകളിൽ കിടക്കേണ്ടി വരുന്നു. പ്രാണൻ പിടിച്ചുനിർത്താൻ രോഗികളും ബന്ധുക്കളും കേഴുന്ന അവസ്ഥ. തീവ്ര പരിചരണ വാർഡുകൾ നിറയുന്നു. വെൻറിലേറ്ററുകൾ ലഭിക്കാതെ അത്യാസന്നനിലയിലുള്ള രോഗികൾ വലയുന്നു. പ്രാണവായു കിട്ടാതെ രോഗികൾ മരിക്കുന്നു. മെഡിക്കൽ ഓക്സിജൻ സിലിണ്ടറുകൾക്ക് വേണ്ടി അശുപത്രികൾ സർവ്വ വാതിലുകളും മുട്ടുന്നു. ഡൽഹിയിലും, അമൃതസറിലും, പുനെയിലുമൊക്കെ ഓക്സിജൻ ലഭ്യമാകാതെ രോഗികൾ മരണത്തിന് കീഴടങ്ങുമ്പോൾ ഡോക്ടർമാരും ആരോഗ്യപ്രവർത്തകരുംനിസ്സഹായരായി നോക്കി നിൽക്കേണ്ടി വരുന്നു.

രാജ്യത്ത് ഒറ്റ ദിവസം മൂന്നര ലക്ഷം രോഗികൾ. രോഗ സ്ഥിരീകരണ നിരക്ക് കുത്തനെ ഉയരുന്നു. രോഗം തീവ്രമായപ്പോൾ മരണങ്ങളും കൂടുകയായിരുന്നു. പ്രതിദിന മരണങ്ങൾ 3000നും 4000ത്തിനുമിടയിലേക്ക് വർധിച്ചു. ഏപ്രിൽ ഒന്ന് മുതൽ ജൂൺ 14 വരെ രാജ്യത്ത് രണ്ടാം തരംഗത്തിൽ 2. 1 ലക്ഷം ജീവനുകൾ പൊലിഞ്ഞു. ഇക്കാലയളവിൽ 719 ഡോക്ടർമാർ കോവിഡ് പോരാട്ടത്തിൽ മരണത്തിന് കീഴടങ്ങിയെന്ന് ഇന്ത്യൻ മെഡിക്കൽ അസോസിയേഷന്റെ കണക്കുകളിൽ കാണുന്നു. മരണം കൊണ്ടുപോയ മറ്റ് ആരോഗ്യപ്രവർത്തകരും ഏറെയാണ്. ഒരേസമയം മരണങ്ങൾ വർധിക്കുമ്പോൾ സ്വാഭാവികമായും ശ്മശാനങ്ങൾക്ക് താങ്ങാവുന്നതിനപ്പുറമായ സ്ഥിതിവിശേഷം സംജാതമാകുന്നു. വലിയ ചിതകൾ ഒരുക്കി കൂട്ടമായി മൃതദേഹങ്ങൾ സംസ്കരിക്കുന്ന അവസ്ഥയായി. പ്രിയപ്പെട്ടവരുടെ ചിത ഏതെന്നുപോലും അറിയാതെ

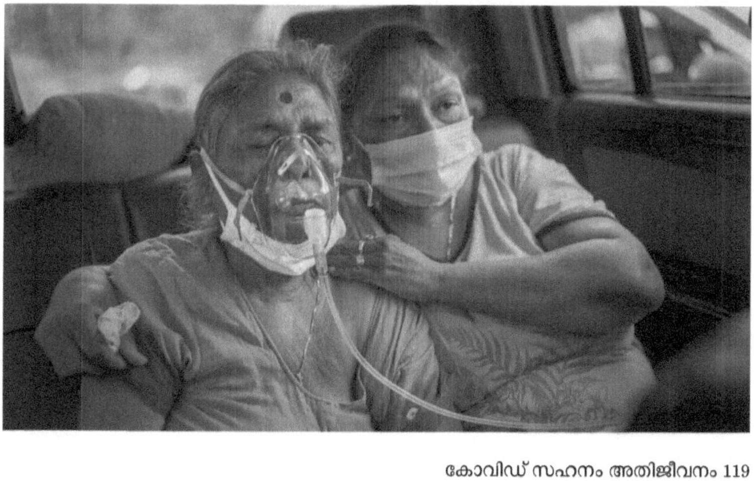

തീക്കുട്ടത്തിന് നേരെ കൈക്കൂപ്പി വിങ്ങുന്ന മനസ്സുമായി തൊഴുതു നിൽക്കുന്ന ബന്ധുക്കൾ.

'മോക്ഷ മന്ത്രങ്ങളില്ല, അന്ത്യപ്രാർത്ഥനകളില്ല, ദിക്കും ദിശയും നോക്കിയുള്ള ദഹന ചടങ്ങുകളില്ല. നിരനിരയായി ഒരുക്കിയ ചിതയിൽ കത്തിയമരാൻ വിധിക്കപ്പെട്ട് ഊഴം കാത്ത് മൃതശരീരങ്ങൾ വഴിയിൽ. കണ്ണീരോടെ നിസ്സഹായരായി മൗനികളായി ബന്ധുമിത്രാദികൾ' ഡൽഹിയിലെ സരായ് കാലേഖാൻ ശ്മശാനത്തിലെ കാഴ്ചമാതൃഭൂമി പത്രം റിപ്പോർട്ട് ചെയ്തത് ഇങ്ങിനെയായിരുന്നു. മുൻസിപ്പൽ കോർപറേഷനിലെ 26 ശ്മശാനങ്ങളിലെയും കാഴ്ച ഏറെക്കുറെ ഇത് തന്നെയായിരുന്നു.

മനുഷ്യജീവന്റെ വില ഇത്രയേ ഉള്ളൂ എന്ന് വേദനയോടെ ഓർത്തുപോകുന്ന നിമിഷങ്ങൾ. കുടുംബത്തിനും സമൂഹത്തിനും വേണ്ടി ജീവിച്ചവർ. സ്വന്തം ഉത്തരവാദിത്തങ്ങൾ ഭംഗിയായി നിറവേറ്റിയവർ. കാലത്തിന് മായ്ക്കാനാവാത്ത അടയാളങ്ങൾ ഒരായുസ്സ് കൊണ്ട് നിർമിച്ചവർ. പ്രശസ്തിയുടെ വെള്ളിവെളിച്ചങ്ങളിൽ അഭിരമിച്ചവർ. മറ്റുള്ളവർക്കായി സ്വയം സമർപ്പിച്ചവർ. മൂല്യങ്ങൾക്കും ആദർശങ്ങൾക്കും വേണ്ടി നിലകൊണ്ടവർ. പരിസ്ഥിതിക്കുവേണ്ടി പൊരുതിയവർ. തോൽക്കുന്ന യുദ്ധം ചെയ്തവർ. ജീവിതം കൊണ്ട് ചൂതുകളിച്ചവർ. ജീവിതവഴിയിൽ ചിന്തയും കർമ്മവും പിഴച്ചുപോയവർ. പണം സമ്പാദിക്കാൻ അവിഹിതമാർഗങ്ങൾ തേടിപ്പോയവർ. അധികാരപ്രമത്തതയുടെ അഴുക്കുചാലുകളിൽ വീണുപോയവർ. ത്യഷ്ണത്തിന് വിധേയരായവർ. ജീവിച്ച് മതിയായവർ. ജീവിക്കാൻ മറന്നുപോയവർ. അങ്ങനെ അങ്ങനെ വിരുദ്ധ വിസ്മയ മനുഷ്യ ജന്മങ്ങൾ എല്ലാമവസാനിപ്പിച്ച് സർവം സഹയായ ഭൂമിയിലേക്ക് ലയിക്കാൻ കാത്ത് കെട്ടികിടക്കുന്ന

ചിത്രങ്ങളാണ് നമ്മുടെ മുമ്പിൽ. നമ്മുടെ ഊഴം എപ്പോഴാണോ എന്ന് ഭ്രമാത്മകമായി ചിന്തിച്ചുപോകുന്ന നിമിഷങ്ങൾ.

തീവ്രവ്യാപനത്തിന്റെ പ്രഹരശേഷി ആളുകളുടെ വിലപ്പെട്ട ജീവൻ കവർന്നുകൊണ്ടേ ദുർബലമാവുകയുള്ളൂ എന്നത് ഇത്തരം മഹാവ്യാധികളുടെ തനതായ രീതിയാണല്ലോ. മഹാമാരികളുടെ ഇര കൂടുതലും സാധാരണക്കാരാവുന്നതും സ്വാഭാവികം. രോഗകാലത്തെ കഷ്ടപ്പാടുകളിലും രോഗപീഡയിലും ആത്യന്തിക ദുർവിധിയിലും സാമ്പത്തിക പ്രയാസങ്ങൾ അവരെ വല്ലാതെ തളർത്തുന്നു. വരുമാനവും തൊഴിലും നഷ്ടപ്പെട്ട ലക്ഷക്കണക്കിനാളുകൾ രോഗബാധിതരാകുമ്പോൾ അവരുടെ ദുരിതങ്ങൾ മൂർദ്ധന്യത്തിലെത്തുന്നു. അവശ്യംവേണ്ട ചികിത്സപോലും ലഭിക്കാതെ പതിനായിരങ്ങൾ രണ്ടാം തരംഗത്തിൽ മരണത്തിന് കീഴടങ്ങി. മൃതദേഹങ്ങൾ സംസ്കരിക്കാനുള്ള പ്രയാസങ്ങളും സാമ്പത്തിക പ്രശ്നങ്ങളും നിമിത്തമാണോ എന്നറിയില്ല നൂറ് കണക്കിന് അജ്ഞാത മൃതദേഹങ്ങൾ ബിഹാറിലെ ബക്സാർ ജില്ലയിലും, യു പി യിലെ ഗാസിപ്പൂർ ജില്ലയിലും ഗംഗയിലൂടെ ഒഴുകിവന്നത് ഞെട്ടിപ്പിക്കുന്നതും വേദനാജനകവുമായ വാർത്തയായിരുന്നു. ഇവയെല്ലാം കോവിഡ് മരണങ്ങളാണോ എന്നും സ്ഥിരീകരണമില്ല. 'ജൽസമാധി' വിധിക്കപ്പെട്ട ഹതഭാഗ്യരോടുള്ള ആദരവും അനുതാപവും മനസ്സിൽ സൂക്ഷിക്കുകയല്ലാതെ മറ്റെന്തു ചെയ്യാൻ.

കോവിഡ് ഒന്നാം തരംഗം കഴിഞ്ഞ് അധികം വൈകാതെ രണ്ടാം തരംഗവും സംഭവിച്ചപ്പോൾ നല്ല ശതമാനം ആളുകളുടെയും മനസമാധാനം തകർന്ന നിലയായി. അതിദീർഘമായ അടച്ചിരിപ്പും രോഗപീഡയും മരണങ്ങളും വരുമാന നഷ്ടവും ഒക്കെക്കൂടി സൃഷ്ടിച്ച അനിശ്ചിതാവസ്ഥ കഠിനമായിരുന്നു. ഒന്ന് നിശ്വസിക്കാൻ ശ്രമിക്കുമ്പോഴാണ് അടുത്ത രോഗവ്യാപന ഭീഷണി.

തളച്ചിടപ്പെട്ട ബാല്യം

കോവിഡ് വൈറസ്സ് ലോകം നിശ്ചലമാക്കിയപ്പോൾ എല്ലാ അർത്ഥത്തിലും വീട്ടുതടങ്കലിൽ പെട്ടുപോയത് നമ്മുടെ കുട്ടികളാണ്. തകൃതിയായ പഠനവും പഠ്യേതര പ്രവർത്തനങ്ങളും ട്യൂഷനും കളിയും ഒക്കെയായി സക്രിയമായ ജീവിതമായിരുന്നു അവരുടേത്. ഇടയ്ക്കൊരു നാല് ദിവസം അവധി കിട്ടിയാൽ പരമ സന്തോഷമായിരുന്നു അവർക്ക്. എല്ലാം മറന്ന് കളിക്കാം. മൊബൈലും ടി വിയുമൊക്കെയായി സമയം ചെലവഴിക്കാം. അല്ലെങ്കിൽ കൂട്ടുകാരൊത്തോ കുടുംബവുമായോ ഒരു യാത്ര പോകാം. 2020 മാർച്ച് മാസത്തിൽ അവരുടെ പ്രസരിപ്പിന്റെ തിരികൾ കെട്ടുപോയി. കോവിഡ് ലോക്ക് ഡൗണും അതിന് ശേഷമുള്ള ദീർഘമായ അവധിയും അവരെ കലാലയങ്ങളിൽനിന്നും അകറ്റി. സഹപാഠികളിൽനിന്നും വേർപെടുത്തി. പ്രിയ അധ്യാപകരിൽനിന്നും അടർത്തിമാറ്റി. എല്ലാവരും വീടുകളിൽ ബന്ധനസ്ഥരായി.

സ്കൂളുകൾ അനിശ്ചിതമായി അടച്ചു. കളിസ്ഥലങ്ങൾ ശൂന്യമായി. നഗരങ്ങൾ നിശ്ചലമായി. റെസ്റ്റോറന്റുകൾ പൂട്ടി. ഗതാഗതം നിലച്ചു. കുട്ടികൾ വീടുകളിൽ തളച്ചിടപ്പെട്ടു. സഹപാഠികളുമായി ചേർന്ന് പഠിച്ചും കളിച്ചും വളരേണ്ട ബാല്യം സക്രിയമായി ഒന്നും ചെയ്യാനില്ലാതെ ഗൃഹാന്തരീക്ഷത്തിൽ തീർത്തും ഒതുങ്ങിപ്പോയി.

ഏതൊരു വ്യക്തിയുടെയും ഗൃഹാതുര സ്മരണകൾ ബാല്യവുമായി ബന്ധപ്പെട്ടതാണ്. 'സ്മൃതിയിൽ ഒരു വസന്തമുണ്ടെങ്കിൽ അത് ബാല്യമായിരിക്കും.' ശരിയാണ്. അക്കാലത്തെ സാന്ദ്രമായ അനുഭവങ്ങളുംബാല്യകാലസുഹൃത്തുക്കളും നമ്മുടെ ഓർമ്മയിൽ എന്നും മിഴിവോടെ നിൽക്കുന്നു. കാലം മാറുമ്പോൾ എല്ലാം മാറുന്നതുപോലെ ബാല്യകാല ജീവിതത്തിന്റെ രീതിവിശേഷങ്ങളും അനുഭവ സാക്ഷ്യങ്ങളും മാറിമറയുന്നു.

മഞ്ചാടിക്കുരുവും മയിൽപ്പീലിയും കുപ്പിവളത്തുണ്ടുകളും മഷിത്തണ്ടുകളു മൊക്കെ തേടിപ്പോയ ബാല്യം ഇന്നത്തെ കുട്ടികൾക്ക് അന്യമായിരിക്കും. തൊടിയും വയലും കാവും കുളവും കുന്നും തോടും പുഴയും കീഴടക്കി തിമിർക്കുന്ന പഴയ ബാല്യവും ഇന്നവർക്ക് പരിചിതമല്ലായിരിക്കും. കയ്യും മെയ്യും ചേർത്തുപിടിച്ച് അമ്പലപ്പറമ്പിലും പള്ളിമുറ്റത്തും ആർത്തുല്ലസിച്ച ബാല്യവും അവർക്ക് കേട്ടുകേൾവി മാത്രമായിരിക്കും. എങ്കിലും കളിയും ചിരിയും കുസൃതിയും ചങ്ങാതിക്കൂട്ടങ്ങളുമൊക്കെത്രസിപ്പിക്കുന്ന ബാല്യം ഏതൊരു കുട്ടിയുടെയും എന്നത്തേയും സ്വപ്നമാണ്. അവകാശമാണ്. കോവിഡ് കവർന്നത് അത് തന്നെയാണ്.

പ്രൈമറിതലത്തിൽ കുട്ടികൾ കണ്ടും കേട്ടും കളിച്ചും ഇണങ്ങിയും പിണങ്ങിയും വളരണം. കഥകൾ കേട്ട് പഠിക്കണം. കൂട്ടം കൂടി നല്ല ശീലങ്ങൾ പഠിക്കണം. ഒറ്റയ്ക്കും കൂട്ടായും ചെറിയ ചെറിയ കാര്യങ്ങൾ ഏറ്റെടുത്ത് കുറ്റവും കുറവും അറിഞ്ഞ് വളരണം. കാറ്റും മഴയും വെയിലും കൊണ്ട് ആരോഗ്യത്തോടെ വളരണം. ചുറ്റുമുള്ള സസ്യജന്തുജാലങ്ങളെയും പ്രകൃതിയെയുമറിയണം. സ്നേഹവാത്സല്യങ്ങൾ പകർന്ന് നല്കാൻ കഴിവുള്ള അധ്യാപകരുടെ സംരക്ഷണയിൽ വിദ്യാലയ സാഹചര്യങ്ങൾ വേണമല്ലോ ഇങ്ങിനെയൊക്കെ പഠിക്കണമെങ്കിൽ.

ഉയർന്ന ക്ലാസ്സുകളിലെത്തുമ്പോൾ പഠനം അൽപ്പംകൂടി കാര്യഗൗരവമാർന്നതാവുക സ്വാഭാവികം. അവിടെയും ക്ലാസ് മുറികളിലും പരീക്ഷണശാലകളിലും മാത്രം ഒതുങ്ങുന്നതല്ല പഠനം. അദ്ധ്യാപകൻ പഠിപ്പിക്കുന്ന കാര്യങ്ങൾ സഹപാഠികളുമായി പങ്ക് വെച്ചും സംശയം തീർത്തും അവർ

പഠനം മെച്ചപ്പെടുത്തുന്നു. ലൈബ്രറികളിൽ മാത്രമല്ല, സ്റ്റാഫ് മുറികളിലും അന്വേഷണ തൃഷ്ണകളെ ശമിപ്പിക്കുവാൻ കുട്ടികളെത്തുന്നു. കളികളിലും ഗെയിമുകളിലുമൊക്കെ മത്സരബുദ്ധിയോടെ പങ്കെടുക്കുമ്പോഴും ജയവും തോൽവിയും ഉൾക്കൊള്ളുവാൻ അവർ ശീലിക്കുന്നു. പഠ്യേതര പ്രവർത്തനങ്ങളിലൂടെ അദ്ധ്യയനത്തിന്റെ മാനങ്ങൾ വികസിതമാവുന്നു. പരീക്ഷയിലൂടെ പരിമിതികളും ദൗർബല്യങ്ങളും ഏറെക്കുറെ മനസിലാക്കുന്നു. പഠനവും പഠ്യേതര പ്രവർത്തനങ്ങളും പരീക്ഷയും എല്ലാം മുടങ്ങി വീട്ടിലിരിക്കുമ്പോൾ ഈ കുട്ടികൾ മാനസികമായും വൈകാരികമായും ക്ഷീണിതരായിപ്പോകുന്നു. ശാരീരികവും മാനസികവുമായ വളർച്ചയുടെ ഘട്ടത്തിൽ ഭയവും ഉൽക്കണ്ഠയും കലർന്ന നിഷ്ക്രിയകാലം അവരെ ശ്വാസം മുട്ടിക്കുന്നു.

മുഴുനീളസമയം വീടുകളിൽ ചെലവഴിക്കുന്ന കുട്ടികൾക്ക് ഇടപെടാൻ രക്ഷിതാക്കൾ മാത്രമേ ഉണ്ടായിരുന്നുള്ളൂ. കോവിഡ് എന്താണെന്നും ലോകത്ത് നിലനിൽക്കുന്ന സാഹചര്യം എന്താണെന്നും അവർക്ക് മനസ്സിലാവുന്ന തരത്തിൽ പറഞ്ഞുകൊടുക്കാൻ രക്ഷിതാക്കൾ ബാദ്ധ്യസ്ഥരായി. രോഗം വരാതിരിക്കാൻ ആവശ്യമായ ശ്രദ്ധയും നിയന്ത്രണവും പാലിക്കാൻ അവരെ പ്രാപ്തരാക്കുകയും വേണമായിരുന്നു. സാധാരണയുള്ള ദിനചര്യകൾ താളം തെറ്റിയ കാലത്ത് ആരോഗ്യശീലങ്ങൾ കൈവിടാതെനിർത്താൻ അവരെ പ്രേരിപ്പിക്കണമായിരുന്നു. നിത്യവരുമാനമൊക്കെ മുട്ടിയ കാലമാണെങ്കിലും ആരോഗ്യദായകമായ ഭക്ഷണവും മറ്റ് ആവശ്യങ്ങളും മുടങ്ങാതിരിക്കാൻ വഴി കാണണമായിരുന്നു.

രോഗഭീതി നിറഞ്ഞുനിൽക്കുന്ന സാഹചര്യത്തിൽ സന്തോഷവും ആത്മവിശ്വാസവും പകർന്നുകൊടുക്കുക എന്നതും മാനസികമായും വൈകാരികമായും അവരെ പാകപ്പെടുത്തുക എന്നതും രക്ഷിതാക്കളുടെ ഉത്തരവാദിത്വമായിരുന്നു. വൈകാതെ ഈ പ്രയാസങ്ങളൊക്കെ മാറുമെന്നും പഴയതുപോലെ പഠനം തുടരാൻ അവർക്കാവുമെന്നും ബോദ്ധ്യപ്പെടുത്തി മനസ്സിൽ പ്രതീക്ഷകൾ നിറയ്ക്കേണ്ടതും ആവശ്യമായിരുന്നു. മാനസിക വിക്ഷോഭത്തിൽ കുട്ടികളുടെ ഊർജ്ജം വാശിയായും ദേഷ്യമായുമൊക്കെ മാറുക സ്വാഭാവികമാണ്. അത്തരം സാഹചര്യങ്ങളെ തന്ത്രപരമായി നേരിടുകതന്നെയേ മാർഗമുണ്ടായിരുന്നുള്ളൂ. മുൻകാലങ്ങളിൽ കൂടുതൽസമയം കുട്ടികളോടോത്ത് ചെലവഴിക്കാൻ സാധിക്കാതിരുന്ന മാതാപിതാക്കൾക്ക് വീണുകിട്ടിയ ഒരു നല്ല ഒരവസരമായിത്തീർന്നു കോവിഡ് അടച്ചുപൂട്ടൽ കാലം എന്നും പറയേണ്ടിവരുന്നു. ഏറെക്കുറെ സുഹൃത്തുക്കളെപ്പോലെ കുട്ടികളോട് കൂട്ട് കൂടാൻ രക്ഷിതാക്കൾ ശ്രമിച്ചു എന്ന് വേണം കരുതാൻ. കോവിഡ്

പ്രതിസന്ധിയിൽ സാമ്പത്തികവും സാമൂഹികവുമായ നിരവധി സമ്മർദ്ദങ്ങളിൽ പെട്ടുഴലുന്ന രക്ഷിതാക്കൾക്ക് കുട്ടികളുടെ ഗൃഹാന്തരീക്ഷ പഠനത്തെ ഈ വിധമൊക്കെ പ്രചോദിപ്പിക്കാൻ സാധിച്ചോ എന്ന് ചോദിച്ചാൽ തീർച്ചയായും ഏറ്റക്കുറച്ചിലുകളുണ്ട് എന്ന് തന്നെയാണ് ഉത്തരം. രോഗവും മറ്റ് ജീവിത പ്രശ്നങ്ങളിലും ഉലഞ്ഞുപോകുമ്പോൾ കുട്ടികളുടെ പഠനത്തെപ്പറ്റി ചിന്തിക്കുക സാധ്യമായ കാര്യമല്ലല്ലോ. ജീവിതോപാധി വഴിമുട്ടിയ അവസ്ഥയിൽ മാനസിക സമ്മർദ്ദത്തിൽ അകപ്പെട്ടുപോയ രക്ഷിതാക്കൾക്ക് സ്വന്തം കുട്ടികളെ വേണ്ടും വണ്ണം ശ്രദ്ധിക്കാൻ പറ്റാതെപോവുന്നതും സ്വാഭാവികം. അനിശ്ചിതത്വത്തിൽ നിന്നുണ്ടാകുന്ന ഉത്കണ്ഠ (Anticipatory anxiety)സത്യത്തിൽ കുട്ടികളെമാത്രമല്ല, രക്ഷിതാക്കളേയും പിടികൂടിയതായി പഠനങ്ങൾ വ്യക്തമാക്കുന്നു.

പഠനം ഓൺലൈനിൽ മാത്രം.

സ്കൂളുകളും കോളേജുകളും അടഞ്ഞുകിടന്നപ്പോൾ ഓൺലൈൻ പഠനം മാത്രമേ ഒരു പോംവഴിയായി ഉണ്ടായിരുന്നുള്ളൂ. ടി വി, കേബിൾ ഡി ടി എച്ച് ശൃംഖലകൾ, സർക്കാർ വിദ്യാഭ്യാസ ചാനലുകൾ എന്നിവയിലൂടെയൊക്കെ ഓൺലൈൻ ക്ലാസുകൾ കുട്ടികളിലേക്കെത്തിക്കാൻ ഏറെക്കുറെ സാധ്യമായി. പഠനത്തെ സഹായിക്കാൻ ഓൺലൈൻ സഹായം അധിക വിവരശേഖരണമായൊക്കെ നിലവിലുണ്ടായിരുന്നെങ്കിലും കോവിഡ് കാലത്ത് അത് സാർവത്രികമായി എന്നതാണ്

യാഥാർത്ഥ്യം. ഇൻ്റർനെറ്റ് ലഭ്യത സാധാരണക്കാർക്കും പ്രാപ്യമാകുന്ന നിലയിലേക്ക് ഇൻ്റർനെറ്റ് ഉപയോഗചെലവുകൾ മാറി എന്നത് അനുകൂലമായ മറ്റൊരു ഘടകമാണ്. നേരിട്ടുള്ള ഇടപെടലുകളും സംശയ നിവാരണവുമൊക്കെ കുറവാണെങ്കിലും പാഠഭാഗങ്ങൾ കുട്ടികളിലേക്കെത്തിക്കാൻ ഈ സങ്കേതങ്ങൾക്ക് കഴിഞ്ഞു. വ്യക്തിത്വ വികാസവും സാമൂഹികമായ കഴിവുകളുടെ വികാസവുമുൾപ്പടെയുള്ള പഠനത്തിന്റെ സമഗ്രമായ ലക്ഷ്യങ്ങൾ പൂർത്തീകരിക്കാൻ ഇതുകൊണ്ടൊന്നും കഴിയില്ലെങ്കിലും വിദ്യാലയങ്ങൾ അടഞ്ഞുകിടക്കുമ്പോൾ വേറെ വഴിയില്ലായിരുന്നു. ഭാവിയുടെ ലോകം ഓൺലൈൻ പഠനത്തിന്റെയും ജോലിയുടെതുമൊക്കെയാകയാൽ ഇതൊരു പരിശീലനമായും മാറി.

ഇവിടെ ഒരുകാര്യം പ്രത്യേകം എടുത്ത് പറയേണ്ടതുണ്ട്. ഓൺലൈൻ പഠനം ഫലപ്രദമാകണമെങ്കിൽ യോജിച്ച ഒരുപാഠ്യപദ്ധതിയും പഠനരീതിയും ആവശ്യമാണ്. വിവരസാങ്കേതികശാസ്ത്രത്തിന്റെ സാധ്യതകളെല്ലാം ഉൾച്ചേർത്ത് വേണം അത് പ്രയോഗവൽക്കരിക്കേണ്ടത്. വിവരങ്ങളും വിവരണങ്ങളും സജീവതയോടുകൂടി ദൃശ്യവൽക്കരിക്കാനും കുട്ടികളെ യഥാർത്ഥ പഠനഭൂമികയിലേക്ക് കൂടെ കൂട്ടിക്കൊണ്ടുപോകാനും ഉതകുന്ന സങ്കേതങ്ങളുണ്ടെന്ന് നാം തിരിച്ചറിയണം. അവയൊക്കെ പ്രയോജനപ്പെടുത്തിവേണം ഡിജിറ്റൽ പഠനം മുന്നേറേണ്ടത്. കേവലം ശബ്ദലേഖനം ചെയ്തതോ കേമറക്ക് മുന്നിലുള്ള തത്സമയ വിവരണപ്രസംഗമായോ അത് ഒതുങ്ങിപ്പോകരുത്. ഭാവിയിൽ യാഥാർത്ഥ പഠനം സാധ്യമാകുമ്പോഴും ഡിജിറ്റൽ രീതിയിൽ പഠനത്തെ ആധുനീകരിക്കാൻ നിയതമായ ഓൺലൈൻ പാഠ്യപദ്ധതി അനുപേക്ഷണീയമാണ്.

ഏതാണ്ട് രണ്ടു ലക്ഷത്തോളം വിദ്യാർഥികൾ സംസ്ഥാനത്ത് ഡിജിറ്റൽ വിദ്യാഭ്യാസത്തിനുള്ള സൗകര്യങ്ങളുടെ പരിധിക്കു പുറത്താണ് എന്ന യാഥാർത്ഥ്യം അപ്പോഴും നിലനിൽക്കുന്നു. ഇൻ്റർനെറ്റ് ലഭ്യതയുടെ പ്രശ്നങ്ങളും, സ്മാർട്ട് ഫോൺ, ടി വി എന്നിവയില്ലാത്ത വിഷമങ്ങളും ധാരാളം കുട്ടികളെ അലട്ടിയിരുന്നു. സന്നദ്ധ സംഘടനകളുടെയും രാഷ്ട്രീയപാർട്ടികളുടെയും മാധ്യമങ്ങളുടെയുമൊക്കെ ഇടപെടലിലൂടെ ഒരു പരിധിവരെ ഇത്തരം പ്രശ്നങ്ങൾ പരിഹരിക്കപ്പെട്ടെങ്കിലും ഉൾനാടുകളിലും ആദിവാസിമേഖലകളിലുമുള്ള കുട്ടികളിൽ നല്ലൊരു ശതമാനം പേർക്ക് ഇന്നും ഓൺലൈൻ പഠനം ഒരു സമസ്യയാണ്. റെസിഡൻഷ്യൽ സ്കൂളുകളും ഹോസ്റ്റലുകളുമൊക്കെ പൂട്ടിയപ്പോൾ ഊരുകളിൽ കഴിയേണ്ടിവന്ന ഗോത്രവിഭാഗത്തിലെ മിക്ക കുട്ടികൾക്കും ഓൺലൈൻ പഠനം പോയിട്ട് മതിയായ ഭക്ഷണംപോലും ലഭിക്കാത്ത സ്ഥിതിയാണെന്നോർക്കണം. ടി വിയും ഇൻ്റർനെറ്റ് സൗകര്യവുമൊന്നും ഇല്ലാതെ വനമധ്യത്തിൽ താമസിക്കുന്ന കുട്ടികൾക്ക് ഓൺലൈൻ

പഠനം ഇന്നും ഒരു സ്വപ്നം മാത്രമാണ്. പരാധീനതകളുടെ നീർച്ചുഴിയിൽ പെട്ടുഴലുന്ന രക്ഷിതാക്കൾക്ക് കുട്ടികൾക്കുവേണ്ട സൗകര്യങ്ങൾ ഒരുക്കി കൊടുക്കാൻ കഴിയുന്നുമില്ല. പഠനം പാതിവഴിയിൽ മുടങ്ങിയാൽ ഈ വിഭാഗത്തിലെ എത്ര കുട്ടികൾ വീണ്ടും പഠനവഴിയിലേക്ക് തിരിച്ചെത്തു മെന്ന് ആർക്കും നിശ്ചയമില്ല. സർക്കാർ ആവിഷ്ക്കരിച്ച 'അയൽപക്ക പഠനകേന്ദ്രങ്ങൾ' എന്ന ആശയം ഈയൊരു പശ്ചാത്തലത്തിൽ സ്വാഗതാർഹമാണ്. വീടുകളിൽ ഓൺലൈൻ പഠന സൗകര്യമില്ലാ ത്ത ആദിവാസി ഊരുകളിലെ കുട്ടികൾക്ക് തദ്ദേശ സ്ഥാപനങ്ങളുടെ സഹകരണത്തോടെ സൗകര്യമൊരുക്കുന്ന ഇത്തരം കേന്ദ്രങ്ങൾ ഡിജിറ്റൽ വിഭജനത്തിന്റെ വ്യാപ്തി കുറക്കാൻ ഒരു പരിധിവരെ സഹാ യകരമായിരിക്കും.

ചെറിയ ക്ലാസ്സുകളിലെ കുട്ടികളെ സംബന്ധിച്ചിടത്തോളം ഓൺലൈൻ പഠനം ഒരു കൗതുകത്തിനപ്പുറം വളരുന്നില്ലെങ്കിലും അവരെ വീടുകളിൽ സക്രിയരാക്കുവാൻ അതുപകരിച്ചു എന്ന യാഥാർഥ്യം അംഗീകരിച്ചേ മതിയാവൂ. മുതിർന്ന കുട്ടികൾ ഓൺലൈൻ പഠനസാധ്യ തകൾ കൂടുതൽ മികവോടെ പ്രയോജനപ്പെടുത്താൻ ശ്രമിച്ചുതുടങ്ങുന്നു എന്നത് ശുഭോദർക്കമാണ്. ഈ വർഷം ഓൺലൈൻ പഠനം പുനരാരംഭിക്കുമ്പോൾ സാമ്പത്തിക പ്രശ്നങ്ങളുള്ളവരും പിന്നാക്കം നിൽക്കുന്നവരുമായ എല്ലാ കുട്ടികൾക്കും ആവശ്യത്തിന് സൗകര്യങ്ങൾ ഉറപ്പാക്കാൻ സർക്കാരും തദ്ദേശ സ്ഥാപനങ്ങളും പ്രത്യേകമായി ശ്ര ദ്ധിക്കേണ്ടതുണ്ട്.

ഓൺലൈൻ പഠനമൊക്കെ തുടരുമ്പോഴും കുട്ടികൾ പൊതുവെ അസ്വസ്ഥരായിരുന്നു. കലാലയ അന്തരീക്ഷം അവർക്ക് നൽകിയ വേറിട്ടൊരു സുരക്ഷിതത്വ അനുഭവമുണ്ടായിരുന്നു. സഹപാഠികളോ ടൊത്ത് കഴിയുമ്പോൾ സ്വന്തം വിഷമങ്ങളെല്ലാംഅവർ മറക്കുമായി രുന്നു. ഗൃഹാന്തരീക്ഷം എല്ലാവർക്കും ഒരുപോലെ ആശ്വാസപ്രദമാ കണമെന്നില്ലല്ലോ. കുടുംബാന്തരീക്ഷത്തിലെ പൊരുത്തക്കേടുകൾ ആദ്യം ബാധിക്കുന്നത് കുട്ടികളെയാണ്. ലോക്ക്ഡൗണിന് ശേഷം സംസ്ഥാനത്ത് 66 കുട്ടികളാണ് ആത്മഹത്യ ചെയ്തത്. ദുഖകരമായ സ്വയം മടക്കങ്ങൾ ഇപ്പോഴും തുടരുന്നു. കോവിഡ് വന്ന് മരിച്ചതിന്റെ ഇരട്ടി കുട്ടികൾ ഇക്കാലത്ത് ജീവിതം അവസാനിപ്പിച്ചു എന്നത് ഗൗര വതരമായ കാര്യമാണ്. സാമ്പത്തിക പ്രയാസങ്ങളും, കുടുംബത്തിലെ അസ്വാരസ്യങ്ങളും, അരക്ഷിതബോധവും, മുതിർന്നവരുടെ പെരുമാറ്റവും ഒക്കെ കുട്ടികളെ മഹാസാഹസങ്ങൾക്ക് പ്രേരിപ്പിച്ചു എന്ന് വേണംകരു താൻ. സ്നേഹശൂന്യവും ദുരിതപൂർവ്വവുമായ സാഹചര്യങ്ങളിൽ ഇളംമ നസ്സുകൾ അവിവേകങ്ങളിലേക്ക് നയിക്കപ്പെട്ടു പോകുന്നുവെങ്കിൽ കുറ്റം

അവരുടേതല്ല. സ്കൂളുകളുള്ളപ്പോൾ ഇത്തരം പ്രയാസങ്ങളൊക്കെ അവർ മറക്കുമായിരുന്നു. ഈ അടച്ചിടൽ കാലം താങ്ങാനാവാത്ത വൈകാരിക സമ്മർദ്ദങ്ങളുടെ കഠിനകാലമായി മാറിയോ കുട്ടികളിൽ ചിലർക്കെങ്കിലും? തങ്ങളുടെ വിഷമങ്ങൾ മുതിർന്നവർ മനസ്സിലാക്കുന്നില്ലെന്ന് കാണുമ്പോൾ സ്വന്തം ജീവനെടുത്തെങ്കിലും പകരം വീട്ടാമെന്ന തോന്നൽ ശക്തമായി എന്ന് വരാം. ലോക്ക് ഡൗണിന്റെ പശ്ചാത്തലത്തിൽനിന്നും മാറി സമഗ്രമായി അന്വേഷിക്കേണ്ട ഒരു വിഷയമാണ് കുട്ടികളിലെ ആത്മഹത്യാ പ്രവണത.

വൈറസ്സ് പിൻവാങ്ങുന്ന ലക്ഷണമല്ല നിലവിലുള്ളത്. അതിവേഗത്തിൽ ജനിതക വ്യതിയാനങ്ങൾ സംഭവിക്കുന്ന കോവിഡ് വൈറസ്സ് എത്രകാലം നമ്മുടെ കുട്ടികളെ വീടുകളിൽ തളച്ചിടും എന്ന് കൃത്യമായി പറയാനാവാത്ത സ്ഥിതിയാണുള്ളത്. രണ്ടാംതരംഗം കഴിയുമ്പോഴേക്കും മൂന്നാംതരംഗം ഭീഷണിയായിവരുമോ എന്നതാണ് എല്ലാവരുടെയും ആശങ്ക. അതിനിടയിൽ വാക്സിൻ പരമാവധി ആളുകളിലേക്ക് എത്തിക്കാനാണ് ശ്രമങ്ങൾ നടക്കേണ്ടത്.

12 -18 പ്രായപരിധിയിലുള്ള കുട്ടികൾക്ക് വാക്സിൻ നൽകുന്നതുമായി ബന്ധപ്പെട്ട പഠന നിരീക്ഷണങ്ങൾ നടക്കുന്നതേയുള്ളൂ. ഇന്ത്യയുടെ തദ്ദേശീയ വാക്സിൻ ആയ കോവാക്സിൻ കുട്ടികളിൽ പ്രയോഗിക്കുന്നതിന് ആവശ്യമായ പഠനങ്ങൾ ഉൽപ്പാദകരായ ഭാരത് ബയോടെക് കമ്പനി നടത്തുകയാണ്. ഒക്ടോബർ ആവുമ്പോഴേക്കും വ്യക്തമായ തീരുമാനം പ്രതീക്ഷിക്കാമെന്നാണ് ഡൽഹി എയിംസ് (AIIMS) ഡയറക്ടർ ഡോ. രൺദീപ് ഗുലേറിയ ഒരഭിമുഖത്തിൽ സൂചിപ്പിച്ചത്. ചെറിയ കുട്ടികളിൽ എം ആർ എൻ എ (mRNA) ഘടകമുള്ള ഫൈസർ ബയോ എൻ ടെക്, മോഡേണ വാക്സിൻ പരീക്ഷണങ്ങളും പുരോഗമിക്കുകയാണ്. രോഗം നല്ലപോലെ നിയന്ത്രണവിധേയമാവുകയോ, സുരക്ഷിതമായ വാക്സിൻ ലഭ്യമാവുകയോ ചെയ്താൽ മാത്രമേ സ്കൂളുകൾ തുറക്കുന്നതിനെപ്പറ്റി ചിന്തിക്കാനാവുകയുള്ളൂ എന്നതാണിപ്പോഴത്തെ അവസ്ഥ. അനിശ്ചിതത്വത്തിന്റെ കാർമേഘങ്ങൾ മാറുമെന്നും ആകാശം തെളിയുമെന്നും അവരെ സമാശ്വസിപ്പിക്കുകയേ തൽക്കാലം നിർവാഹമുള്ളൂ.

കേരളവും രണ്ടാം തരംഗത്തിലേക്ക്

മഹാരാഷ്ട്ര, ഡൽഹി, കർണാടക, തമിഴ്നാട്, കേരളം എന്നീ സംസ്ഥാനങ്ങളിലായിരുന്നു രോഗവ്യാപനം അതിന്റെ മൂർദ്ധന്യത്തിലെത്തിയത്. നിയമസഭാതിരഞ്ഞെടുപ്പിന് ശേഷം തമിഴ്നാട്ടിലും കേരളത്തിലും രോഗവ്യാപനം വർദ്ധിക്കുമെന്ന പ്രവചനം യാഥാർഥ്യമായി.

ഏപ്രിൽ പകുതിയോടെ ഇവിടെ പ്രതിദിന രോഗികളുടെ എണ്ണം

10000 കവിഞ്ഞു. ടി പി ആർ 15 % കടന്നു. മരണസംഖ്യയും പതിയെ വർദ്ധിച്ചുവന്നു. ഏപ്രിൽ മൂന്നാം വാരമായപ്പോൾ രോഗികൾ പ്രതിദിനം 20,000 കവിഞ്ഞു. ടി പി ആർ 20 % ത്തിനടുത്തെത്തി. ദിനം പ്രതിമരണം 30 വരെ ആയി. ലക്ഷക്കണക്കിന് ആളുകൾ പങ്കെടുക്കുന്ന കേരളത്തിന്റെ പെരുമയാർന്ന തൃശ്ശൂർ പൂരം ചടങ്ങ് മാത്രമായി ചുരുക്കിയത് സാഹചര്യത്തിന്റെ ഗൗരവം തിരിച്ചറിഞ്ഞുള്ള ഔചിത്യപൂർണ്ണമായ തീരുമാനമായിരുന്നു.

ഒന്നാം ലോക്ക് ഡൗണിന് സമാനമായ നിയന്ത്രണങ്ങൾ ഏർപ്പെടുത്തി തുടങ്ങി. ഓഫീസുകളിൽ പകുതി ജീവനക്കാർ എന്ന സംവിധാനവും നടപ്പാക്കി. കൂടുതൽപേർ വീട്ടിലിരുന്ന് ജോലി ചെയ്യുന്ന രീതിയിലേക്ക് കാര്യങ്ങൾ മാറി. എല്ലാ ചടങ്ങുകൾക്കും നിയന്ത്രണമായി. വിഷുവും റംസാനുമെല്ലാം നിറം മങ്ങിയ ആഘോഷമായി മാറി. ഉത്സവകാലത്ത് നാട്ടിലെത്താൻ കൊതിച്ച പ്രവാസികളെല്ലാം വീണ്ടും നിരാശരായി. അന്തർ സംസ്ഥാന യാത്രകൾക്കെല്ലാം കടുത്തനിയന്ത്രണങ്ങൾ വന്നു. രാജസ്ഥാനിലും ഡൽഹിയിലും സംപൂർണ്ണ ലോക്ക്ഡൌൺ നിലവിൽ വന്നു. 'ഭീതി വേണ്ട, ജാഗ്രത മതി' എന്ന് കേട്ട് കേട്ട് ശീലിച്ച മനസ്സിൽ ഭീതിയുടെ കറുത്ത അരൂപ നിഴലുകൾ രൂപപ്പെട്ട് തുടങ്ങി. കേരളം കോവിഡ് മഹാമാരിയെന്ന അഗ്നിപർവ്വതത്തിന് മുകളിലാണെന്നും, കടുത്ത ജാഗ്രത കൈവിട്ടാൽ സ്ഥിതി വളരെ മോശമാകുമെന്നുമുള്ള മുഖ്യമന്ത്രിയുടെ വാക്കുകളിൽ സാഹചര്യം ആവശ്യപ്പെടുന്ന സർവ്വ ഗൗരവവുമടങ്ങിയിരുന്നു. അടച്ചിരിപ്പിന്റെ രണ്ടാം കാലത്തിലേക്ക് നമ്മൾ പോവുകയാണോ എന്ന ഉൽക്കണ്ഠ എല്ലാവരിലുമുണ്ടായി. ജനിതകവ്യതിയാനം വന്ന വൈറസിന്റെ പ്രഹരം ജാഗ്രതക്കുറവിന്റെ ശിക്ഷയായി ഏറ്റുവാങ്ങാൻ നമ്മൾ വിധിക്കപ്പെട്ടിരിക്കുന്നു.

രോഗം കുതിക്കുമ്പോഴും ഓക്സിജൻ ക്ഷാമവും, വെൻടിലേറ്റർ അലഭ്യതയും കേരളത്തിൽ വലിയ ഭീഷണിയായില്ല. ഒന്നാം വ്യാപന ഘട്ടത്തിലും രണ്ടാം വ്യാപനം ആരംഭിക്കുന്നതിനു മുമ്പുമായി കേരളം അടിയന്തിര സാഹചര്യങ്ങൾ നേരിടാനുള്ള മുന്നൊരുക്കങ്ങൾ നടത്തിയിരുന്നു. ആവശ്യത്തിന് ഓക്സിജൻ ഉണ്ടായിരുന്നു എന്ന് മാത്രമല്ല, അയൽസംസ്ഥാനങ്ങൾക്ക് അത് നൽകാനും തുടക്കത്തിൽ നമുക്ക് കഴിഞ്ഞു. സർക്കാർ ആശുപത്രികളിലെ വിപുലമായ സൗകര്യങ്ങൾ കൂടാതെ സ്വകാര്യ ആശുപത്രികളിലെ 50% സൗകര്യങ്ങൾ കോവിഡ് ചികിത്സക്കായി ക്രമീകരിക്കാൻ കഴിഞ്ഞത് ആപത്ഘട്ടത്തിൽ നമുക്ക് രക്ഷയായി. പ്രതിദിനരോഗികൾ 20,000വരെ ഉയർന്നാലും നേരിടാനുള്ള ചികിത്സാശേഷി നാം കൈവരിച്ചിരുന്നുവെന്ന് സാരം. ഏപ്രിൽ ഒടുവിലായപ്പോൾ കേരളത്തിലെ രോഗസ്ഥിരീകരണ നിരക്ക് 25% മായി.

ഏപ്രിൽ അവസാനിക്കുമ്പോൾ ഇവിടെ 38,607 രോഗികൾ, 2,84,086 പേർ ചികിത്സയിൽ. ടി പി ആർ 24. 5%, പ്രതിദിന മരണം 48, ആകെ മരണസംഖ്യ 5,259, ആകെ രോഗബാധിതർ 15,33,984. തിരഞ്ഞെടുപ്പിന്റെ ഫലപ്രഖ്യാപനം അടുത്തുവരികയായിരുന്നു. വോട്ടെണ്ണൽ അതീവ കരുതലോടെ ഏറ്റവും കുറവ് ആളുകൾ പങ്കെടുത്തുകൊണ്ട് ആവണമെന്നും ഫലപ്രഖ്യാനത്തിന് ശേഷം ആൾക്കൂട്ടങ്ങളോ ആഹ്ലാദ പ്രകടനങ്ങളോ പാടില്ലെന്നുമുള്ള നിലപാടിലേക്ക് സർക്കാരും രാഷ്ട്രീയ പാർട്ടികളും എത്തി. കേരളത്തിന്റെ ചരിത്രത്തിൽ ഇങ്ങനെയൊരു സാഹചര്യം മുമ്പുണ്ടായിട്ടില്ല. ആരവങ്ങളില്ലാതെ ആഹ്ലാദപ്രകടനങ്ങളില്ലാതെ പൊതുജനവും അണികളും മെയ് 2 ന് വീടുകളിലിരുന്ന് ദൂരദർശനിൽ ഫലപ്രഖ്യാപനം വീക്ഷിച്ചു. സന്തോഷവും സങ്കടവും ആവേശവും എല്ലാംനാല് ചുമരുകൾക്കുള്ളിൽ ചെറിയ ആൾക്കൂട്ടങ്ങളിൽ ഒതുങ്ങിനിന്നു.

മെയ് മാസം തുടക്കത്തിൽത്തന്നെ രാജ്യത്ത് പ്രതിദിന രോഗികളുടെ എണ്ണം 4 ലക്ഷം കവിഞ്ഞു. ടി പി ആർ രാജ്യത്ത് 22%മായും കേരളത്തിൽ 25%ത്തിന് മുകളിലായും തുടർന്നു. ചില പഞ്ചായത്തുകളിൽ രോഗസ്ഥിരീകരണ നിരക്ക് 40നും 50%നുമിടയിൽ ഉയർന്നത് വലിയ ആശങ്ക പടർത്തി. രോഗികളുടെ മരണനിരക്കും കുത്തനെ ഉയരുകയുമായിരുന്നു. ദിവസവും 50-60 ആളുകൾ മരണത്തിന് കീഴടങ്ങുന്നു. മരണനിരക്ക് വീണ്ടും ഉയരാനാണ് സാധ്യതയെന്ന് ആരോഗ്യവകുപ്പ് മുന്നറിയിപ്പ് നൽകി. ആശുപത്രികളിൽ രോഗികളുടെ തിരക്ക് വർധിച്ചു. ഓക്സിജൻ വെന്റിലേറ്റർ സഹായംവേണ്ട രോഗികളുടെ എണ്ണം പെരുകിവന്നു. സ്ഥിതി സങ്കീർണ്ണമാവുന്നു എന്ന് ബോധ്യമായതോടെ സർക്കാർ മെയ് 8ന് സംസ്ഥാനത്ത് സംപൂർണ്ണ ലോക്ക്ഡൌൺ പ്രഖ്യാപിച്ചു.

അതെ. രണ്ടാം അടച്ചിരിപ്പിന്റെ കഠിനകാലം തുടങ്ങുകയായി. പൊതുവെ ആളുകൾ ഇങ്ങിനെയൊരു സാധ്യത മുൻകൂട്ടി കണ്ടിരുന്നുവെങ്കിലും പുതിയ അധ്യയന വർഷം വൈകാതെ തുടങ്ങുമെന്നും വിദ്യാലയങ്ങളിൽ പോയി സക്രിയമായ പഠനവും കളികളുമൊക്കെ പുനരാരംഭിക്കാമെന്നും മോഹിച്ചകുട്ടികളെല്ലാം നിരാശരായി. ഒരു വർഷത്തിലേറെയായി വീട്ടിൽ അടച്ചിടപ്പെട്ടുപോയ ബാല്യം പഠനത്തിലേക്കും ചങ്ങാതിക്കൂട്ടങ്ങളിലേക്കും തിരിച്ചുപോകാമെന്ന് കൊതിച്ചിരുന്നു. മനസ്സും ശരീരവും ഒരുപോലെ പരിപോഷണങ്ങൾക്ക് വിധേയമാകേണ്ട വിലപ്പെട്ട കാലം കൈമോശം വന്നാൽ തിരിച്ചുപിടിക്കുക ദുഷ്കരം തന്നെ. കുട്ടികളുടെമനസ്സിൽ പ്രകാശം പൊലിഞ്ഞപ്പോൾ രക്ഷിതാക്കളും നിരാശരായി. എത്രകാലം അടച്ചിരിക്കേണ്ടിവരുമെന്ന വ്യഥയിൽ സർവ്വരും വിവശരായി.

ലോക്ക്ഡൌൺ നിയന്ത്രണങ്ങൾ അതികർശനമായി നടപ്പാക്കി തുടങ്ങി. പോലീസ് സേന പഴയത്പോലെ റോഡുകളിൽസക്രിയമായി. അനാവശ്യ യാത്രകളെല്ലാം തടഞ്ഞു. അവശ്യസാധനങ്ങളുടെ കടകൾ മാത്രം നിശ്ചിത സമയങ്ങളിൽ തുറന്നു. ഓഫീസുകൾ നാമമാത്രമായി പ്രവൃത്തിച്ചു. ഹോട്ടലുകളിൽ പാർസൽ സേവനങ്ങൾ മാത്രം. വീടുകളിലേക്ക് മരുന്നുകളും മറ്റ് സാധനങ്ങളും എത്തിക്കുന്ന ഹോം ഡെലിവറി സജീവമായി. ആളുകൾ അസ്വസ്ഥതകൾ ഉള്ളിലൊതുക്കി വീടുകളിൽ ഒതുങ്ങിക്കൂടി. തിരഞ്ഞെടുക്കപ്പെട്ട സർക്കാരിന്റെ സത്യപ്രതിജ്ഞ നീട്ടിവെച്ചു. സ്ഥിതി മോശമായ കർണാടകയിൽ ഒരാഴ്ച മുൻപേ തന്നെ ലോക്ക്ഡൌൺ പ്രഖ്യാപിച്ചിരുന്നു. വൈകാതെ തമിഴ്നാടും കടുത്ത ലോക്ക്ഡൌൺ നിയന്ത്രണങ്ങളിലേക്ക് വന്നു.

മഹാമാരിയുടെ ഭീഷണകാലത്തായാലും സ്വയം നിയന്ത്രണത്തിന് പരിമിതികളേറെയാണെന്നും, നിയമങ്ങളും നിയന്ത്രണങ്ങളും ശക്തമായി അടിച്ചേൽപ്പിക്കുമ്പോൾ മാത്രമേ രോഗനിയന്ത്രണമാനദണ്ഡങ്ങൾ പാലിക്കപ്പെടുകയുള്ളൂ എന്നതും ഈ ലോക്ക്ഡൗണിലും വ്യക്തമായി. അപ്പോഴും അധികകാലം തുടർന്നുപോകാവുന്ന ഒരു നടപടിയല്ല ലോക്ക്ഡൌൺ എന്ന് എല്ലാവരും തിരിച്ചറിയുന്നുണ്ടായിരുന്നു. ഒരാഴ്ചകൊണ്ട് രോഗവ്യാപനത്തിന്റെ വേഗം കുറഞ്ഞു. രോഗസ്ഥിരീകരണ നിരക്ക് 28% ത്തിൽനിന്നും 15% ത്തിനും താഴേക്ക് വന്നു. പക്ഷേ മരണങ്ങൾ കൂടികൂടി വന്നു. പ്രതിദിന മരണം 100നും 200 നുമിടയിൽ എത്തി.

ഏകാന്തനിശ്ശബ്ദതയിൽ, തീവ്രപരിചരണ മുറികളുടെ കൊടും തണുപ്പിൽ, പ്രിയപ്പെട്ടവരെല്ലാം കാണാമറയത്തായി, നഴ്സുമാരുടെ മാത്രം പരിചരണമേറ്റുവാങ്ങി, ജീവിച്ച് കൊതിതീരാതെ, മോഹങ്ങളും സ്വപ്നങ്ങളുമെല്ലാം ഉപേക്ഷിച്ച്, ബോധാബോധത്തിന്റെ അനിശ്ചിത തീരങ്ങളിലൂടെ അങ്ങനെ ആയിരങ്ങൾ മരണത്തെ പുൽകി. എന്തൊരു ദൗർഭാഗ്യം. എന്തുണ്ടായാലും ആരുണ്ടായാലും ജീവിതത്തിൽ മനുഷ്യൻ നിസ്സഹായനായി മാറിപ്പോകുന്ന അവസ്ഥകളുണ്ട്. കോവിഡിന്റെ അന്ത്യവിധി അത്തരം അവസ്ഥകളെ ഓർമ്മിപ്പിക്കുന്നു.

ദുർബ്ബലമാകുന്ന രണ്ടാം തരംഗം

മെയ് രണ്ടാംവാരം മുതൽ രാജ്യത്ത് രണ്ടാംതരംഗം ഉച്ചസ്ഥായി പിന്നിട്ടെന്നും രോഗതീവ്രത കുറയുന്നതായും കണക്കുകൾ വ്യക്തമാക്കുന്നു. മൂന്നാഴ്ചകൾക്കുള്ളിൽ ആദ്യമായി രോഗബാധിതരുടെ എണ്ണം മൂന്ന് ലക്ഷത്തിൽ താഴെയായി. ടി പി ആറും കുറഞ്ഞുവരുന്നുണ്ടായിരുന്നു. ആശുപത്രികളിൽ കോവിഡ് രോഗികളുടെ ഒഴുക്ക് കുറഞ്ഞു. ഐ സി

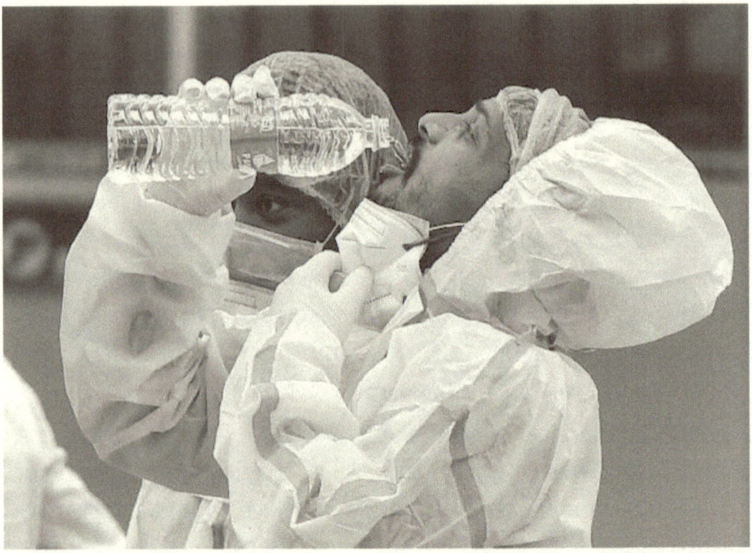

യ്യ, വെൻറ്റിലേറ്റർ സൗകര്യങ്ങൾ ലഭിക്കാതെ രോഗികൾ വലയുന്ന അവസ്ഥ മാറി. പക്ഷേ മരണ സംഖ്യയിൽ പ്രകടമായ കുറവ് സംഭവിക്കുന്നില്ല. മെയ് അവസാനവാരം പ്രതിദിന രോഗബാധിതരുടെ സംഖ്യ രാജ്യത്ത് 2 ലക്ഷത്തിൽ താഴെയായി വന്നെങ്കിലും അകെ മരണ സംഖ്യ 3ലക്ഷം കടന്നു. ആശ്വാസകരമായകാര്യം രോഗമുക്തരുടെ സംഖ്യ ഉയർന്നു വരുന്നതും, ടി പി ആർ അനുക്രമമായി കുറഞ്ഞുവരുന്ന എന്നതും ആയിരുന്നു.

കോവിഡ് രണ്ടാം തരംഗത്തിൽ രാജ്യത്ത് 200 ൽ അധികം ജില്ലകളിൽ ടി പി ആർ 20 % ന് മുകളിലായിരുന്നു. ജൂൺ തുടങ്ങുമ്പോഴേക്കും അവയിൽ പകുതിയിലും ടി പി ആർ 5% ത്തിൽ താഴെയായി. ബാക്കി ജില്ലകളിലും രോഗം ദുർബലമാകുന്നു എന്ന സൂചനകളായി. രാജ്യത്തിലെ പൊതുവായ രോഗസ്ഥിരീകരണ നിരക്ക് 6- 7%ത്തിലേക്ക് വന്നു. ഇന്ത്യ കോവിഡ് രണ്ടാം തരംഗത്തെ അതിജീവിക്കാൻ തുടങ്ങുന്നു എന്നതിന്റെ ശുഭസൂചനയായി ഇവയെ കണക്കാക്കാം. മൂന്നാം തരംഗവും നാലാം തരംഗവും പല രാജ്യങ്ങളിലും ഇതിനിടെ വന്നുപോയി. ഇന്ത്യയിൽ വീണ്ടും കോവിഡ് വ്യാപനം സംഭവിക്കില്ലെന്ന് പറയാനാവില്ല. കോവിഡിനെ ലോകത്ത്നിന്ന് തുടച്ചുനീക്കുന്നത് ഇപ്പോഴത്തെ ലക്ഷ്യമല്ലെന്ന് ലോകാരാഗ്യ സംഘടന പറയുമ്പോൾ ജനങ്ങൾ രോഗത്തിനൊപ്പം ജീവിക്കാൻ പഠിക്കണമെന്നുതന്നെയാണ് വിവക്ഷ. വൈറസ്സ് ഉടനെയൊന്നും പിൻവാങ്ങില്ലെന്നും പുതിയ വകഭേദങ്ങൾ ഉണ്ടാവുമെന്നും നമ്മൾ കരുതേണ്ടിയിരിക്കുന്നു. കോവിഡ്

വന്നും പോയുമിരിക്കുമ്പോൾപുതിയൊരു സ്വാഭാവിക അവസ്ഥ (New Normal)യിൽ ജീവിക്കാൻ ഇനി നമ്മൾ തയ്യാറാകേണ്ടിവരും, പുതിയ ശീലങ്ങൾ പുതിയ കാഴ്ചപ്പാടുകൾ പുതുവികസന വീക്ഷണങ്ങൾ എല്ലാം അനിവാര്യമായി വരുന്ന കാലം. ചികിത്സയിലൂടെ കോവിഡ് ഭേദമായ വരിൽ മ്യൂക്കോർ മൈക്കോസിസ് എന്നൊരു ഫങ്കസ് രോഗം പ്രത്യക്ഷപ്പെട്ടത് ഈ പശ്ചാലത്തിൽവേണം കാണാൻ. പ്രമേഹമുള്ള കോവിഡ് രോഗികൾക്ക് ചികിത്സയുടെ ഭാഗമായി നൽകുന്ന സ്റ്റിറോയിഡ് മരുന്നുകൾ രോഗിയുടെ പ്രതിരോധ സംവിധാനങ്ങളെ ദുർബലമാക്കുന്ന അവസ്ഥയിൽ ഇതര വൈറസ്സ് /ഫങ്കസ് / ബാക്ടീരിയ ജന്യ രോഗങ്ങൾ ഉടലെടുക്കാനുള്ള സാദ്ധ്യതകൾ ഉയർന്നതാണ്.

മെയ് മദ്ധ്യത്തോടെ കേരളത്തിലും രണ്ടാം തരംഗം ദുർബലമാകാൻ തുടങ്ങി. പ്രതിദിന രോഗികളുടെ എണ്ണം 30,000ത്തിൽ നിന്നും 20,000 ത്തിലേക്ക് താഴ്ന്നു. ആശ്വാസമായിരോഗമുക്തരാവുന്നവരുടെ സംഖ്യയും കൂടി കൂടി വന്നു. രോഗ സ്ഥിരീകരണ നിരക്ക് 26 % എന്നതിൽനിന്നും 16 -17 % എന്ന നിലയിലേക്ക് വന്നു. ജൂൺ ആദ്യവാരം അത് 15 % ത്തിലും താഴെയെത്തി. പക്ഷേ പ്രതിദിന മരണങ്ങൾ 200ൽ കൂടുതലായി തുടർന്നു. ജൂൺ 6ന് 227 പേർകൂടി മരണത്തിന് കീഴടങ്ങിയതോടെകോവിഡ് ബാധിച്ചുള്ള മരണസംഖ്യ 10,000കവിഞ്ഞു.

അനുക്രമമായി രാജ്യത്ത് കോവിഡ് രോഗബാധ കുറയുന്ന കണക്കുകളാണ് ജൂൺ മദ്ധ്യത്തോടെ നാം കാണുന്നത്. തീവ്രപരിചരണം ആവശ്യമായ രോഗികളുടെ എണ്ണം കുറഞ്ഞു. രോഗസ്ഥിരീകരണ നിരക്ക് 5%ത്തിൽ താഴെയായി. രോഗമുക്തരുടെ സംഖ്യ വർദ്ധിച്ചു. നേരത്തേയുള്ള രോഗതീവ്രതയുടെ പ്രതിഫലനമായി മരണസംഖ്യ ഭീഷണിയായി തുടരുന്നു എന്നതാണ് അപ്പോഴും ആശങ്കയായി നിൽക്കുന്നത്.

കേരളത്തിലും സ്ഥിതി മെച്ചപ്പെട്ടു തുടങ്ങി. രോഗബാധയും രോഗ സ്ഥിരീകരണ നിരക്കും താഴേക്ക് വന്നുതുടങ്ങി. തീവ്രചികിത്സ വേണ്ട വരുടെ സംഖ്യ നന്നായി കുറഞ്ഞു. 38 ദിവസം നീണ്ടുനിന്ന സംപൂർണ്ണ അടച്ചിടൽ ലഘൂകരിക്കാൻ സർക്കാർ തീരുമാനമെടുത്തു. ജീവൻ നിലനിർത്താൻവേണ്ടിയാണെങ്കിലും കർശന നടപടികൾ ആത്യന്തികമായി സാധരണക്കാരുടെയും നിശ്ചിത വരുമാനക്കാരുടെയും ജീവിതം തകർക്കുന്ന അവസ്ഥ സൃഷ്ടിക്കുന്നു എന്ന സത്യം എല്ലാവരും തിരിച്ചറിയുന്നു. അൺലോക്ക് കാലത്ത് സാമ്പത്തിക പ്രവർത്തനങ്ങൾ ഊർജിതമായി പുനരാരംഭിക്കേണ്ടിയിരിക്കുന്നു. ഏറെക്കുറെ തകർന്നു പോയ കാർഷിക മേഖലയിലും നിർമ്മാണമേഖലയിലും അവശ്യം വേണ്ട മുൻകരുതലുകളോടെ പ്രവൃത്തികൾ തുടങ്ങേണ്ടിയിരിക്കുന്നു.

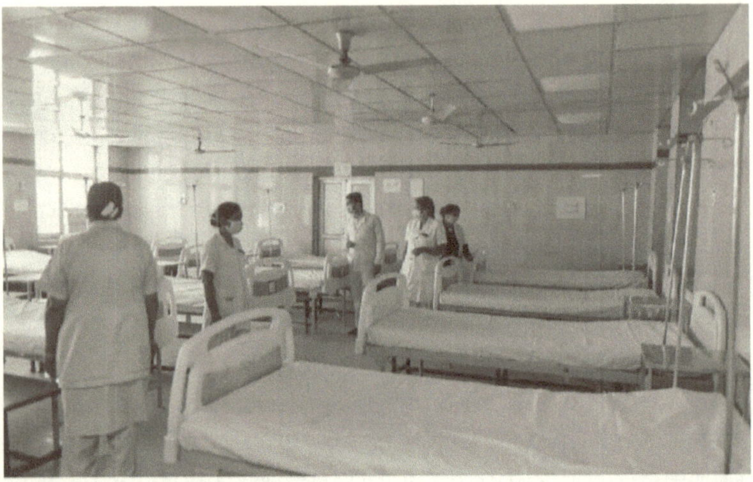

ചെറുതും വലുതുമായവ്യാപാര സ്ഥാപനങ്ങൾ തുറന്ന് പ്രവൃത്തിക്കേണ്ടിയിരിക്കുന്നു. ദിവസവരുമാനം മുട്ടിയ തൊഴിലാളികൾക്ക് ജീവിതം കരുപ്പിടിപ്പിക്കേണ്ടിയിരിക്കുന്നു.

സംപൂർണ്ണ ലോക്ക്ഡൌൺ പിൻവലിച്ചെങ്കിലും പ്രാദേശികമായി അടച്ചുപൂട്ടലുകൾ ഒഴിവാക്കാനാവാത്ത അവസ്ഥയായിരുന്നു. ലോക്ക്ഡൌൺ നടപ്പാക്കുന്ന രീതിയിൽ മാറ്റങ്ങൾ ആവിഷ്കരിച്ചത് ഈയൊരു പശ്ചാത്തലത്തിലാണ്. രോഗസ്ഥിരീകരണനിരക്കനുസരിച്ച് പ്രദേശങ്ങളെ തരംതിരിക്കാനും ഓരോയിടത്തും വ്യത്യസ്തമായ നിയന്ത്രണങ്ങൾ നടപ്പിലാക്കാനും സർക്കാർ തീരുമാനിച്ചു. ടി പി ആർ കുറവുള്ള ഇടങ്ങളിൽ നിയന്ത്രണങ്ങളിൽ കൂടുതൽ ഇളവും ടി പി ആർ കൂടുന്നതനുസരിച്ച് കൂടിയ നിയന്ത്രണങ്ങളും നടപ്പിലാക്കി. കച്ചവടസ്ഥാപനങ്ങളുടെയും ഓഫീസുകളുടെയെയും പ്രവർത്തനം തദനുസരണം ക്രമീകരിച്ചു. രോഗബാധയുടെയും മരണനിരക്കിന്റെയും നിലവിലെ അവസ്ഥയിൽ കൂടുതൽ ആളുകൾ ഒത്തുചേരുന്ന യാതൊരു ചടങ്ങുകൾക്കും അനുവാദം നൽകാൻ സാദ്ധ്യമായിരുന്നില്ല.

ജാഗ്രതയാണ് സുരക്ഷ.

ജീവിതം തിരിച്ചുപിടിക്കാൻ നിയന്ത്രണങ്ങൾ ലഘൂകരിച്ചേ മതിയാകൂ. അതേസമയം ശ്രദ്ധാപൂർവ്വമുള്ള ജാഗ്രത പാലിക്കാൻ എല്ലാവരും ബാധ്യസ്ഥരാണ്. കോവിഡ് ജനിതക വകഭേദമായ ഡെൽറ്റ വൈറസ്സ് അപകടകാരിയായി നമ്മോടൊപ്പമുണ്ടെന്നും നിതാന്ത ജാഗ്രത തുടരേണ്ടതുണ്ടെന്നുമുള്ള മുഖ്യമന്ത്രിയുടെ വാക്കുകൾ കരുതലിന്റെ സ്വരമായും മുന്നറിയിപ്പായും കരുതണം. കൂടുതൽ ഇളവുകൾ

ഉണ്ടാകുമ്പോൾ, വ്യാപനശേഷി കൂടിയ വൈറസ്സുമായി സഹവസിക്കു മ്പോൾ ജാഗ്രത വെടിഞ്ഞാൽ മൂന്നാമതൊരു രോഗതരംഗം ഉണ്ടാകാനുള്ള സാധ്യത വളരെ കൂടുതലാണ്. അങ്ങനെയൊരു അപകടാവസ്ഥ പരമാവധി വൈകിപ്പിക്കാനും അഥവാ സംഭവിച്ചാൽ അത് പരമാവധി ലഘൂകരിക്കാനുമുള്ള നടപടികൾ സ്വീകരിക്കുന്നതിലാണ് നമ്മുടെ വൈഭവം. സാധാരണ ജീവിതം എല്ലാവരും ആഗ്രഹിക്കുമ്പോഴും പഴയ ശൈലിയിലുള്ള ജീവിതത്തിലേക്ക് തിടുക്കപ്പെട്ട് പോകാൻ നമുക്കാവില്ല എന്ന തിരിച്ചറിവ് വേണം. നമ്മുടെ പൂർവ്വഗാമികൾ സഹിച്ച മഹാദുരിതങ്ങളെ അറിയുമ്പോൾ ഇപ്പോഴത്തെ സഹനം അത്ര കഠിനമല്ലെന്ന് തിരിച്ചറിയാനുള്ള വിവേകവുമുണ്ടാവണം.

പ്രതിദിന രോഗബാധിതരുടെ സംഖ്യ പതിനായിരത്തിനടുത്ത് നിൽക്കുന്നതും. രോഗസ്ഥിരീകരണ നിരക്ക് 10% എന്നതിൽനിന്നും കാര്യമായി താഴേക്ക് വരാത്തതും സംസ്ഥാനം ഗൗരവതരമായി കാണേണ്ട സ്ഥിതിവിശേഷമായി. പ്രതിദിന കോവിഡ് പരിശോധനകളുടെ എണ്ണം പരമാവധി വർദ്ധിപ്പിക്കുക എന്നതാണ് അടിയന്തരമായി വേണ്ടത്. കൂടുതൽ ആളുകളെ പരിശോധിച്ചാൽമാത്രമേ രോഗമുള്ളവരെ കണ്ടുപിടിക്കാനും അവരെ വീടുകളിൽ ഒതുക്കിനിർത്താനും സാധിക്കുകയുള്ളൂ. അത്തരം വീടുകളിൽനിന്ന് ബന്ധുക്കൾ പുറത്ത് പോകാതിരിക്കുകയും വേണം. പ്രതിദിന പരിശോധനകളുടെ എണ്ണം ഒന്നര ലക്ഷത്തിനും രണ്ട് ലക്ഷത്തിനുമിടയിൽ കൊണ്ടുവരിക എന്നത് പ്രധാനമാണ്. വൈറസ്സ് ജനിതകഭേദമാർജ്ജിക്കുന്ന അവസ്ഥ തുടരുമ്പോൾ കേരളം ശ്രദ്ധിക്കേണ്ട മറ്റൊരു കാര്യം കൂടിയുണ്ട്. തീവ്ര വ്യാപന വകഭേദങ്ങൾ വേഗം തിരിച്ചറിയുന്നതിനായി ജനിതക ശ്രേണീകരണ പഠന (Gene Sequence Study) സൗകര്യങ്ങൾ കൂട്ടേണ്ടിയിരിക്കുന്നു. സംസ്ഥാനത്തിന്റെ വിവിധഭാഗങ്ങളിൽ ഇത്തരം പഠന സൗകര്യമുള്ള ലാബുകൾ നമുക്ക് അത്യാവശ്യമാണ്. നിലവിലെ സങ്കീർണമായ സാഹചര്യങ്ങളിലും ഭാവിയിൽ സംഭവിക്കാവുന്ന ആപത്ഘട്ടങ്ങളിലും ഇത് പ്രയോജനപ്രദമായിരിക്കും.

കാലാവസ്ഥയും പരിസ്ഥിതിയും മാറിക്കൊണ്ടിരിക്കുകയാണ്. ശാസ്ത്രസാങ്കേതിക മേഖലയിൽ എത്രതന്നെ മുന്നേറിയാലും ഒരു അണുജീവിക്ക്പോലും എല്ലാം നിശ്ചലമാക്കാമെന്നും മനുഷ്യനെ മുൾമുനയിൽ നിർത്താമെന്നും ഈ പ്രതിസന്ധി നമ്മെ ഓർമ്മിപ്പിക്കുന്നു. അപകടകാരികളായ പുതിയ വൈറസുകളും ഫംഗസ്സുകളും ബാക്ടീരിയകളും സ്വാഭാവികമായും അല്ലാതെയും രൂപപ്പെട്ടുവരാം. നാം കരുതിയിരിക്കുകതന്നെ വേണം. നല്ല ആരോഗ്യശീലങ്ങൾ പാലിച്ചും സമീകൃതമായ ഭക്ഷണക്രമം ശീലിച്ചും മിതമായ വ്യായാമം ചെയ്തും ശരീരത്തിന്റെ

രോഗപ്രതിരോധശേഷി കൂട്ടുക എന്നത് പരമ പ്രധാനമാണ്. ശരീരവും മനസ്സും ഒരുപോലെ ജാഗ്രത്തായിനിൽക്കുന്ന അവസ്ഥയിൽ രോഗാണുക്കൾ പിൻതിരിയുമെന്നാണ് ആരോഗ്യശാസ്ത്രം പറയുന്നത്. ബൗദ്ധികമായി എത്ര ഉന്നതി കൈവരിച്ചാലും മനുഷ്യൻ പ്രകൃതിയുടെ ഭാഗമാണെന്നും പ്രകൃതിയിലെ അസംഖ്യം സസ്യ ജന്തുജാലങ്ങളുമായും അജൈവപരിസ്ഥിതിയുമായും സമരസപ്പെട്ട് മാത്രമേ നമുക്ക് ജീവിക്കാനാവുകയുള്ളൂ എന്നതും കേവലമായ യാഥാർഥ്യം. പരിസ്ഥിതിയെ നോവിക്കാതെ പ്രകൃതിയുമായി ഇണങ്ങിയുള്ള സുസ്ഥിരവികസന പദ്ധതികൾക്കാവണം എപ്പോഴും മുൻഗണന. പ്രകൃതി ദുരന്തങ്ങളും മഹാമാരികളും തിരിച്ചറിവിന്റെ പാഠങ്ങളായിമാറി ജീവിതത്തെയും വികസന കാഴ്ചപ്പാടുകളേയും ക്രിയാത്മകമായി സ്വാധീനിക്കുമെങ്കിൽ കഠിന ദുരിതങ്ങൾ തുടർകഥയാവാതിരിക്കും.

തരംഗരൂപത്തിൽ തിരമാലകൾപോലെ വന്ന് നമ്മെ ഭയപ്പെടുത്തുന്ന കോവിഡ് വൈകാതെ പിൻവാങ്ങുമെന്നും, പ്രഹരശേഷിയിൽ തകർന്നുപോയ നാടിന്റെ സാമ്പത്തികസ്ഥിതി മെച്ചപ്പെടുമെന്നും, രോഗതീവ്രതയിൽ അനുഭവിച്ച ദുരിതങ്ങളിൽനിന്ന് ജനം കരകയറുമെന്നും, പ്രിയപ്പെട്ടവർ നഷ്ടപ്പെട്ടവരുടെ വേദന കാലം മായ്ക്കുമെന്നും, സ്വസ്ഥവും ശാന്തവുമായ ജീവിതസാഹചര്യങ്ങൾ തിരിച്ചുവരുമെന്നും നിശ്ചയമായും പ്രതീക്ഷിക്കാം. കാലം ഏൽപ്പിച്ച മുറിവുകളുടെ പാടുകൾ പതിയെ മാഞ്ഞുപോകും. ഇനിവരാനിരിക്കുന്ന തലമുറകൾക്ക് നമ്മുടെ പ്രതിസന്ധികളൊക്കെ വിദൂരമായ ചരിത്രസ്മൃതികളാകും. നമുക്ക് സ്വപ്നംപോലും കാണാനാവാത്ത അവരുടെ ജീവിതപരിസരങ്ങളിൽ പൂർവ്വഗാമികളുടെ കിതപ്പും കുതിപ്പും പഴയ കാലത്തിന്റെ നേർത്ത കുളമ്പടി ധ്വനികൾ മാത്രമായിരിക്കും. ജീവിതം അപ്രതിരോധ്യമായ ഒരു ഒഴുക്കാണ്. പ്രപഞ്ചതാളക്രമം സുഭദ്രമായി നിലനിൽക്കുന്നിടത്തോളം അത് തുടർന്നുകൊണ്ടേയിരിക്കും.

www.ingramcontent.com/pod-product-compliance
Lightning Source LLC
LaVergne TN
LVHW040751051026
849519LV00007BA/2514
* 9 7 8 9 3 9 1 0 0 6 8 1 5 *